విశాలాక్షి కథానికలు

దామరాజు విశాలాక్షి

Visalakshi Kathanikalu

Author: Damaraju Visalakshi

Published By : Kasturi Vijayam
Published on: April,2023

ISBN: 978-81-962667-2-1
Print On Demand

Copy Right: Damaraju Visalakshi

Ph: 0091-9515054998
Email: Kasturivijayam@gmail.com

Book Available
@
Amazon, flipkart, Google Play, ebooks, Rakuten and KOBO

దామరాజీయం

దామరాజు విశాలాక్షి, వృత్తి పరంగా ఉపాధ్యాయిని, ప్రవృత్తి పరంగా సమాజ హితాన్ని కోరే రచయిత్రి. భావిపౌరులకు కావలసిన సాహిత్యాన్ని అందించి, వారిని ఆ సంపదతో సంపన్నులుగా, సంస్కృతీ ప్రియులుగా తీర్చిదిద్దడానికి విశేష కృషి చేస్తున్నారు. ఇది ఆమె స్వభావం.

మా విశాఖ సాహితీ సభలలో చురుకుగా పాల్గొంటారు. అలాగే పిల్లలను పద్య పఠనానికి, వక్తృత్వపు పోటీలకు, పాఠశాల నుండి విద్యార్థులను ప్రోత్సహించి తీసుకు వచ్చి బహుమతులు గెలుచుకునేలా చేసేవారు. ఉపాధ్యాయినిగా విశాలాక్షి గారు తీర్చిదిద్దిన ఉత్తమ విద్యార్థులు ఎందరెందరో.

ఆమె కలం నుండి, గళం నుండి కథలు, కవితలు, భక్తిగీతాలు, నాటికలు వంటివి పెక్కు వెలువడ్డాయి. వీటిని ఏర్చి కూర్చి "పాలకడలి", " ముత్యాల జల్లు" అనే రెండు పుస్తకాలు ప్రచురించి, బాల సాహిత్యాన్ని పరిపుష్టం చేసారు.

సమీక్షావ్యాసాలు, నాటికలు, కథానికలు, కవితలు, నిరంతరం వ్రాస్తూ ఉండడం ఆమె దినచర్యలో భాగం.

విశాఖపట్టణంలో అయిదుగురు కవయిత్రుల కవితలతో కలిసి 'పంచామృతం' అనే పేర సంకలనం ప్రచురించారు. ఆ అయిదుగురిలో శ్రీమతి విశాలాక్షి గారు కూడా ఒకరు.

కవయిత్రిగా కీర్తి గడించిన వీరు, ప్రస్తుతం రచయిత్రిగా వ్రాసిన కథానికల సంకలనాన్ని తీసుకువస్తున్నందుకు ముందుగా నా శుభాభినందనలు.

శ్రీమతి విశాలాక్షి గారికి, ఆమె చుట్టూ ఉన్న సమాజాన్ని సూక్ష్మ దృష్టితో పరిశీలించే గ్రాహ్య శక్తి ఉంది.

నేటి సమాజంలో ఎదురుపడే వ్యక్తుల మనస్తత్వాన్ని చదవగలిగే నేర్పు ఉంది.

విషయాన్ని సరళ సుందరంగా వ్యక్తీకరించగల భాషా పాండిత్యం ఉంది.

సామెతలు తగిన సందర్భాలలో అన్వయించగలిగే ప్రతిభ ఉంది.

ఈ నేపథ్యంతో మారిన సాంప్రదాయాలు, మరుగున పడుతున్న సంస్కృతి, దిగజారిపోతున్న నైతిక విలువలు, పాశ్చాత్య పద్ధతుల యందు పెరుగుతున్న మోజు, బంధాలు అనుబంధాలను దూరం చేసే ధనదాహం, విచ్చలవిడిగా జరుగుతున్న దోపిడీలు, గురువుల పట్ల

భక్తిని తగ్గించే విద్యావిధానం – మొదలయిన విషయాలను కథా వస్తువులుగా గ్రహించి కథలు వ్రాసారు ఈమె.

"ఏదో ఒక సందేశం మనసుకు హత్తుకునేటట్లు చేయడానికి కథ కన్నా ఉత్తమమైన సాధనం వేరొకటి లేదు" అంటారు ప్రముఖ కథా రచయిత ఘండికోట బ్రహ్మాజీరావుగారు.

ఆయన సిద్ధాంతాన్ని అక్షరాలా అమలు చేసారా అన్నట్లు కథకురాలు శ్రీమతి విశాలాక్షి గారు, ఆమె కథా నిర్వహణ సాగించారు.

ఈ కథా సంపుటి లోని 'జాతిరత్నం' అనే కథ కథారత్నమే.

ఉపాధ్యాయురాలు కావడంతో, గురుశిష్య సంబంధంలోని పవిత్రతను, మాధుర్యాన్ని, ఔన్నత్యాన్ని చక్కగా వివరించారు.

గురుశిష్య సంబంధాలను గూర్చి కథానికలు చాలా వచ్చాయి. అయితే ఈ కథలో శిష్యుడు, గురువుగారి ఆత్మగౌరవం ప్రకాశవంతమయ్యేటట్లు చెయ్యడమే కాకుండా, గురువు వంటి వృద్ధుల శ్రేయస్సును దృష్టిలో పెట్టుకుని తీసుకున్న నిర్ణయం అనిందాపూర్వకమై, అభినందనీయంగా ఉండి రచయిత్రి విశాల దృక్పథాన్ని వెలువరిస్తోంది.

ఈ కథకు కొనసాగింపుగా సాగిన కథ 'నాణేనికి రెండో వైపు', కథానాయకుడు రాజేశ్ ఏర్పాటుచేసిన ఆశ్రమం 'ఆనందాశ్రమంగా' వృద్ధుల సేద తీరుస్తూ ఉండడం అభినందనీయం.

అమెరికాలో స్థిరపడి తల్లిదండ్రులను లక్ష్యపెట్టని సంతానం, తల్లిదండ్రుల ఆవేదనను కూడా విశాలాక్షి గారు సహజంగా ఆవిష్కరించారు.

భారతీయ సంస్కృతీ సంప్రదాయాలను గౌరవించే మనుషులు ఉండాలనే తపన రచయిత్రిలో చాలా బలంగా ఉండడంతో వచ్చిన కథే – "ఆణిముత్యం".

'ఏ గూటి పక్షి ఆ గూటికి' వంటి కథలు ఆత్మాభిమానాన్ని, సాంస్కృతిక వారసత్వాన్ని పాఠకులకు అందించాలనే తపన ఈ కథల ప్రధాన లక్ష్యంగా కనబడుతుంది.

అసలు కథల శీర్షికలే, ఆ పరిమళాన్ని అందిస్తున్నవి. 'పరబ్రహ్మస్వరూపం', 'ఆత్మశాంతా?', 'కడి గండం కాసింది', 'తపస్వి', 'విచక్షణ', 'మహానటుడు' వంటివి తెలుగు భాషలోని పలుకుబడులు, సామెతలు శీర్షికలుగా కూర్చి భాషామధుర్యాన్ని కూడా తన రచనలో చవిచూపారు.

'కుక్క కాటుకి చెప్పు దెబ్బ', 'ఏ గూటి పక్షి ఆ గూటికి', 'ధనానుబంధ రూపేణ', 'దొందుకు–దొందే 'వంటి కథలు ఆ కోవకు చెందుతాయి.

శ్రీమతి విశాలక్షి గారి కథల్లో మహిళా సాధికారత అడుగడుగునా కనబడుతూ ఉంటుంది స్త్రీలు ఆత్మగౌరవం, ఆత్మస్థైర్యం, కలిగి, ప్రగతి పథంలో పయనించాలనే దృక్పథంతో రాసిన కథలు ఈ సంపుటిలోనే చాలా ఉన్నాయి.

సమాజంలో ఎదురయ్యే సమస్యలకు కుంగిపోకుండా తమను తాము తీర్చిదిద్దుకున్న మహిళల కథలు, 'కుక్కకాటుకు చెప్పుదెబ్బ', 'కాంతమ్మ, ధైర్యే సాహసే లక్ష్మీ', 'ముదితల

నేర్వగరాని విద్య గలదే', 'న్యాయ పక్షం', 'ఆణిముత్యం', 'తారుమారు', 'అజ్ఞాని' వంటి కథలు, ఆ కోవకు చెందినవే....

రచయిత్రి శ్రీమతి విశాలాక్షి గారి కథల్లో హాస్యరసం కూడా సమర్థవంతంగా పోషించారు. 'వంట@ తంటా', 'పజిల్', 'దొందుకు దొందే' , 'ఆన్లైన్' కథలు ఆ కోవకు చెందినవి.

భావము, భాష – దేశీయమైన సాంస్కృతిక వారసత్వ పరిరక్షణ దృక్పథముతో పాఠకులలో చైతన్యాన్ని కలగజేయగల కథలను వ్రాసిన శ్రీమతి దామరాజు విశాలక్షి గారికి హృదయపూర్వక అభినందనలు. త్వరలో వీరి నాటికలు, రేడియో ఉపన్యాసాలు కూడా ముద్రితాలు కావాలని ఆకాంక్షిస్తూ...

శుభాశీస్సులతో

డా. కోలవెన్ను మలయవాసిని
విశ్రాంతాచార్యులు,
తెలుగు శాఖ – ఆంధ్ర విశ్వకళాపరిషత్
విశాఖపట్నం.

★★★

మీతో రెండు నిమిషాలు......

దామరాజు విశాలాక్షి గారి కథలు, కవితలు, నాటికలు, వ్యాసాలు, పిల్లల గేయాలు మొదలైనవన్నీ గత **20** సంవత్సరాలుగా వివిధ పత్రికలలో, ఆకాశవాణి, విశాఖపట్నం కేంద్ర ప్రసారాల్లో కనిపిస్తూ, వినిపిస్తూనే ఉన్నాయి.

ఆవిడ **40** సంవత్సరాల బాటు నిబద్ధతతో ఉపాధ్యాయ వృత్తిని నిర్వహించి, ఇప్పుడు విశ్రాంత జీవనంలో ముమ్మరంగా రాస్తూ సాహితీ సేవ చేస్తున్నారు. ఎంతో హుందాగా, నిరాడంబరంగా ఉండే ఈవిడ మా 'విశాఖ సాహితి' సంస్థ కార్యక్రమాలలో చురుకుగా పాల్గొనే సభ్యురాలు. పొందికైన మాట తీరుతో సభ్యులందరినీ వయసు, హోదాలతో నిమిత్తం లేకుండా ఆప్యాయంగా, చిరునవ్వుతో పలకరించే తీరుతో ఆమె ఉన్నత సంస్కారం అణువణువునా ద్యోతకం అవుతూనే ఉంటుంది.

విశాలాక్షి గారు అనేక కవితల పోటీలలో బహుమతులు అందుకోవడంతోపాటు, వివిధ సంస్థల సత్కారాలు కూడా పొందారు.

'గురజాడ ఫౌండేషన్ ఆఫ్ అమెరికా' వారి 'గురజాడ సేవా రత్న' అవార్డును అందుకున్నారు.

అప్పటి 'హ్యూమన్ రిసోర్స్ మినిస్టర్' స్మృతి ఇరానీ గారి చేతుల మీదుగా 'ఉత్తమ ఉపాధ్యాయిని' ప్రశంసా పత్రాన్ని పొందారు.

ఆచార్య కొలకలూరి ఇనాక్ గారి సాహిత్యం పై పత్ర సమర్పణ చేశారు.

"బ్రహ్మశ్రీ చాగంటి కోటేశ్వరరావు గారు నేను రాసిన కవితను మెచ్చుకొని, వారి చేతులమీదుగా తాంబూలం ఇవ్వటం నా జీవితంలో ఒక మరపురాని మధురమైన గొప్ప ఘట్టం" అని వినమ్రంగా చెప్పుకుంటారు విశాలాక్షి గారు.

'వంగూరి ఫౌండేషన్ ఆఫ్ అమెరికా' వారు నిర్వహించిన అంతర్జాతీయ సాహితీ సదస్సులో బాలసాహిత్యం పై ప్రసంగించారు. "సువిశాలమైన ఈ తెలుగు సాహితీ క్షేత్రంలో నా వంతు కొన్ని విత్తులు నాటుకోవాలనే తాపత్రయంలో ఉన్నాను. అందులో భాగంగానే 'బాల కడలి', 'ముత్యాల జల్లు' అనే బాలగేయ సంకలనాలు వెలువరించాను. తర్వాత

ఇదిగో... ఈ కథల పుస్తకం!" అంటూ ఆమె తన మాటగా చెప్పుకుంటూ ఈ కథల సంపుటిని మీ ముందుకు తీసుకు వస్తున్నారు.

తనకు విద్యాబుద్ధులు నేర్పించిన గురువుగారి దయనీయమైన పరిస్థితిని పరికించి, ఆయనకు ఒక ఆసరా కల్పించి, ఆదుకున్న కథ 'జాతి రత్నం'. గురువుల యెడల శిష్యులకు ఉండవలసిన బాధ్యతను ఎత్తి చూపించే కథ ఇది.

టీవీలో వంటలు చేసి చూపించటానికి ఓ ఇల్లాలు పడ్డ ఆరాటం, హైరానా కలగలిపి హాస్యమొలికించే కథ 'వంట తెచ్చిన తంటా'.

సినిమా హాల్లో పక్క సీట్లో కూర్చొని, ఆడవాళ్ళని అల్లరిపెట్టే ఓ తుంటరి రాయుడికి దబ్బనంతో గుచ్చినట్టుగా పాఠం చెప్పిన కథ 'కుక్కాటుకు చెప్పు దెబ్బ'.

కొడుకులు తీసుకువచ్చిన కానుకలను బట్టి, కోడళ్ళు తీసుకొచ్చిన చీరలను బట్టి మర్యాదలు చూపించే ఓ అమ్మ కథ, లోకంలో మర్యాదలు అన్నీ 'ధనాను బంధ రూపేణా' అని విప్పి చెప్పడానికి ప్రయత్నించిన కథ.

'మహానటుడు' కథ మనుషులలోని ఒక రకమైన కాంప్లెక్స్ ని తెలియజేయడానికి ప్రయత్నించిన కథ. తన కింద పని చేసే వాళ్ళు ఇంకెవరికైనా సహాయం చేసి ఆదుకుంటూ ఉంటే ఏమాత్రం ఓర్వలేని ఓ అహంకారి అయిన ఆఫీసర్ కథ ఇది.

'పెళ్ళి సమయంలో మీ అమ్మగారు నాకు పెట్టిన నగలన్నీ వన్ గ్రామ్ గోల్డ్ ట!' అని భార్య దెప్పితే, 'మీ నాన్నగారు మనకు రాసిచ్చింది అప్పటికే రెండుసార్లు అమ్మేసిన ఫ్లాట్ అట!' అంటూ భర్త ఎద్దేవా చేసిన కథ 'దొందుకు దొందే'. ఈ కథలో ఒకరినొకరు మాయ చేసుకున్న ఉదంతం తమాషాగా రాశారు.

తండ్రి, పక్కవాని పొలంలో కనీసం కొన్ని సెంట్లు భూమి అయినా కబ్జా చేద్దామని ప్రయత్నించి, ఆ కోరిక తీరలేదని కొడుకు దగ్గర అవసాన సమయంలో కంటతడి పెట్టుకుంటే; 'నువ్వేం బాధపడకు నాన్న! కొన్ని సెంట్లు కాదు, కొన్ని ఎకరాల భూమి వాడిది ఈ మధ్యనే నేను కలిపేసుకున్నాను' అంటూ తండ్రికి చెప్పి మనశ్శాంతి కలిగించిన కొడుకు కథ 'దుష్ట కాకులు'. దుష్ట కాకులతో పోల్చి చెప్పడం బాగుంది.

ఎన్నో తెలివితేటలు ఉపయోగించి, ధైర్యం చేసి, దొంగల ముఖాని పట్టించిన కాంతమ్మ, మొగుడ్ని మాత్రం అదుపులో పెట్టుకోలేక, వాడితో తెగతెంపులు చేసుకొని బయటకు వచ్చి, ధైర్యంగా బతకాలనుకుని నిర్ణయం తీసుకున్న కథే 'ధైర్యే సాహసే లక్ష్మీ...'.

'ఏ పనైనా నిండు మనసుతో చేస్తే అది మంచి ఫలితం ఇస్తుంది. మనం మంచి చేస్తే ఏదో రూపంలో అది మనలను కాపాడుతుంది.' అనే నీతి వాక్యాలను అక్షరబద్ధం చేసిన కథ 'కడి గండం కాసింది'.

చిన్నచిన్న విషయాలలో పట్టుదలకు పోయి, పంతాలు పెంచుకొని, ప్రేమాభిమానాలు చంపుకొని, పేచీలు పెడుతూ రెచ్చిపోవడం వలన కాపురాలు కూలిపోతాయనీ, భార్యాభర్తలు పరస్పరం గౌరవించుకుంటూ, అతి పవిత్రమైన మన భారతీయ వివాహ వ్యవస్థను పటిష్టం చేసుకోవలసిన అవసరం ఉందనీ తెలియచెప్పే కథ 'విచక్షణ'.

ఇవన్నీ చిన్నచిన్న కథలు. ఇందులో ఎన్నో జాతీయాలు, సామెతలు చెప్పుకొచ్చారు విశాలాక్షి గారు. ఇలా అన్ని కథలు గురించి చెప్పుకుంటూ పోతే చిన్న కంతలోంచి సినిమా చూసినట్టుగా ఉంటుంది! ఈ కథలు చదివి ఆనందించండి.

కథా శిల్పం విషయంలో, ఎత్తుగడ,ముగింపుల విషయంలో మరింత పరిణతి సాధించి, త్వరలోనే మరిన్ని మంచి కథలు మనకు అందించవలసిందిగా విశాలాక్షి గారిని కోరుతూ, ఆమె ప్రయత్నానికి అభినందనలు తెలియజేస్తున్నాను.

సెలవు, నమస్కారం.

ద్విభాష్యం రాజేశ్వరరావు

21-2-2023

విశాఖపట్నం.

★ ★ ★

అభినందన

శ్రీమతి దామరాజు విశాలాక్షి గారు రెండేళ్ల క్రితం పరిచయం అయ్యారు. పరిచయం అయిన నాటి నుంచీ సాహిత్యం పట్ల ఆవిడకి ఉన్న అభిమానానికి నేను ముగ్ధరాలినయ్యాను. సంభాషిస్తున్నప్పుడు, "నాకు ఏమీ తెలియదు" అంటూనే, అలవోకగా ఆవిడ వాడే కొన్ని కవితల్లోని చమక్కులు, సామెతలు నన్ను అమితంగా ఆకట్టుకున్నాయి. యాసల పట్ల, పల్లెటూరి వాతావరణం పట్ల అమితంగా ఆకర్షింపబడే నాకు, ఆవిడ చెప్పే వారి అమ్మమ్మ కథలు, ధైర్యస్థులైన స్త్రీల కథలు, పల్లెటూరి సంగతులు, అక్కడి కళలు ఎంతో ఇష్టం. ఈ పరంగా చూస్తే, ఆవిడతో మాట్లాడిన ప్రతిసారీ కొత్త విషయాలు తెలుసుకుంటూనే ఉన్నాను. నా మటుకు నాకు విశాలాక్షి గారు గురుతుల్యులు. నా ఆసక్తులని పసిగట్టి, నాకు నచ్చిన అంశాల పూర్వాపరాలు చెప్తూ ఎంతో ఆనందాన్ని ఇస్తారు, మాట్లాడిన ప్రతిసారీ.

విశాలాక్షి గారు వ్రాసిన **"దామరాజు విశాలాక్షి కథానికలు"** అనే పుస్తకం చదివాను. నిస్స్పృహకి గురి కాకుండా కారం, డబ్బనం పట్టుకుని తిరిగే ధైర్యం గల అమ్మాయిలు, దర్పం కలిగిన అధికారులూ, కట్నకానుకలని బట్టి మర్యాద ఇచ్చే వ్యక్తిత్వాలూ, స్త్రీ శక్తిని చాటే ధీరవనితలూ, వద్దంటున్నా వడ్డించి చంపే చాదస్తులూ, మంచి గురువులూ, రత్నాల వంటి శిష్యులూ, ఆస్తుల కోసం వెంపర్లాడే మనుషులూ, ఇలా మన ఊళ్ళలో కనిపించే అన్ని పాత్రలూ కనిపించి మనని సంతోష పెడతాయి, దుఃఖ పెడతాయి, చికాకు పెడతాయి. కథలు చదువుతుంటే, చుట్టూ ఆ సంఘటనలు చూస్తున్నట్టు అనిపిస్తుంది. ప్రతి కథలోనూ నానుడులు, సామెతలూ, జాతీయాలూ మెరిసి సంతోషపెడతాయి. అక్కడక్కడ మాండలికం వెన్నెల తునకలై మురిపిస్తుంది. హాస్యకథలు గిలిగింతలు పెడతాయి.

ఒకే అంశానికి సంబంధించినవి కాకుండా అన్నీ వైవిధ్యమున్న కథలు ఉన్నాయి పుస్తకంలో. అది నాకు బాగా నచ్చిన అంశము.

విశాలాక్షి గారు నిత్య విద్యార్థి. ఎన్ని కళలు ఉన్నా ఏమీ తెలియనట్టు ఉండే నిగర్వి. ఎదుటి వారిలో ఉన్న ప్రతిభని పసిగట్టి ప్రోత్సహించే ఉత్తమ వ్యక్తిత్వం వారిది. నిరాడంబరంగా ఉండే వారి స్వభావం వారి కథల్లో కనిపిస్తుంది మనకి.

వారు ఈ మధ్యనే మొదలెట్టినా, అసాధారణంగా వ్రాస్తున్న ఛందోబద్ధమైన పద్యాలు కెనడా రచయితల మన్ననలందుకుంటున్నాయి. వారు ఇంకా చాలా కథలు, కవితలు, పద్యాలు వ్రాయాలని, వాటన్నిటినీ పుస్తకాలుగా ప్రచురణకి తీసుకురావాలని మనస్ఫూర్తిగా కోరుకుంటూ , విశాలాక్షి గారికి అభినందనలు తెలియజేస్తున్నాను.

లక్ష్మీ రాయవరపు,

ఎడిటర్, తెలుగుతల్లి కెనడా మాసపత్రిక,

కెనడా

మనసులోని మాట.

నాకు చిన్నప్పటి నుండి కథలు అంటే చాలా ఇష్టం. పాతిక సంవత్సరాల నాపల్లె జీవనంలో నా ప్రాణ స్నేహితులు కథలే. ఐదేళ్లవయస్సు నుండి అమ్మమ్మ చుట్టూ చేరి వినిన అనేక కథల వలన, అక్షర జ్ఞానం వచ్చాక కనిపించిన ప్రతీ కాగితం చదివే అలవాటు వలన, ప్రాథమిక విద్యా బోధనలో గురువులు, పటిష్టమైన విలువల పునాదులు వేయడం వలన, నీతి కథలు చెప్పడం వలన, కథల పట్ల అనురక్తి ఏర్పడింది.

కొంచెం పెద్దయ్యా క, అన్నదమ్ములు, అక్కచెల్లెల్లు చెప్పిన కథలు, అనుభవాలు, అభూత కల్పనలు కథలుగా పంచుకున్న నాటి గ్రామీణుల కథనాలు, అనేక సంఘటనల కాలవాలమైన నేటి సమాజ పోకడలు వరకు, ఎన్నో కథలు ప్రధాన పాత్ర పోషించాయి. **విశాలాక్షి కథానికలు** రాయడానికి కారణమైనవి.

అమ్మమ్మద్వారా అతి చిన్నప్పుడు, ఆకాశవాణిద్వారా, ఆ తర్వాత, కథలు వింటున్న నాకు, కళాకారులు ఇల్లిల్లు తిరిగి చెప్పే కథలు ఏదో రూపంలో, ఎవరో ఒకరు చెప్పు కునే కథలు వినడం, బుర్రకథలు, హరికథలు, జముకుల కథలు, బోనేల కథలు, పిట్టకథలు ఇలా అన్ని కళారూపాలను వినడం ఆనందించడం అలవాటయింది.

ఇంట్లో వాతావరణం. పెద్దకుటుంబంలో గడిపిన బాల్యం ,సంఘటనలు కూడా కథలు రాయాలి అనిపించడానికి ప్రధాన కారణమయ్యాయి.

దేశమంతా తిరిగి వచ్చి, వీధి అరుగు మీద కూర్చుని నాన్న, తను చూసిన ,అనేక అంశాలుగా వర్ణించి చెప్పే కబుర్లు, కథలు, పెరటి వసారాలో కూర్చుని భారత భాగవత రామాయణాలు, అందలి కథలు చదివి వినిపించే అమ్మ ద్వారా వినిన కథలు, తన దగ్గరకు వైద్యానికి వచ్చిన వాళ్ళు, కష్టం సుఖం చెప్పుకోవడానికి వచ్చిన వాళ్ళు అమ్మమ్మతో చెప్పుకునే యదార్థగాథలు విని విని, ఆ అంశాలతోనే కథలు రాయడం మొదలుపెట్టాను. నువ్వ కథలు బాగా వ్రాస్తావు. నా కథ వ్రాయవే అనిన అమ్మమ్మ జీవితమే పెద్దకథ.

"అమ్మమ్మ నా కథల గురువు" అందుకే "విశాలాక్షి కథానికలు" అమ్మమ్మకు అంకితం యిస్తున్నాను. అమ్మమ్మ కూరాడ అన్నపూర్ణమ్మ, నాన్నమ్మ దామరాజు శేషమ్మ,

వాళ్ళ జీవిత అనుభవాలను కథలుగా వినిపించేవారు. ఇక ఈ సమయంలో నాకు ఆస్తి అంతస్తులు ఉనికిని, ఊనిక యిచ్చిన, తాతగారు కూరాడ నరసింహం పంతులు గారికి, జన్మనిచ్చిన తల్లిదండ్రులు దామరాజు హనుమంతరావు గారు, రాజేశ్వరమ్మ గార్లకు, అత్తమామలు అజ్జరపు అరుంధతి, సూర్యనారాయణరావు గార్లకు

నా నమస్సుమాంజలులు సమర్పిస్తున్నాను.

నా కథలు చదివి నన్ను ఆశీర్వదించి ఎక్కువగా చదువు, తక్కువగా ప్రాయి, బాగానే ప్రాస్తున్నావని మెచ్చుకున్న కథల గురువు "కాళీపట్నం రామారావు మాష్టారు {మామయ్యగారికి} కి నమస్సులు.

మీ పేరుతోటి మీరు కథానికలను తీసుకురండి అని ఈ పుస్తకానికి నామకరణం చేసిన శ్రీ వేదగిరి రాంబాబు గారికి, మొదటిసారి కథలు పిడిఎఫ్ గా చేసిన శ్రీ భాస్కర్ గారికి నమస్కరములు.

నాచిత్రాన్నే ముఖచిత్రంగా వేసి, నన్నెంతో సంతోషపరచిన ప్రసిద్ధ చిత్రకారులు కీర్తిశేషులు బాలి గారికి నా కృతజ్ఞతాంజలులు.

1980 లో ఆకాశవాణి విజయవాడ కేంద్రం ద్వారా మహిళావాణిలో ప్రసారం కాబడిన నా మొదటికథ "మరుగున పడిన మానవత్వం" నుండి, ఈ రోజు వరకు నేను రాస్తున్న అనేక కథలు, వివిధ పత్రికలలో, అంతర్జాల పత్రికలలో వస్తున్నాయి.

మొదటి 2 మినీ కథలు ఈనాడు చతురలో వచ్చాక, ఆపేసిన నా రచనా వ్యాసంగం మరల 15 సంవర్సరాల తర్వాత మొదలుపెట్టడానికి దోహదపడింది, నా భర్త సహకారం.

నేను ప్రాసిన అప్పటి వివిధ పత్రికలలో వచ్చిన కథలనే, ఇప్పుడు పుస్తకంగా తెస్తున్నాను.

ముందువచ్చిన వాటిని మాత్రమే ముందు పుస్తకంగా తీసుకొద్దామని ఒక పదిసంవత్సరాల క్రితమే పూనుకున్నాను.

ఇన్నళ్ళకు కస్తూరి విజయం వారి ద్వారా ఆ కథలను ప్రచురించే అవకాశం వచ్చింది. వారికి హృదయపూర్వక ధన్యవాదములు.

ఆ కథలను పుస్తక రూపంలో తీసుకురావడానికి సాంకేతికంగా సహాయపడిన చి. సౌ. కొలచిన సుధకు, కథలను ఒక కొలిక్కి తీసుకొచ్చి, అమర్చి, అందించిన తమ్ముడు కొంపల్లె కామేశ్వరరావుకు, ఈ పుస్తకం ప్రచురించడానికి చేస్తున్న నా ప్రయత్నానికి సహకరించి,

అన్ని విషయాలలో తలలో నాలుకలా ఉండే నా తమ్ముడు బాలాజీకి, మేనకోడలు దామరాజు హిమబిందుకు ధన్యవాదాలు తెలియజేసుకుంటున్నాను.

కస్తూరి విజయం సంస్థ ద్వారా నా పుస్తకాన్ని ప్రచురించమని ప్రోత్సహించి ఈ పుస్తక ప్రచురణకు కారకులైన చి. పామిరెడ్డి సుధీర్ రెడ్డి గారికి నా హృదయపూర్వక ధన్యవాదాలు తెలియజేసుకుంటున్నాను.

అమ్మా! కథల పుస్తకం ప్రచురిస్తున్నాను, మన విశాఖసాహితి ద్వారా, మీరు ముందు మాట వ్రాయాలి అని అడగగానే, తల్లిలా నా మాట మన్నించి, ముందుమాట రాసిచ్చిన, అమ్మ, విశాఖ సాహితి అధ్యక్షురాలు, ఆంధ్ర విశ్వవిద్యాలయం విశ్రాంత ఆచార్యులు, ఆచార్య మలయవాసిని గారికి, ఆచార్య పాండురంగ విఠల మూర్తి మాష్టారికీ, నా హృదయపూర్వక నమస్కా రములు.

మాష్టారూ, నా గురించి నాలుగు వాక్యాలు వ్రాయండి అని ఫోన్ చేయగానే, తీరిక చేసుకుని వ్రాసి పంపిన ప్రసిద్ధ కథకులు, గురుతుల్యులు శ్రీ ద్విభాష్యం రాజేశ్వరరావు మాస్టర్ గారికి నా నమస్సులు.

నాపై అభిమానంతో ఈ పుస్తకానికి నాలుగు ఆత్మీయ వచనాలు వ్రాసిచ్చి న తెలుగు తల్లి కెనడా పత్రిక సంపాదకులు , నా అభిమాన సోదరి శ్రీమతి రాయవరం లక్ష్మీ గారికి నా హృదయపూర్వక ధన్యవాదాలు .

నా రచనా వ్యాసంగానికి అన్ని విధాలా సహకరించే నా భర్త అజ్జరపు చిన్న సీతారామయ్యగారికి నా కృతజ్ఞతలు. నా రచనా వ్యాసంగానికి నాకన్ని విధాలా సహకరిస్తున్న నా కుటుంబ సభ్యులకు

నా ధన్యవాదాలు తెలియజేస్తున్నాను.

నాకు ఈ శక్తి యుక్తులు ప్రసాదించిన అఖిలాండ కోటి బ్రహ్మండనాయకి, ఆదిపరాశక్తి, లలితాంబ పాదపద్మాలకు మొకరిల్లుతూ...

రచయిత్రి ...దామరాజు {అజ్జరపు}విశాలాక్షి, విశ్రాంత ఉపాధ్యాయని.

ఈ విశాలాక్షి కథానికలను నాకు కథను పరిచయం చేసిన మా అమ్మమ్మ కూరాడ అన్నపూర్ణమ్మ గారికి అంకితం యిస్తున్నాను ...

రచయిత్రి
శ్రీమతి విశాలాక్షి.

విశాలాక్షి కథానికలు

1.	జాతిరత్నం	1
2.	వంట @ తంటా	5
3.	కుక్క బుద్ధికి పిన్ను దెబ్బ	10
4.	ధనానుబంధం రూపేణా	12
5.	మహో నటుడు	15
6.	ఏ గూటి పక్షి ఆ గూటికే చేరింది	24
7.	తపస్వి	28
8.	కడిగండం కాసింది	31
9.	పజిల్	37
10.	ఆధునికమా, నీ అడ్రసు ఇదా?	44
11.	తల్లిప్రేమ	47
12.	పరబ్రహ్మ స్వరూపం	51
13.	పరంపర	55
14.	ఆత్మశాంతా?	58
15.	కాంతమ్మ – ధైర్యే సాహసే లక్ష్మీ	62
16.	ముదితల్ నేర్వగరాని విద్యగలదే	66
17.	ఆణిముత్యం	74
18.	అనుభూతి	78
19.	విచక్షణ	86
20.	న్యాయపక్షం	91
21.	హైటెక్కు	95
22.	అసలైన ఆస్తి	99
23.	దొందుకు దొందే	102
24.	నిధి చాలా సుఖిమా?	108
25.	స్ఫూర్తిప్రదాత	115
26.	దుష్ట కాకులు.	123
27.	అజ్ఞాని	126

జాతిరత్నం

రాగరంజితమైన తూర్పుకనుమలలో, అప్పుడే జన్మించి, పొత్తిళ్ళ నుండి తొంగిచూస్తున్న, పసికందు లాంటి బాలభానుణ్ణి, పురిటిబిడ్డలా ప్రేమగా అక్కున చేర్చుకుని ఆనందించే తల్లిలాంటి ప్రకృతిని, చిగురించిన పొదలను, విరబూసిన పువ్వులను, మంచుకి తడిసిన లేలేత సూర్యకిరణాలు పడి, మెరిసి మురిసే హేమంత సొయగాలను, పొలాలకెళ్తున్న రైతులను, నీలాటి రేవు నుండి వస్తున్న స్త్రీలను, ముంగిళ్ళలో రంగవల్లులు దిద్దుతున్న ముద్దుగుమ్మలను, ఆహారాన్వేషణకై, గుండెనిండా ఊపిరి పీల్చుకొని గూళ్ళ నుండి బయటకు వచ్చి రెక్కలు టపటపా కొట్టుకుని గుంపులుగా వెళ్తున్న పక్షులను, ఆలమందలతో వెళ్తున్న పాలేర్లను, చలిమంటల చుట్టూ చేరి కాచుకుంటూ కబుర్లాడుకుంటున్న వృద్ధులను, మేలుకొలుపులు పాడి, ఇళ్ళకు మరలుతున్న భజన బృందాలను, హరిదాసులను, బుడబుక్కల వాళ్ళను, కొమ్మదాసరులను, కన్నెలేడి గుంపుల్లా కదిలే కన్నెపిల్లలను, ఒక్కటేమిటి ఆ గ్రామంలో తనకు నచ్చిన, మనసు మెచ్చిన ప్రతీ అంశాన్ని, వీడియో కెమేరాలో బంధించి నడుస్తున్నాడు రాజీవ్.

"చినబాబూ! చిన్నప్పుడు నిన్నెంతో సాకినా. నాకో ఫోటో తియ్యవా?" అన్న చిన్ననాటి దాసికి, "బాబుగారూ! మాకో" అనే పనివాళ్ళకు, తనను అడిగినవారికి, తన అనుకున్నవాళ్ళకీ, ఫోటోలు తీసి, మురిసిపోతూ ముందుకు సాగిపోతున్న ఆ యువకునికి, రాఘవయ్య మాష్టారు గుర్తుకువచ్చి, అటువైపు వడివడిగా అడుగులేసాడు రాజీవ్.

పచ్చని శరీర ఛాయ, పాతికేళ్ళు నిండిన వయస్సు, పట్టుపంచె లాల్చీ పైన కందువా, మోచేతితో క్రాఫ్ ఎగదోసుకుంటూ వస్తున్న కాంతిపుంజం లాంటి ఆ యువకునిపై, వరండాలో వాలుకుర్చీలో కూర్చొని వాశిష్ఠ రామాయణం చదువుతున్న రాఘవయ్య గారి దృష్టి పడింది. చూచే లోగా అతడు వంగి మాష్టారి పాదాలకు నమస్కారం చేశాడు. "దీర్ఘాయుష్మన్భవ, దీర్ఘ యశస్వీభవ" అని దీవించి, ప్రేమతో దగ్గరకు తీసుకున్నారు మాష్టారు.

తన ఎదురుగా ఉన్న కట్టె కుర్చీలో కూర్చోబెట్టి "ఎంత పెద్దగా ఎదిగావురా బాబూ? అలా ఎదిగినా నీ ప్రవర్తనలో ఏ మార్పులేదు. అంతర్జాతీయ ఖ్యాతినొందిన ఓ యువ శాస్త్రవేత్త ఇలా నన్ను చూడడానికి వచ్చాడంటే, నాకెంతో గర్వంగా ఉంది. బాగున్నావా నాయనా!" అన్నారు సంబరంగా రాఘవయ్యగారు మురిసిపోతూ.

"ఇదంతా మీ వరప్రసాదమే గదా మాస్టారూ! విద్యా బుద్ధులు నేర్పి, ఇంత విజ్ఞానం, కీర్తి పొందేటట్టు చేసారంటే, మీ ప్రభావమే గదా మాస్టారూ. ఇదుగోండి, మాస్టారూ. "చంద్రునికో నూలుపోగు, ఈ కంకణం" అంటూ బంగారు కడియాన్ని మాస్టరి చేతికి తొడిగి, మరోసారి నమస్కరించాడు రాజీవ్. "నన్ను దీనిలో చూచుకోండి" అన్నాడు.

చనువుగా జేబులో పెన్ను తీసుకుని "నీ జ్ఞాపకంగా ఇది చాలు తండ్రీ. ఆ కంకణం నువ్వు బలవంతంగా ఇచ్చినా నావద్ద ఉండదు. నిన్ను చూసాను. నాకదే సంతోషం" నీళ్ళు నిండిన కళ్ళతో రాజీవ్ వీపు నిమురుతూ అన్నారు మాస్టారు. 'ఈయన ఎంత నిస్వార్థపరుడు?' అనుకుని, "అమ్మగారు ఎక్కడ? సారథీ, ప్రభు, కౌముదీలు ఎక్కడ మాస్టారూ!?" ప్రశ్నల వర్షం కురిపించాడు..

రాజీవ్ మాటలకు భారంగా నిట్టూర్చి "ఏం చెప్పేది నాయనా? పెద్దవాడు పక్క ఊరికి పంచాయితీ కార్యదర్శి, అంతేగాదు ఏవో వ్యాపారాలు చేస్తాడు. రెండోవాడికి చదువు వంటబట్టలేదు. రాజకీయాల్లో తిరుగుతూ, కాంట్రాక్టులు చేస్తూ, వ్యాపారాలు కూడా చేస్తాడు. అమ్మాయి అత్తవారింటనే ఉంది."

మాస్టారు అంటుండగానే లోపలినుండి జోరుగా మాటలు వినిపిస్తున్నాయి.

"ఈ చెత్తంతా ముసలాయనదే. నా సంపద, నా సంపద అని ఎవరికీ ఇవ్వనీయడు, చూస్తూ చూస్తూ వదలడు. అతగాడు సంపాదించి కూడబెట్టిన ఆస్తులు లేవుగాని, ఈ చెత్తకు లోటులేదు. పండక్కి పిల్లలొస్తారు. ఆ ముసలాయన ఆ వరండాలోనో, పెరటిగదిలోనో ఉంటాడులే" అంటోంది కోడలు కాబోలు.

"ఈ చెత్తంతా భోగి మంటల్లో పడేయ్" అని వినపడింది. కన్నీళ్ళతో మాస్టారు కుర్చీలో కూలబడ్డారు. "నిజమే. మీ మామగారికి చాదస్తం పోదు. భోగిమంటల్లో పడేయ్" మరో ఆడగొంతు. 'మాష్టరి భార్యదనుకుంటాను' ఇంతలో, "ఏంట్రా గోల?" అంటున్నాడు బహుశా కొడుకేమో. "నాన్నగారి సామాన్లు భోగిమంటల్లో ఏసీమన్నారయ్య అమ్మగారు" అని బాధతో పలికింది పాలేరు గొంతు.

"దానికింత గోలేంటిరా, ఆయన్ని భోగిమంటల్లో పడేయమనలేదుగా? అవేమన్నా అమెరికావో, రష్యావో కాదు కదా! తీరా చూస్తే అవి డొక్కులు, డోళ్ళు." కొడుకు సారథి గొంతు. అదేదో గొప్ప జోకులా, పకపకా నవ్వులు. అదిరిపడిన రాజీవ్ ఇక ఉండలేక, భారం

నిండిన గుండెతో ఇటు తిరిగేసరికి, చేతులలో ముఖాన్ని దాచుకొని రోదిస్తున్నారు వృద్ధుడైన రాఘవయ్య మాష్టారు.

వారి పరిస్థితి చూడలేక, మరి అక్కడ ఉండలేక, భారమైన గుండెతో మాష్టారు కాళ్యకు నమస్కరించి బయటపడ్డాడు రాజీవ్. వారింటి ముందు వేపచెట్టు దగ్గర ఆలోచిస్తూ ఆగిపోయాడు.

స్వదేశంలో జరుగుతున్న ఈ అతి దారుణాన్ని చూడలేక, ఆ వస్తు దహన కార్యక్రమాన్ని తిలకించే ధైర్యంలేక, ఆ స్వదేశీ వ్యామోహి 'జాతిరత్నం' ఆలోచిస్తూ నిలుచుండిపోయాడు. అప్పుడే అటుగా వస్తున్న పాలేరుని ఆపి "ఏం రంగన్న తాతా, బాగున్నావా?" అని ఆప్యాయంగా పలకరించాడు. "ఆ నెత్తిపై మూటేంటి?" ఏమీ తెలియనట్లు అడిగాడు. అతని ముఖంలోకి తరచి చూస్తూ.

"ఏటి సెప్పమంటారు బాబూ? వేలాదిమంది పిల్లల్ని బాగుసేసిన దేముడు మాష్టారు. నేడు నా కొడుకు గవర్నమెంటులో పెద్ద ఉద్యోగంలో ఉన్నాడంటే ఆ బాబు సలవే. 'నువ్వేచ్చెయ్, పువ్వుల్లో పెట్టి సూస్తా'నంటాడయ్యా. కానీ, ఈ మాష్టారు బాబు 'పానం ఉన్నంత వరకు రానా. తర్వాతొస్తానని సెప్పినాను'. ఆ బాబు నాకు చేసిన మేలుకి ఋణం తీర్చుకోవాలి గదా బాబూ.

మాష్టారుగారి పిల్లలు, పెళ్ళాం, కోడళ్ళకి డబ్బు పిచ్చి బాబూ. ఇంకా డబ్బు సంపాదించనేదని బాధ. వట్టి డబ్బు మనుషులు. ఆల్లకి, విశ్వాసం, గౌరవం. ప్రేమ పాశం నేవు. ఆ బాబు ఆడిన ప్రతీమాటా, సేసిన ప్రతీ పని మనందరికి తోవ సూపెట్టినాది. ఆ యింటికి పనికి రానేదు. సర్లే బాబూ, ఇదుగో ఇయన్నీ ఆరి ఇంట్లో వాల్లు, బోగిమంట్లో పడేయమంటే నేను తీసుకెల్తన్నా" అన్నాడు. "తాతా! ఏదీ, ఓసారి చూడనీయవా?" అంటే,

"నా బాబే! ఎందుకు సూడనియ్యను? కావాలంటే తీసుకుపో, ఆల్లకన్నీ ప్లాస్టిక్కులు, ఇనప ముక్కలు నంట" అంటూ బుట్ట దింపాడు తాత. ప్రేమగా చూసాడు రాజీవ్. శిష్యులిచ్చిన ఓ వ్యాసపీఠం, ఘంటం, దీపపు సెమ్మె, తాంబూలం పెట్టె, చేతికట్లు, కళ్ళజోడు పెట్టె, నగిషీలతో అందంగా ఉన్న కొండపల్లి, ఏటికొప్పాక బొమ్మలు, పెన్ స్టాండులు. తనే "అబ్బ, మీకెన్ని బహుమతులొచ్చాయో?" అనేవాడు.

మాష్టారు నవ్వుతూ "మీరందరూ బాగా చదువుకొని వృద్ధిలోనికి వస్తే అదే పెద్ద బహుమతి నాయనా" అనేవారు. గత జ్ఞాపకాలను తడిమి చూసుకుని ఆ వస్తువుల్ని ఆప్యాయంగా గుండెలకు హత్తుకొన్నాడు రాజీవ్. తాత వద్దన్నా ఆ కంకణం అతని చేతికి పెట్టి నమస్కరించాడు రాజీవ్. "మాష్టారి తర్వాత ఈ కంకణం ధరించే అర్హత నీకే ఉంది.

మాష్టారిని నువ్వే బాగా చూసుకో తాతా, నేను మా నాన్నమ్మ పేరు మీద ఆశ్రమం స్థాపిస్తున్నాను" అన్నాడు రాజీవ్.

"తాతగారు పొలంలో కట్టమన్నారు. ఇంట్లో అందరూ ఒప్పుకున్నారు. దానిని నడిపించే బాధ్యత మాష్టారికి అప్పగిస్తాను. ఆ ఆశ్రమానికి రూపకల్పన జరిగిపోయింది. నామాటగా మాష్టారికి చెప్పి ఒప్పించే బాధ్యత నీదే. బ్యాంకులో కొంత సొమ్ము జమ చేస్తాను. ఆ వడ్డీతో ఆయనకి కావలసినవి అందజేయ్. అలాంటి మరి కొందరికి ఆశ్రయం దొరుకుతుంది. మాష్టారిని సాయంత్రం శివాలయానికి తీసుకురా తాతా! మాట్లాడదాం" నిశ్చయంగా అన్నాడు రాజీవ్.

"నా తండ్రి, నిండు నూరేళ్ళు చల్లగా బతకవయ్యా! ఇంట్లోవాళ్ళు, ఆ బాబు భారం పోయిందని ఇంకా సంతోషిస్తారు. నేను మాష్టారిని ఒప్పిస్తాను. 'ఆత్మహత్య మహా పాపం అందుకే బ్రతుకుతున్నాను రంగయ్యా' అంటారు మాష్టారు. మనసు కష్టపడినప్పుడల్లా ఉపవాసాలు చేస్తారు బాబూ. ఆ మాష్టారు బాబు గాంధీ తాతే" అని రంగయ్య తాత అంటుంటే, తలూపాడు రాజీవ్.

మాతృదేశం పట్ల అభిమానం గల ఆ యువకుడు, విదేశాల్లో ఉన్నా, స్వదేశీ వస్తు దహనం జరగరాదని భావించి, సగర్వంగా దానిని ఆపగలిగినందుకు సంతోషించి ఇంటిముఖం పట్టాడు.

ఉదయిస్తున్న సూర్యకిరణంలా రాజీవ్ చాలాకాలం తర్వాత ఆశ్రమంలో అడుగుపెట్టాడు.

★★★

అస్తమయ సమయంలో కూడా, ఉజ్వలమైన ఉషోదయంలో లేచి, ఉన్ని స్వెట్టర్లు, బుట్టలు అల్లుతూ, బొమ్మలు చేస్తూ, ఫ్రేములు కడుతూ, అప్పడాలు, వడియాలు పెడుతూ, హాయిగా ఉన్న వారిని చూచి ఆనందించాడు. రాజీవ్.

"మాష్టారూ, మీరు పిల్లల్నే కాదు, పెద్దల్ని కూడా ప్రేరేపించి, మంచి మార్గాలవైపు మళ్ళించగలరు" అంటూ చేతులు ఎత్తి నమస్కరించాడు రాజీవ్. "అదేం లేదు బాబూ. ఆదర్శంతో ఈ ఆశ్రమాన్ని నిర్మించావు నువ్వు. నా బాధల నుండి నన్ను బయటకు లాగి నాకీ బాధ్యత నప్పగించావు. చివరిక్షణం వరకూ చీకూచింతా లేకుండా బ్రతికేలా చేసావు" ఇక్కడున్న వాళ్ళందరూ ఇంచుమించుగా ఇలాంటి చరిత్ర కలవారే. నిండు నూరేళ్ళు ఆయురారోగ్య ఐశ్వర్యాలతో, సహృదయంతో వర్ధిల్లవయ్యా!" అంటూ తృప్తిగా దీవించారు మాష్టారు..

వంట @ తంటా

"అబ్బ, ఈరోజు ఆఫీసులో విపరీతమైన పని ఒత్తిడి. చాలా అలసి పోయానోయ్. ఆకలి దంచేస్తోంది. అయిదు నిమిషాల్లో తయారై వస్తాను. అన్నం పెట్టేయ్" అంటూ బాత్రూమ్ లో దూరాడు భాస్కరరావు.

"మీదే ఆలస్యం. రండి రండి, మీకోసమే ఎదురుచూస్తున్నా" అంటూ ఉత్సాహంగా డైనింగ్ టేబుల్ మీద అన్నీ అమర్చసాగింది సరస్వతి. అన్న ప్రకారం అయిదు నిముషాల్లో వచ్చి కూర్చున్న భాస్కరరావు బాంబు దాడికి గురైన వానిలా "బాబోయ్" అని అరిచాడు వడ్డించిన పదార్థాలు చూసి.

'అయ్యో! అదేమిటి అలా అరిచారు?' ఆశ్చర్యంగా అంది సాధ్వి సరస్వతి. (అది ఆమెకామె ఇచ్చుకున్న బిరుదు) "అరవడమా, అవి తిన్నాక కరవడమా అన్నది తర్వాత చెప్తాను. ముందు చెప్పు, ఎవరినైనా భోజనాలకు పిలిచావా?" హైపిచ్ లో అన్నాడు బాసు.

"అబ్బే, ఎవరూ రాలేదండీ, రారు కూడా?" అంది సరస్వతి స్కేలు తగ్గించి ముసిముసి నవ్వుల్తో మార్దవంగా.

"మరి తెల్లగా, పచ్చగా, ఎఱ్ఱగా, నల్లగా ఈ అన్నాలెంటి?ముద్దగా, నీళ్ళలా, మాడిపోయినట్టు, ఉడక్కుండా ఉన్న ఈ కూరలెంటి? తొక్కతో, జీడితో, మాడుతో ఈ పచ్చళ్ళేంటి?" పిచ్చిగా అరిచాడు బాసు.

"మరే, ఆ సాంబారులు, పులుసులు, రసాలు, స్వీట్లు చూసి కూడా పోల్చలేదా? అన్నీ కొంచెం కొంచెం రుచి చూసి ఏ రెండు ఐటెమ్స్ చాలా బాగున్నాయో చెప్పండి. ప్లీజ్, ప్లీజండీ ప్లీజ్" చేతులు జోడిస్తున్నట్లు అభినయించింది సరస్వతి.

"ఎందుకు, ఎందుకే? ఎంత ఆకలితో వచ్చానో తెల్సా? కళ్ళకింపుగా తెల్లని అన్నం, అమ్మ పంపిన ఆవకాయ తిని, మంచి మామిడిపండు నంజుకోదానికిచ్చి, మజ్జిగ అన్నం పెట్టినా సంతోషించేవాడినే. నీవు వంట చెయ్యలేదని విషాద యోగంలోకి పోతానా ఏంటి? అసలేంటిదంతా?" ఇరిటేట్ అయిపోతున్నాడు భాస్కరరావు అలియాస్ బాసు.

"మరేనండీ, మరే, మనింటికి రేపు 'వంట వండుతారా, వండినవి తింటారా?' అన్న ప్రోగ్రాం చెయ్యడానికి విశాఖపట్నం నుండి 'విచిత్రా టీవీ' ఛానెల్ వాళ్ళొస్తున్నారండి. మంచి వంటకం వండితే 'మేము వండిన వంటకు సాటిరాదంటా' అనే బిరుదు, వంట చేయడానికిచ్చే విశిష్టమైన చైనా మట్టి కుంపటి, పాత్రలు, పెయింటింగ్ ఫ్లోరు, కట్టెలు, బొగ్గులు బహుమతులుగా ఇస్తారట. ఉత్తమ వంటకి ఊరందరి ముందూ 'విచిత్ర వంటక విదుషీమణి' అనే బిరుదిచ్చి, సత్కరించి, శాలువా కప్పుతారంటండీ" ఆనందపడి పోతూ ఆగింది సరస్వతి. అతగాడి రియాక్షన్ చూసి మిగిలినవి చెబుదామని.

"నీ వంట వాడికి నచ్చకపోతే, నీ ముందే, కట్టెలతో పెద్దమంట పెట్టి, నువ్వు కష్టపడి చేసింది ఆ కాష్టంలో కాల్చి బూడిద చేస్తాడా? అప్పుడేమి బిరుదిస్తాడు?" అడిగాడు బాసు.

"ఛీ, ఛీ చివరికి చక్కగా తిండి తినే అదృష్టం కోల్పోయాను. దరిద్రం, దరిద్రమా అని!" ధమధమలాడాడు భాస్కరరావు. ముందు పెట్టినవన్నీ చిందరవందర చేస్తూ.

"అనండి, అనండి. అదే, మీ అమ్మ చేసిన ఆనపకాయైతే అమృతం. పనసకాయైతే పవిత్రం. కాకరకాయైతే కమ్మదనమంటారు."

"నేను కాస్త వెరైటీగా ఉంటాయని ఆనపకాయ అన్నం, అప్పడాల కూర, కాకరకాయతో కస్టర్డ్, పనసకాయ పరమాన్నం, పొట్లకాయ పకోడీలు, వంకాయ వెజ్ కూర్మా, దొండకాయ దోసె, బెండకాయ బిరియానీలాంటివి చేస్తే, బోలెడంత కోపం మీకు. హూం" అని హూంకరించింది సరస్వతి. అంతేకాదు, "అర్జెంటుగా బజారుకెళ్ళి, ఆ ఇక్ష్వాకుల నాటి స్టవ్ మార్చి ఎలక్ట్రిక్ స్టవ్, కాపురానికొచ్చిన నాటి కుక్కర్ని ఇచ్చేసి కొత్త కుక్కరు, పాన్, తవ్వా, ఫ్రై పాన్, ఫ్రిజర్ పాన్, కొత్త కర్టెన్స్, టేబుల్ క్లాత్ లు, ఫ్లవర్ వాజులు, ఇంకెంటి మరిచిపోయానబ్బా, కప్పులు, సాసర్లు ఖచ్చితంగా తెండి. ఈ ఎపిసోడ్ షూట్ చేసిన వాళ్ళకివ్వడానికి బొకేలు, చూడ్డానికొచ్చినవారికి స్వీట్లు, హాట్, చూడ్డానికివచ్చిన వాళ్ళు కూర్చోడానికి కార్పెట్టు...!" సరస్వతి సాధికారంగా లిస్ట్ చెప్పుంటే,

"ఆ చేత్తోనే వ్రాయవే" బుఱ్ఱ బాదుకుంటూ అన్నాడు భాస్కరు. "నేను కట్టుకోడానికి ఒక కాషీనము, మారు కట్టుకోవడానికి మరో గావంచా, నెత్తిమీదకో తుండుగుడ్డ, కమండలం, అడుక్కోడానికి చిప్ప" భాస్కరుడు మార్తాండుడై మండిపడుతున్నాడు.

సరస్వతి నిదానంగా "మీరు సన్యసించడానికి నేను మిమ్మల్ని మెయిన్ రోడ్డులో ప్లాట్ కొనమన్నానా? హైటెక్ సిటీలో అద్దెకుందమన్నానా? అందరిలా ఆభరణాలడిగానా? కొందరిలా కొత్త చీరలన్నానా? నాకు వంటంటే ఇష్టం కాబట్టి వెరైటీగా చేసి పెడదామనుకుంటున్నాను." సరస్వతి మాట పూర్తికాకముందే సాష్టాంగ పడిపోయాడు భాస్కరమూర్తి బావురమంటూ. "అమ్మా, తల్లీ! నువ్వే అలాంటి కోరికలు కోరితే, సొంత

సొమ్ముతో కానో, నిన్ను పుట్టింటికి పంపించో, లేకపోతే అప్పో సొప్పో జేసి అద్దెకుండడమో, నెలకోసారి అప్పులాళ్ళడిగినపుడో బాధపడేవాణ్ణి. ఇదలా కాదే, నిత్యపోరు, నిత్యాగ్నిహోత్రం, నిత్య సంకటం గదా?"

"అయినా నీ అత్తగారు నీ ప్రయోగాలకు తట్టుకోలేకే కదే ప్రయాగ తీర్థం అని వెళ్ళి, సత్రంలో స్థిరపడి సన్యాసిని అయిపోయింది! నా తల్లి నాకు దూరమైంది. నువ్వు చేసిన మిర్చి, మిరియాల సూపు, ఐస్క్రీమ్ అప్పాలు, ఆవనూనెతో ఆవడలు, గోంగూర గోభీ రసం, పాలకూర పనసతొనలు, మామిడిరసం వేప మొలకలు తినితిని నేనిలా తీరూతెన్నూ లేకుండా తయారయ్యాను. ఎదు టీవీల్లో వంటలు చూసి అద్భుతంగా చేస్తుందని పెళ్ళి చూపుల్లో మీ అమ్మ అంటే నా అంత అదృష్టవంతుడు ఉండడు, ఇంట్లో ఉండి తీరిగ్గా వండి పెడతావనుకున్నాను గానీ, నెలకి సరిపడా తెచ్చిన సామాన్లు, పదో తారీఖు లోగా ప్రయోగాలతో పూర్తిజేసి, డబ్బాలు దులిపి, నన్ను దులుపుతుంటే సహించాను. ఫ్రైజుకి వాళ్ళు పంపుతారో, లేదో తెలియని వంటల పోటీల్లో వరుసగా, నువ్వు పంపుతున్న ఎస్.ఎమ్.ఎస్.లకు, వేలకు వేలవుతున్నా, వాళ్ళు పంపిన ఆప్రాన్, హెండ్ సెట్ కోసం వాళ్ళని తినేసి, చేసిన ఫోన్లపై ఫోన్లకు జీతంలో సగమైనా సహించాను. ఇప్పుడు వాళ్ళు ఇంటికొస్తున్నారని, పిడికెడు పసుపు, చిటికెడు ఉప్పు, కప్పుడు పప్పు, చెంచాడు బియ్యంతో చేసిన రైసులు తిని, రుచులు చెప్పి, వాళ్ళని రప్పించి, నీచే ప్రోగ్రాం ఇప్పించి, సరదాగా చూచి చప్పట్లు కొట్టే వేడుకా, తీరికా నాకు లేవ్. అయినా నీ కళ్ళకి నేను సన్యాసిలా కన్పిస్తున్నానేంటే?" ఆవేశంతో అరిచాడు పిచ్చి పట్టినట్లు బాసు.

"అబ్బా, ఎంటా అరుపులు? పొద్దున్న బీపీ మాత్ర వేసుకోలేదా? నేను వండి తీరుతాను. వాళ్ళు వచ్చి తీరుతారు. ఇదే నా శపథం. మాట తప్పితే మఠం లో ఉన్న మీ అమ్మ మీద ఒట్టు"అని చక్కగా దువ్వుకున్న నిక్షేపం లాంటి జుట్టు విప్పి, భారతంలో ద్రౌపదీదేవి లాగా ప్రతిజ్ఞ చేసింది సా.స. పారిజాతాపహరణంలో సత్యభామ లాగా! పడకగదిలో దూరి తలుపు వేసుకుంది.

కోరలు తీసిన పాములా బుసలు కొట్టి కొట్టి, ఏమీ చేయలేక, నిద్ర పట్టక దొర్లుతున్న బాసుకి, బోధి చెట్టు కింద గౌతమ బుద్ధుడులా ఓ ఆలోచన తట్టి భలేగా జ్ఞానోదయం అయింది.

తన అత్తవారింటి పక్కనే ఉన్న తన స్నేహితుడు మిమిక్రీ సుబ్బారావుకి బాత్రూంలో దూరి ఫోన్ చేసాడు. "ఒరేయ్ సుబ్బూ, నా పాలిట నువ్వే దిక్కు. నా దగ్గర చాలా సార్లు మా అత్తగారు గొంతుతో మాట్లాడి ఆశ్చర్యపరిచావు కదా. ఇప్పుడు 'నాకు ఆరోగ్యం బాగోలేదు, అర్జెంటుగా రావే, నీకు అప్పచెప్పవలసినవి అప్పచెప్పాలి' అంటూ మా అత్త చేసినట్టు మా

ఆవిడకు ఫోన్ చేసి, నా కొంప కొల్లేరు అవ్వకుండా ఆపరా బాబూ. 'ఆలస్యం చేస్తే ఆస్తి పోగొట్టుకుంటావు. ఉన్నపళంగా బయలుదేరి రమ్మని' చెప్పు. తర్వాత కథ నేను నడిపించుకుంటాను. నీ మిమిక్రీ ప్రతిభ అంతా చూపెట్టి ఫోన్ చేయరా. నన్ను కాపాడరా ప్లీజ్" అని బతిమాలాడు బాసు.

ఫోను వచ్చింది. ఏడుస్తూ బయలుదేరింది సా.స.

"అయ్యో, ఈ రోజు ఇన్స్పెక్షన్ లేకపోతే నేను కూడా వచ్చేవాడిని" అని చెప్తూ, ఆమె బ్యాగ్ సర్దుకుంటున్నప్పుడే సెల్ లోంచి సిమ్ము తీసి తిరగేసి పెట్టి జాగ్రత్తపడ్డాడు బాసు. "బయలుదేరు. పాపం ఎలా ఉన్నారో! ఇన్స్పెక్షన్ అవగానే నేనూ బయల్దేరతాను" అని చెప్పి అమలాపురం నాన్ స్టాప్ బస్సు ఎక్కించి వచ్చాడు. "హమ్మయ్య" అని ఆనందంగా ఈలలు వేస్తూ ఇల్లంతా తిరిగి, స్నానం చేసి ఆఫీసుకు వెళ్దాం అనుకుని, తలుపులు వేయడానికి సిద్ధపడుతున్న బాస్ ఎదురుగా కాళికాదేవిలా నిలబడింది కొద్దిపాటి ప్రయాణానికే అలసిపోయి, ఏడ్చి ఏడ్చి ఎర్ర బడిన కళ్ళతో సా.స.

ఉరిమి చూస్తూ "ఏ తలమాసిన వెధవో ఫోన్ చేశాడు. చేసిన వాడి సంగతి, చేయించిన వాడి సంగతి తర్వాత నేను చూసుకుంటాను. నా సెల్లులో సిమ్ము సరిగా లేకపోయేసరికి అనుమానం వచ్చింది. నాపక్క సీట్లో కూర్చున్నతని సెల్లు తీసుకొని, మా అమ్మకు ఫోన్ చేశాను. 'నిక్షేపంగా ఉన్నాను, నాకేమీ కాలేదు' అని మా అమ్మ చెప్పింది. బస్సు మధ్యలో ఆపుచేయించి వేరే బస్సు పట్టుకుని ఇలా వచ్చాను. సరే ముందు నువ్వు బజారు కి వెళ్ళి నిన్న రాత్రి చెప్పిన లిస్టు అంతా తీసుకురా."

"నేను ఇల్లు వాకిలి సర్ది, ప్రోగ్రాంకి అన్ని సిద్ధం చేస్తాను. ఇన్స్పెక్షన్ సంగతి తర్వాత. నీ వేషాలు నా దగ్గర కాదు" అని చెప్పింది సా.స.

"హో! హతవిధీ. దీనికి ఇన్ని తెలివితేటలు ఎలా వచ్చాయి దేవుడా!?" అనుకుని "సరే, నువ్వు వెళ్ళి మొహం కడుక్కొచ్చి, కాఫీ తాగు. షాపులు తీస్తే దొరికినంత వరకు తెచ్చి నీ దగ్గర పడేసి నేను ఆఫీసుకు పోవాలి. లేకపోతే నా ఉద్యోగం ఊడిపోతుంది. నీతో పాటు నేను కూడా వంటలు చేసుకోవాలి" అన్నాడు బాసు. సా.స. బాత్రూంలో దూరగానే, తన ప్రయత్నంగా పక్కింటి పంకజం ఇంటిముందు ఆగాడు.

వాకిట్లో ముగ్గుపెడుతున్న పంకజం "ఏంటి, భాస్కరూ, మీ ఆవిడ ఏడ్చుకుంటూ వెళ్ళి, కోపంగా వచ్చింది? దానితో దెబ్బలాడే ధైర్యం నీకు ఉందా!? ఏంటి కథ?" వెటకారంగా అంది.

వీళ్ళిద్దరికీ పడదని ముందే తెలిసిన బాసు 'హమ్మయ్య' అనుకుని "ఇవాళ విచిత్ర టీవీ వాళ్ళు మా ఆవిడ చేత వండించి, ఆవిడకి సన్మానం చేసి, బిరుదు ఇవ్వడానికి మా ఇంటికి

వస్తున్నారు. నీకు తెలియదా? మీలాంటి వాళ్ళు లక్ష రూపాయలు ఇచ్చినా వాళ్ళు రారట. మా ఆవిడ మీద గౌరవంతో వస్తున్నారట"అంటూ లేనిపోనివన్నీ చెప్పి "నువ్వు బాగా వండుతావు కాబట్టి. నీ ఇంటికొచ్చినా ఫర్వాలేదు" అనగానే, పొంగిపోయింది పంకజం .

"ఏంటేంటీ? మీ ఆవిడ వంటకు బహుమతి ఇస్తారా? దానికి పెంట చేయడమే తప్ప, వంట ఏం వచ్చు? మీ ఆవిడ ప్రయోగాలు తట్టుకోలేకే కదా, మీ అమ్మ ఇల్లు వదిలి వెళ్ళి ఆశ్రమంలో చేరిపోయింది. నువ్వంటే చావలేక, బతకలేక, ఏదో ఉంటున్నావ్? ఇంతోటి వంటకి లక్షరూపాయలెందుకు? ఇలా చూడు భాస్కరూ, ఐదువేలు పడేసి మీ ఇంటికి వచ్చేవాళ్ళని రానివ్వకుండా మా ఇంటికి తెచ్చుకుని, వంట చేసి చూపెడతాను" అంటూ భీష్మ ప్రతిజ్ఞ చేసింది పంకజం.

"నువ్వు ఇలా అంటున్నావ్ గాని, మీ ఆయన ఒప్పుకుంటాడా ఏంటి? సరే, నేనొక రెండు వేలిస్తాను. మా ఇంటికి రాకుండా, మీ ఇంట్లో నుండి పంపించెయ్" అన్నాడు బాసు.

"అదేంటి తమ్ముడు. నువ్వు అంతగా చెప్పాలా? విచిత్ర టీవీలో మా మేనల్లుడు పనిచేస్తున్నాడు. మీ గుమ్మం ఎక్కకుండా చూసుకునే బాధ్యత నాది" అంది పంకజం.

"అయితే అర్జెంటుగా ఫోన్ చేసి పది గంటలకి మీ ఇంటికి రమ్మను" అన్నాడు బాసు.

'నిజమే, ఆలస్యమైతే మంచిది కాద'ని "ఇప్పుడే వాడికి ఫోన్ చేస్తానని" వెళ్ళిపోయింది పంకజం.

వీధి చివర బడ్డీ దగ్గర నిలబడి, విచిత్ర టీవీ వాళ్ళు రావడం, పంకజం ఇంటికి వెళ్ళి, తిరిగి వెళ్ళడం అన్నీ గమనించి, వాళ్ళు పూర్తిగా ఆ వీధి దాటి వెళ్ళిపోయాక, స్వీట్లు, హాట్లు పట్టుకుని ఇంటికి వచ్చాడు భాస్కర్.

"ఏ షాపులూ తీయలేదు, విచిత్ర టీవీ వాళ్ళ వ్యాను మన వీధి చివర కనబడితే చూసి వచ్చాను. అప్పుడే వచ్చి వెళ్ళిపోయారా? అదేంటి పంకజం ఇంట్లోంచి జనాలందరూ వెళ్తున్నారు. కొంపదీసి పంకజం వాళ్ళని పిలిచి వంటలు చేయించి పంపలేదు కదా?" అన్నాడు ఏం ఎరగనట్టు బాసు.

"ఏంటీ, వ్యాన్ నువ్వు చూసావా? దాని ఇంటికి వచ్చి వెళ్ళిపోయారా? పక్కనే ఉండి మరి నువ్వేం చేస్తున్నావ్? దగ్గరుండి వాళ్ళని దిగబెట్టాచ్చావా?" అని మండిపడింది సా.స.

తన ఇంటికి వస్తున్న పనిమనిషిని అడిగింది "ఏంటి, వాళ్ళింట్లోంచి అంతమంది జనాలు వెడుతున్నారు ఏమైంది" అని.

ఆ పోలీసులను తీసుకొని వారితో వెళ్ళాడు భాస్కర్. "అయ్యో, ఇంత మంచి మనిషిని ఎంత కష్టపెట్టానో, పాపిష్టిదాన్ని" అనుకుని లెంపలు వేసుకుంది సరస్వతి.

కుక్క బుద్ధికి పిన్ను దెబ్బ

సినిమా మంచి రసవత్తరంగా ఉంది. అందులో లీనమై చూస్తోంది అలివేలు.

అదే పనిగా పైపైన చేతులు వేస్తున్నారెవరో. పక్కకి తిరిగి చూసింది పగలు చూస్తే రాత్రి కలలోకి వచ్చేంత పరమ వికారి ఒకడు పక్కన కూర్చొని ఉన్నాడు.

పళ్ళన్నీ ఇకిలించి ప్రక్కకి ముఖం తిప్పి నవ్వుతున్నాడు. "సరిగా కూర్చోండి" హెచ్చరించింది అలివేలు. "సరిగానే కూర్చున్నానే, మీ ఒళ్ళో పడ్డానా?" అన్నాడు వెకిలిగా. పది నిమిషాలు కాకముందే పక్కటెముకల వరకూ వచ్చి తాకుతోంది చెయ్యి.

పళ్ళు పటపట కొరుక్కుంది అలివేలు. వాడి కాలు తన కాలుని రాయడం మొదలు పెట్టింది.

అక్కణ్ణించి లేచి వెళ్దామనుకుంది. పాపం దుఃఖం ముంచుకొస్తోంది. పక్కన కూర్చున్న ప్రాణస్నేహితురాలు పంకజంతో "పాపిష్టోడు చూడవే. పాత తారుడబ్బాలా ముఖం వీడూను. వాడి కూతురు వయస్సుంటుంది. నాతో పరాచకాలా ?" అంది గుసగుసగా.

"పది నిమిషాలు ఓపిక పట్టు" అంటూ పర్సులోంచి పదిలంగా ఓ పెద్ద పిన్ను తీసి ఇచ్చింది పంకజం.

పళ్ళికిలిస్తూ పైన చేయి వేసిన ప్రక్క సీటులోని పాపికి మండలో దిగిన పిన్ను అరచేతికెళ్ళిందో ఏమో "అమ్మా" అంటూ పెద్దకేక పెట్టాడు. అందరూ వెనక్కి తిరిగి చూసారు విసుగ్గా. "ఏటా అరుపు? అంతగానరవాలేటి? ఆ సీను చూచి అంత భయమయినోడివి, సినిమా కెందుకొచ్చినావు? సాల్లే కూర్సో" ఓ పల్లెటూరి ఆసామి ప్రక్కకి తల త్రిప్పకుండా, ఫైట్స్ చూస్తూ మాట్లాడేస్తున్నాడు. హాలంతా చీకటి.

చేతికి తడి తగిలింది. అది రక్తం. ఇంటర్వెల్లో చూస్తే అతగాడు సీట్లో లేడు.

రక్తం చూసి వెనక సీట్లు వాళ్ళు అన్నారు." ఏ మేకో, గుచ్చేసినాదేమో, ఎట్టి కేకేసాడు. ఇందాకటిబట్టి సూత్తన్నా, కుర్సీలో తెగ నులుసుకుపోతున్నాడు. ఇదుగో కుర్సీ మేకులు,

బయటకొచ్చినాయి. మనల్ని సినిమా సూడనీయనేదురా బాబూ!" పల్లెటూరి ఆసామి స్వగతంలో చెప్తూనే ఉన్నాడు.

"హమ్మయ్య!" అనుకుని అలివేలు, పంకజం సరదాగా సినిమా చూశారు.

సినిమా అయిపోయాక ముందు జాగ్రత్తగా చున్నీతో మొహాలు కవర్ చేసుకొని, బయటకు వచ్చి ఆటో ఎక్కిపోయారు అలివేలు, పంకజం.

"నీ మేలు మర్చిపోలేనే, నీకు ఇలాంటి మంచి ఆలోచనలు ఎలా వస్తాయి? నిజంగా నువ్వు ఆ సమయానికి అది ఇవ్వకపోతే ఆ దుర్మార్గుడు ఇంకా రెచ్చిపోయేవాడు. తలుచుకుంటేనే కంపరం పుడుతోంది. నీకెంత ధైర్యం? ఎంత సమయస్ఫూర్తి?" ఆశ్చర్యంగా పంకజంతో అంది అలివేలు.

"నాది మా అమ్మమ్మ పెంపకమే. ఆమెలో గొప్ప ఆత్మస్థైర్యం. ఆడవాళ్ళు ఏ విషయంలోనూ ఎవరిపైనా ఆధారపడకూడదని, వారి భద్రత వారే చూసుకోవాలని చెప్పింది. ఆ రోజుల్లో నిర్మానుష్యమైన ప్రదేశాల్లో ప్రయాణాలు చేయవలసి వచ్చేదిగా. కాలినడకనే వెళ్ళేవారు కదా! ఇంత విలువలు లేని మనుషులు ఉండేవారు కారట. దొంగల భయాలు గాని, పరాయి వారి వలన ప్రమాదాలు కానీ ఉండేవి కావని, ప్రయాణాలు చేసేటప్పుడు ఆడవాళ్ళు కూడా తమ దగ్గర చురకత్తులు, మొలకు పెట్టుకున్న పొట్లాల్లో కారం, ఏదీ లేకపోతే ఇసుక, పొయ్యి బూడిద దగ్గర పెట్టుకుని ప్రయాణాలు చేసేవారట. ధైర్యంగా ప్రాణం పోయడానికైనా, తీయడానికైనా, శీలం కాపాడుకోడానికైనా ఎప్పుడూ సిద్ధంగా ఉండేవారట. అప్పుడు పరాయి వాళ్ళ పాలనలో ప్రమాదాలు ఉండేవి. ఇప్పుడు మన వాళ్ళే అంతకన్నా హీనంగా తయారై పసిపిల్లలు మొదలు పండు ముసలివాళ్ళ వరకు పట్టి పీడిస్తున్నారు. మత్తులో మునిగి మాన మర్యాదలు తీసేస్తున్నారు. ఈ రోజుల్లో ఆడపిల్లలు కూడా ఆపదల నుండి ఎలా తప్పించుకోవాలి? ఎవరికి వారు ఎలా భద్రత కల్పించుకోవాలి అనేది ఆలోచించాలి అంటుంది మా అమ్మమ్మ. అందుకే నా హ్యాండ్ బ్యాగ్ లో ఈ మరణాయుధాలన్నీ ఉంటాయి" అని పకపకా నవ్వింది పంకజం. "ఇక మీ అమ్మమ్మగారు చెప్పినట్లు నేనూ ధైర్యంగా ఉంటానే. నువ్వు చెప్పింది నా అనుభవంతో సహా అందరికీ చెప్తాను. అమ్మమ్మగారికి నా నమస్కారాలు చెప్పు. ఏదేమైనా "కుక్క కాటుకి చెప్పు దెబ్బ" కొట్టించావు సంతోషంగా అంది అలివేలు.

"కాదు కాదు, 'కుక్క బుద్ధికి పిన్ను దెబ్బ' కొట్టించాను" పకపకా నవ్వింది పంకజం.

ధనానుబంధం రూపేణా

"అత్తయ్యా! ఇదుగో మీకూ, నాకు, మీ అబ్బాయి గుంటూరు నేత చీరలు తెచ్చారు. మీకు నచ్చిన చీర, మీరు తీసుకోండి. మిగతాది నేను తీసుకుంటా" అన్న జానకితో, "సర్లే, అక్కడ పెట్టు. ఇంతోటి నేత చీరలకీ, ఎంపిక దేనికి? ఏదో ఒకటి" మూతి మూడు వంకర్లు తిప్పింది తాయారమ్మ. ముఖం చిన్నబుచ్చుకుని చీరలు అక్కడ బల్లమీద పెడుతున్న జానకి, చేతిలో బట్టల కవర్లతో స్కూటరు దిగిన తోడికోడల్ని, మరిదిని చూడగానే "రండర్రా, రండి. బాగున్నావా సరళా?" అంది.

"అలా నిల్చున్నావేమే, వాళ్ళకి మంచి నీళ్ళు తీసుకురా"జానకితో అంటూ హడావిడి పడిపోతున్న అత్తగార్ని చూచి, 'ఈ కొడుకు నాలుగు రాళ్ళెక్కువ సంపాదిస్తున్నాడు గదా? అందుకే ఈ మర్యాదలు' అని అక్కసుగా అనుకొని గిరుక్కున లోపలికి వెళ్ళింది.

★★★

వాళ్ళతో కబుర్లు చెప్తుంటే "ఇదుగో అత్తయ్యా, ఈ వెంకటగిరి జరీ చీర మీకు బాగుంటుందని నేనే ఎంచాను" అన్న రెండో కోడలితో, "అబ్బ, నీ ఎంపిక బాగుందే", అని "చూడవే జానకీ నా కోసం ఎంత మంచి చీర తెచ్చిందో?" అన్న అత్తగారితో జానకి ఏదో అనబోయేంతలో వాకిట్లో కారాగడమూ, తాయారమ్మ మూడో కొడుకు కోడలు, వసంత, వీర్రాజులు ఓ పెద్ద బ్యాగ్ ను డ్రైవరు చేత పెట్టించుకుని లోపలికి రావడమూ చూసి "సరళా, లోపలకెళ్ళి వీళ్ళకి కాఫీలు అవీ తేవే, ఒరేయ్, నాగారాజూ, నువ్వలా బల్ల మీద కూర్చోరా. అన్నయ్య వాళ్ళు ఇలా నా ప్రక్కన కూర్చుంటారు. రామ్మా, మైత్రేయా రా, నీకోసమే చూస్తున్నా. ఎంతమ్మా? అలా చిక్కిపోయావు. ఏదో, ఆడ మగ ఉద్యోగాలనుకోవడమేగాని, ఆడళ్ళకి కష్టమే. పోనీ నాల్రోజులు నీకు చేసి పెడదామన్నా, నాకు శక్తి లేకపోయె. ఏరా బాబూ, కోడల్ని మరీ శ్రమ పెడుతున్నావా ఏంటి? అలా నీరసంగా ఉంది" అంటూ అభిమానం ఒలకబోస్తూ. "ఏమరా జానకీ, సరళా ఆ వంటగదిలో ఏం రాచకార్యం చేస్తున్నారు? మైత్రేయా వాళ్ళు వచ్చారు, కాస్తా మంచినీళ్ళో, మరుగునీళ్ళో తేవద్దా?" అంది.

"ఏమిటో ఈవిడ దృష్టిలో నన్నేమనుకుంటోందో? వచ్చే వాళ్ళకీ, వెళ్ళే వాళ్ళకి వండిపెట్టే వంటలక్క అనుకుంటోంది గాబోలు!" అక్కసుగా అనుకుంటున్న జానకితో "అవునక్కా, ఆవిడ 'డబ్బుకొద్దీ ప్రేమ' ఒలకబోసే మనిషని తెలీదా?" ఉక్రోషంగా అంది సరళ. "నేనిచ్చిన చీర నిస్సారంగా చూసి, నువ్వు తెచ్చిన చీరని మెచ్చుకొన్న మనిషి, కారు దిగిన వాళ్ళ ఖరీదైన పెట్టుబడి చూసి ఊసరవెల్లిలా రంగులెలా మారుస్తోందో నాకు తెలీదా?" మూతి మూడు వంకర్లు తిప్పింది జానకి.

సరళ తెచ్చిన చీరని చాపపై పడేసి, చిన్న కోడలు తెచ్చిన కంచి పట్టుచీర పదిలంగా పొదువుకొని, "నాన్నగారికి పట్టుపంచె" అన్న కొడుకుతో "మంచంలో పడి ఉన్న ముసలాయనకెందుకురా?" అంది తల్లి.

"అదేంటమ్మా, నీ ఒక్కదానికే పెట్టగూదదు కదా?" అన్న కొడుకుని "పెట్టొద్దనలే! ఏ నేత పంచో చాలదా ఏం?" నిర్లక్ష్యంగా అంది తల్లి.

"సర్లే, నాన్నగారి దగ్గరకెళ్ళనీ" అని తండ్రి గదిలో దూరాడు వీర్రాజు. తండ్రి చేతిలో ఓ వెయ్యి రూపాయిలు పెట్టి, "అన్నయ్యకియ్య నాన్నా, అవసరాలేమైనా ఉంటాయేమో!" అన్న కొడుకు తలమీద చేయి వేసి, "నువ్వు ఆ తల్లి కడుపున తప్పు బుట్టావురా, నేనన్నానని తప్పుబట్టుకోకు. మీ అమ్మది 'ధనానుబంధం.' డబ్బు బట్టే దానికి మొగుడు, కొడుకులు, కోడళ్ళు, మనుమలు. ఎవరూ అవసరం లేదు. నాది బుణానుబంధం. 'బుణానుబంధ రూపేణా' అని నాకు సేవలు చేసి బుణం తీర్చుకుంటున్నారు మీ అన్న, వదిన, పిల్లలు" అన్నారు రామయ్య.

"నిజమే నాన్నా, నా భార్య అదే అంటుంది. ఇద్దరం ఉద్యోగస్తులమని మనం చేయకున్నా బావగారు వాళ్ళు బాధ్యతంతా తీసుకుని చేస్తున్నారు" అని అంటుంటే,

"అది బాధ్యత ఎలా అవుతందయ్యా, బంధం కాదా?" అంటూ వచ్చి కూల్‌డ్రింక్ అందిస్తున్న జానకితో "వదినా, అన్నయ్యకీ, నీకు, పిల్లలకి బట్టలు తీసుకున్నాను. అవి పండుగ నాడే ఇద్దామంది మీ చెల్లెలు. అమ్మకయితే నచ్చుతాయో, నచ్చవో అని భయంట, ముందే చూపించాలంది" అన్నాడు వీర్రాజు (మరిది).

"నిజమేరా రాజూ, మేం వచ్చేసరికి జానకి వదినిచ్చిన చీర బల్ల మీద పడేసి, మాకెంతో మర్యాద చూపించి, నువ్వు వచ్చే సరికి నేను కొన్న జరీ చీర పక్కన పెట్టి, నువ్వు తెచ్చిన పట్టుచీరకే ప్రాముఖ్యమిచ్చి పలకరింపులలో తేడా చూపుతోందంటే, ఆత్మీయతానురాగాలు, అనుబంధాల కంటే, ధనబంధానికెంత ప్రాధాన్యమిస్తోందో ఆవిడ. సరే, నువ్వెలాగూ బట్టలు అందరికీ తెస్తున్నావు గదా! నే పండగ నాక్రోజులకూ కావల్సిన

ఖర్చు చూసుకుంటా. అందరం సరదాగా ఇక్కడే గడుపుదాం" నాగరాజు అన్నాడు, తండ్రి గదిలోకి వస్తూ.

" మీకెందుకయ్యా?, ఏదో మా శక్తి ఉన్నంతలో చేస్తాం." అన్నది జానకి. "సరే తల్లీ! వాళ్ళకు తోచింది చేయనీ. నువ్వేలాగూ అందరికీ చాకిరీ చెయ్యాలి కదమ్మా. ఏమ్రా, ఎంత సేపయింది వచ్చి?" అడిగాడు రామయ్య.

"అదేంటి నాన్నా చాకిరీ అంటావేంటీ? సరదాగా అందరం కల్సి చేసుకుంటాం. మనం మన వాళ్ళకేగా చేసేది" అంటుంటే "ఏమ్రా, ఎంటా గుసగుసలు, ఎంత సేపూ మీ నాన్నతోనేనా?, నాతో మాట్లాడేదుందా?" అరిచింది తాయారమ్మ.

"వెళ్ళండిరా బాబూ, నాతో ఇంతసేపూ, అనుబంధాల గూర్చి మాట్లాడారు. వెళ్ళండి. వెళ్ళి మీ అమ్మతో ఆస్తులు, అభివృద్ధి పరచడాలు, మాట్లాడండి" అంటూ నవ్వారు రామయ్యగారు.

★ ★ ★

హార్ట్‌ఎటాక్ స్ట్రోక్ వచ్చి, హాస్పిటల్ బెడ్ పై ఉన్న తాయారమ్మగారు అనుక్షణం తనని కనిపెట్టుకుని ఉండి సేవలు చేస్తున్న జానకిని చూసి పశ్చాత్తాపంతో ఆమెను చేతులు పట్టుకొని "అమ్మాయా, ఆస్తి ఉంటే అన్నీ జరిగిపోతాయని, అధికారం ఉండాలంటే అత్తగారి పెత్తనం చెయ్యాలని, డబ్బు ఎవరెక్కువ పెడితే, వాళ్ళుది ఎక్కువ ప్రేమని అనుకొన్నాను." 'ఋణానుబంధ రూపేణా పశు పత్ని సుతాలయా' అనేది విస్మరించి, ధనమే ముఖ్యమనుకున్నాను. ఏ జన్మ ఋణమో, అన్నం కూడా తినిపించి అమ్మలాగా, కాళ్ళు పిసికి కూతురిలా సేవలు చేసావు. నేను కాస్త తేరుకోగానే మంచానపడిన మీ మామగారికి ఇక నేనే సేవలు చేసి భార్యగా నా ఋణం తీర్చుకుంటాను" అని భారంగా అన్న అత్తగారితో, "పోనీ అలాగైనా త్వరగా కోలుకుంటారు మీరు," అభిమానంగా అన్నది జానకి.

మహా నటుడు

ఈ డ్రైవర్ కి రావలసిన డబ్బులిచ్చి "రేపటి నుండి పనిలోకి రావద్దని చెప్పు" విసురుగా చెప్పి రూమ్ లోనికి వెళ్ళిపోయాడు విఖ్యాతి పొందిన నటుడు విశ్వేశ్వరరావు.

విస్తుపోయిన విద్య వెంటనే వెళ్ళి "ఏమైందండీ, ఎంతో పెద్ద సన్మానం, చాలా బాగా జరిగింది. మీరెళ్ళిపోమ్మంటే, మేం ముందొచ్చేసాం. అయిదారు గంటల క్రితం వరకు ఆనందంగానే ఉన్నారుగా, ఇప్పుడే ఏమయింది? వాడేం చేసాడు, ఎక్సిడెంట్ చెయ్యబోయాడా? ఏమన్నా తప్పుగా మాట్లాడాడా? తలబిరుసుగా ప్రవర్తించాడా?" ప్రశ్నించింది.

"అబ్బ, విసిగించక వెళ్ళు. నే చెప్పింద చెయ్. లేదూ, నీకు వాడంటే ప్రేమ పొంగి పొర్లిపోతుంటే, నీ అన్న డ్రైవర్ కోసం వెతుకుతున్నాడు. వాడి దగ్గరకు పంపు. నేను వాణ్ణి మాత్రం భరించలేను. నువ్వింక దయచెయ్" అంటూ దబాలున తలుపులేసుకున్నాడు విశ్వేశ్వరరావు. మరల విస్తుపోయింది విద్య.

"ఏమిటో ఈయన, అర్థం కారు" అని గొణుక్కుంటూ, కళ్ళనీళ్ళు పెట్టుకొని నిల్చున్న కారు డ్రైవర్ కుమార్ ని అడిగింది విద్య. "ఏమైంది? నువ్వైనా చెప్పరా, ఏం చేసావ్?" అంది.

"నేనేం చెయ్యలేదమ్మా. అయ్యగారికి కోపం ఎందుకొచ్చిందో నాకర్థం కాలేదమ్మా. సన్మానాలయ్యాక, చాలా సంతోషంగా "మా కుమార్" అని అక్కడోళ్ళకు చెప్పారమ్మా, అన్నీ కార్లో పెట్టమంటే పెట్టానమ్మా. నాతో ఫొటో కూడా దిగినారమ్మా. తిరిగి వస్తుంటే ఒక దాబా దగ్గరాపమన్నారమ్మా. చాయ్ తెచ్చిమ్మంటే ఇచ్చానమ్మా. సార్, టీ తాగాక, నన్ను టీ త్రాగి రమ్మన్నారమ్మా. టీ తాగి వచ్చానంతేనమ్మా. చాలా కోపంగా ఉన్నారు సారు. రెండు నిమిషాల్లోనేనమ్మా" గొంతు రుద్ధమైంది కుమార్ కి.

"టీ త్రాగుతున్నప్పుడు సార్ ఎవరితోనైనా మాట్లాడినట్లుగాని, పోట్లాడినట్లుగాని నీకు కనిపించిందా, జ్ఞాపకం చేసుకో" అంది విద్య.

"లేదమ్మా, చలికి గడగడలాడుతూ పసిపిల్లాడిని చంకనేసుకు ప్రాధేయపడినట్లు ఒకామె కన్పించిందమ్మా. తర్వాత టీస్టాల్ దగ్గరకొచ్చి, దీనంగా నా దగ్గర చెయ్యి జాపిందమ్మా. జాలేసి నేను వేసుకున్న చలికోటు, ఓ వందరూపాయలు ఇచ్చి వచ్చానమ్మా. అంతకన్నా ఇంకక్కడ ఏం జరగలేదమ్మా. బాబుగారికి నేను సమాధానం చెప్తానా అమ్మ! నా సంగతి మీకు తెలీదా అమ్మ, మీ బిడ్డలాంటివాడిని" అంటూ కుమార్ కళ్ళొత్తుకున్నాడు. చాలా బాధపడుతున్నాడు. అప్పటికి విద్యకు పరిస్థితి అంతా అర్థమైంది.

అందుకే గంభీరంగా "నాకు తెల్సులేరా. బాబుగారి కోపమెన్నాళ్ళుంటుంది? మా అన్నయ్య డ్రైవర్ని పంపమని, అదీ.. నిన్నే పంపమని నా బుర్ర తింటున్నాడు. నువ్వు కొంతకాలం అన్నయ్య దగ్గర డ్రైవర్ గా ఉండు" అని సర్దిచెప్పి పంపింది విద్య. అయిష్టంగానే వెళ్ళాడు కుమార్.

డ్రైవర్ని పంపి భర్త గదిలోకి తొంగి చూచింది విద్య. బాగా తాగినట్టున్నాడు. తెలివి లేకుండా పడుకుని ఉన్నాడు.

'ఖర్మ' అని నుదురు కొట్టుకుని వచ్చి తన గదిలో దూరి తలుపేసుకుంది విద్య,

తలపుల గదులు తెరిచింది. 'పాత్రల్లో రాణించడం కాదు జీవిస్తాడు' అని చెప్పి చెల్లెలి కొడుకు చేతిలో తన చేయి పెట్టాడు తన తండ్రి. తనకు చిన్నప్పటి నుండి తెలుసు అతని తత్వం. అధికమైన తెలివితేటలు, అద్భుత నటనా చాతుర్యం. అపారమైన ఆత్మవిశ్వాసం. అన్నీ అధికమే. వాటితోపాటు అసూయ అధికమే. తనకంటే ఎవరూ, ఎక్కడా మెప్పు పొందకూడదు.

హైస్కూల్లో చదువుతున్నప్పుడు ఆరోజు క్యారేజీ తెచ్చుకొని స్నేహితుడికి పట్టెడన్నం కూడా పెట్టకుండా తనే తీనేస్తున్న ఇతణ్ణి చూసి తన క్యారేజీలోంచి 'మనిద్దరం తిందామన్నయ్యా' అంటూ తను పెట్టడం, అమాంతం కోపం తెచ్చుకొని, ఆరేడు రోజులు మాట్లాడ్డం మానేసి, తమింటికి రావడం మానేయడం తనకింకా గుర్తు. పెళ్ళయి అత్తింట్లో అడుగు పెట్టిన తను

"బాబూ, సిన్నప్పటి నుండి నిన్ను సాకినాను. అమ్మా, నిన్ను కూడా ఎత్తుకు మోసినాను. నూటపదహార్లివ్వాల్సిందే. ఈ తాత నూరేళ్ళూ సల్లగుండాలని దీవిస్తాడు" నవ్వుతూ అన్న నాంచారయ్య తాతను చూచి, నుదురు చిట్లించి "చిన్నప్పట్నించి ఊరికే చేస్తున్నావా? డబ్బిస్తున్నాం. ధాన్యం కొలుస్తున్నాం. తిండి పెడుతున్నాం, బట్టలిస్తున్నాం" అన్నాడు.

చిన్నబోయిన తాత ముఖం చూసి, "అదేంటి బావా, అలాగంటారు? ఏదో సంతోషంగా అడిగాడు గదా?" అని, "ఇదుగో తాతా" అని బ్యాగ్ తీసి

నూటపదహారిచ్చింది. "వద్దమ్మా? సరదాకి అన్నాను" అంటూ వెళ్ళబోతున్న తాత చేతిలో బలవంతంగా డబ్బు పెట్టి, వెనక్కి తిరిగి చూచిన తను విస్తుపోయింది.

పుట్టలోకి పామెళ్ళినట్లు, బుసలుకొడుతూ గదిలోకి వెళ్ళి, వెంట వెళ్ళిన తనతో "నువ్వేదో దానకర్ణురాలివి, నేను కక్కుర్తి వెధవని, అని నిరూపించడానికా? వాడికి, మా అమ్మెన్ని విధాలుగా పెడుతుందో తెల్సా?" అని యాగీ చేస్తుంటే అత్తగారొచ్చి ఆడిపోసుకుంది.

"అసలేంటి నీ ఉద్దేశం? నా కొడుక్కంటే గొప్పదాన్నని చెప్పుకోవాలనేనా? ఆ అలగా జనాన్ని నెత్తిపైకి ఎక్కించుకుంటే వాళ్ళు దిగరు. వాళ్ళకి మేము ఎంతలా పెడుతున్నమో నీకేం తెలుసు. అప్పుడే మావాడి కన్నా గొప్పదాన్ని నిరూపించుకోవడానికి మొదలుపెట్టేసావన్నమాట" అంటూ నోటికొచ్చినట్లు మాట్లాడింది అత్తగారు.

ఇంకా అక్కడ నుండి తనకు ఏం చేయాలనుకున్నా, ఎవరికి ఏమి ఇవ్వాలనుకున్నా తనకంటూ ఉన్న డబ్బుని జాగ్రత్తగా ఎవరికంట పడకుండా దానధర్మాలు చేసుకునేది.

'ఈరోజు మనం ఒకరికి పెడితే... భగవంతుడు మనకి పెట్టే ఉంచుతాడు' అన్న అమ్మ మాట తనకు ఆదర్శం. ఒక కొడుకు, కూతురు పుట్టి పిల్లలు పెరిగి పెద్దవాళ్ళు అవుతున్నా భర్త ప్రవర్తనలో గాని, అత్తగారి పెత్తనాల్లో గాని ఎలాంటి మార్పు రాలేదు.

తనే అన్నిటికి సర్దుకుపోతూ, పిల్లల ముందు పలచన కాకుండా ప్రవర్తించడం అలవాటు చేసుకుంది. పసిపిల్లలప్పుడు పిల్లలు ప్రతిదానికి వచ్చి తనతో చెప్పుకుని ఏడ్చేవారు 'నాన్నమ్మ ఇలా అంటుంది, అలా అంటుంది' అని.

కూతురు ఒకసారి "అమ్మా! హెల్ప్ ఏజ్ ఇండియాకి సహాయం చేద్దాం అని అందరి దగ్గర నుండి డబ్బులు బాగానే కలెక్ట్ చేసానమ్మా. క్లాసులో నేనే ఫస్ట్. 'మరి మీ నాన్నగారిని ఎంత అడిగావు? మీ నాన్నపెద్ద నటుడు కదా మీరు బాగా డబ్బున్న వాళ్ళు కదా!' అని మాస్టారు అన్నారు.

నాన్నని అడిగితే ఒక వంద రూపాయలు ఇచ్చారు. 'ఇవి చాల్లే, ఇదే చాలా ఎక్కువ' అన్నారు.

'చదువుకుంటారని పిల్లల్ని స్కూలుకు పంపితే వాళ్ళను ఇలా అడుక్కోవడానికి వీధుల మీదకి పంపుతారా?' అంటూ నోటికి వచ్చినట్టు మాట్లాడిందమ్మ నాన్నమ్మ. నాన్న 'నిజమేనమ్మా! మనం డబ్బున్న వాళ్ళమని ఏదో ఒక విధంగా మన నుండి గుంజటానికి ప్రయత్నిస్తున్నారు' అన్నారు.

'నీ దగ్గర నోట్లు కట్టలు కట్టలు ఉన్నాయి కదా ఒక కట్ట ఇస్తే ఏం పోయింది? పేద వాళ్ళకే కదా!' అన్నాను కోపం వచ్చి. నాన్న కోపంగా తోసేసారు. మెట్లు మీంచి పడితే ఇదిగో రక్తం వచ్చి బుర్ర బొప్పి కట్టింది" అంటూ తను స్కూల్ నుండి వచ్చేసరికి చూపెట్టింది కూతురు.

"పసిపిల్లని అలా తోసేస్తారా? దానికి అర్థమైనట్లు చెప్పాలి కానీ" అన్నందని,

"నీకు ఆడపిల్లని పెంచడం రాదు. అది ఇప్పటినుండే తిరగబడుతోంది. పెద్ద అయితే నీలాగే తయారవుతుంది" అంటూ తల్లి కొడుకు నోటికి వచ్చినట్లు మాట్లాడారు..

అప్పటి నుండి కూతురికి తండ్రి అంటే భయం. దగ్గరకి వెళ్ళి కూర్చుని మాట్లాడదు.

లక్షలు గుమ్మరించి పెద్ద సంబంధం చేశాడు. పెళ్ళికి భారీ మొత్తం ఖర్చు పెట్టాడు. ఎవరు ఇలా చేయలేరు అన్నట్లు పెళ్ళి చేసి అత్తవారింటికి పంపాడు. దాని అదృష్టం. చాలా మంచివారు. డబ్బు కోసం వేధించరు. అది అక్కడే చాలా హాయిగా ఉంది. కానీ,

"నా పెళ్ళి కోసం ఇంత డబ్బు ఖర్చు పెట్టిన నాన్న, చిన్నచిన్న విషయాల్లో నేను చాలా చిన్న మొత్తం ఖర్చు పెడితే ఎందుకమ్మా అంత కోపం తెచ్చుకునేవారు?" అనడిగితే,

"ఆ స్వభావమే అంత" అనేది తను. కొడుకు శ్రద్ధగా చదువుకుని, పెద్ద స్థితిలో అమెరికాలో ఉన్నాడు. వాడికీ తండ్రి దగ్గర చనువు లేదు.

ఒకసారి చలికాలంలో పనిమనిషి కొడుకు, తల్లితో సహా వచ్చి, ఒంటి మీద పల్చని షర్టుతో చలికి అవస్థ పడుతుంటే, వీడు తన స్వేటర్ ఒకటి తీసి ఇచ్చాడట. చాలా సంతోషించి, ఆ తల్లి, పిల్లాడు వెళ్ళిపోయారట. వాళ్ళ అమ్మ చెప్తే, "ఆ స్వేటర్ చిన్నదయింది.నేను వేసుకోలేకపోతున్నాను" అని చెప్తున్నా వినకుండా, పసిపిల్లాడని ఆలోచించకుండా, వాతలు పడినట్టు కొట్టి "ఆ స్వేటర్ నీకోసం కాశ్మీర్ నుండి తెప్పించాను. పనిమనిషి కొడుక్కి ఇచ్చేస్తావా? అత్త పిల్లలకో, బాబాయి పిల్లలకో ఇవ్వచ్చు కదా?" అని తిట్టిపోశారట.

తన దురదృష్టం ఎంతో ఆ టైంలో తను ఇంట్లో లేదు. వాడు చాలా ఏడ్వాడు. "నన్ను హాస్టల్లో జాయిన్ చెయ్ అమ్మ. నువ్వు వచ్చి చూస్తూ ఉండు. నేను ఇంట్లో ఉండను" అని ఒకటే ఏడుపు. అలాగే హాస్టల్లో ఉండి చాలా జాగ్రత్తగా చదువుకున్నాడు.

"నువ్వు ఉద్యోగానికి వెళితే, నా పరువు పోతుంది" అంటే ఉద్యోగం కూడా మానేసింది తను. అత్తగారు చనిపోయినా ఇప్పటికీ తను, అతను లేనప్పుడే ఎవరికైనా ఇవ్వాలనుకున్నా, మంచి కార్యానికి సహాయపడాలనుకున్నా సాయ పడుతుంది.

ఇతని వ్యసనాలు, వ్యవహారాలు ఏవీ తను పిల్లల వరకూ వెళ్ళనివ్వదు. వాళ్ళూ కూడా తమకు తెలియనట్లే ప్రవర్తిస్తూ ఉంటారు. కొడుకు అంటాడు "ఆయనకి దానం చేయడం

ఇష్టం ఉండదు. మనం ఇస్తే ఓర్చుకోలేరు. మళ్ళీ పెద్ద దానకర్ణుడిలా మాట్లాడుతాడు. నటిస్తాడు" అని. "ఏం కాదు నాన్నా! వాళ్ళ అమ్మ కోసం అలా ప్రవర్తిస్తూ ఉంటారు, అని సర్ది చెప్తుంది తను".

"అదేం కాదమ్మా! నీ కోసం నేను తప్పుడు పనులు చేస్తాను ఏంటి?" అన్నాడు వాడు. "అలా చేయకూడదు నాన్నా" అని చెప్పింది తను. 'కన్న పిల్లల కన్న ఈ డ్రైవర్ ఎక్కువ కాదు కదా!' అనుకుంది.విద్య.

టీవీలో పెద్ద దాతగా నటిస్తున్న తన భర్త సినిమా. జనాలు దానకర్ణుడని, ధర్మ ప్రభువు అని వేయి విధాలుగా పొగుడుతున్నారు. అంతా నటన అని, విసురుగా వెళ్ళి టీవీ ఆపి వచ్చి, భర్త గదిలోకి వెళ్ళి తొంగి చూసింది. పీకల వరకు తాగి, మంచానికి అడ్డుగా పడుకుని, ఏదో కలవరిస్తున్నాడు భర్త.

తలుపు దగ్గరికి వేసి వచ్చి తన గదిలోకి వెళ్ళి, నిద్ర పట్టక, అమ్మవారి విగ్రహానికి ఎదురుగా కూర్చుని 'తల్లీ! ఇప్పటికైనా ఆయనలో మార్పు వచ్చి, నటన కాకుండా, జీవితంలో మానవత్వం గల మంచి మనిషిగా ప్రవర్తించేటట్టు వరాన్ని ప్రసాదించు' అని మొక్కుకుంది విద్య.

తారుమారు

"అమ్మగారూ, వంటావిడను తీసుకొచ్చానమ్మా" అన్న యాదమ్మ మాటలకు, చదువుతున్న న్యూస్ పేపర్ ప్రక్కన పెట్టి, ఇటు తిరిగిన యామినిని చూచి కొయ్యబారిపోయింది కోమల.

ఏమీ గమనించనట్లు యామిని "ఏమ్మా, యాదమ్మ అన్ని విషయాలూ చెప్పిందా! కొడుకు, కోడలు, ఉద్యోగస్తులు. మనుమలిద్దరూ విదేశాల్లో ఉన్నారు. నాకు మోకాళ్ళ నొప్పులు. నేను పని చేస్తానన్నా, కొడుకు, కోడలు వంటగదిలోకి నన్ను రానీయరు. ఐదువేలిస్తారమ్మ, అరమరికలుండక్కర్లేదు. ఇంట్లో మనిషిలా ఉండొచ్చు. అంతగా దూరం అనుకుంటే ఔట్ హౌస్ లో ఉండొచ్చు."

"మీరు, మీవారే ఉంటారట కదా!" యాదమ్మ చెప్పింది.

అన్నిటికి తలాడించి "హమ్మయ్య" నన్నీమె గుర్తుపట్టలేదనుకొని "రేపటి నుండి వస్తానండి. పనిలోకి" అని చెప్పి వెళ్ళింది కోమల.

కోమల వెళ్ళాక, యాదమ్మతో యామిని అంది. "ఎవరెవరు ఉంటారీమె ఇంట్లో, ఈవిడ సంగతులు ఇంకేమైనా నీకు తెలుసా?" అని అడిగింది యామిని.

"ప్రస్తుతం ఈమె, భర్త ఉంటారటమ్మ. ఇద్దరు కొడుకులున్నారట. కాని వీళ్ళను పట్టించుకోరట. ఉద్యోగం, వర్తకం అని సాకు పెట్టుకుని వదిలి వెళ్ళిపోయారట. పాపం. బాగా బ్రతికినోళ్ళటమ్మ! కొడుకులు, కోడళ్ళు ఈయమ్మ దుబారా వల్ల, ఇల్లు గుల్లయిందంటారు. కూతుళ్ళకు కూడా చాలా పెట్టారంట గానీ, అల్లుళ్ళు వాళ్ళ గుమ్మం ఎక్కనివ్వరంట. సంపద ఉన్నపుడు అందరూ ఖర్చుపెట్టారు. నింద మాత్రం ఆవిడ మీద వేసారు.

చూస్తే జాలేస్తుంది అమ్మ. చాలా మంచి మనిషి. గతంలో ఏం జరిగిందో నాకు తెలియదు అమ్మ. మా పక్కనే చిన్న ఇంట్లో అద్దెకు ఉంటున్నారు. స్నేహంగా ఉంటారు. ఈమె చివరికి ఇలా వంటలు చేస్తూ బ్రతుకుతోందమ్మా. నేను వంట చేస్తున్న వాళ్ళకి ట్రాన్స్ఫర్ అయిపోయి వెళ్ళిపోతున్నారు, యాదమ్మ, ఇప్పుడు ఆధారం కూడా పోయింది ఎలాగో అని బాధపడితే

మీరు ఎలాగూ అడుగుతున్నారని మీ పేరు చెప్పానమ్మ. అందుకే తీసుకొచ్చాను" అంది యాదమ్మ.

"అతగాడు ఈమె చేసిన పచ్చళ్ళవీ అమ్మి ఇద్దరు పొందికగా పొట్టపోసుకుంటున్నారు. ఏం పిల్లలో ఎంతోనమ్మా! తల్లి తండ్రి కష్టం అర్థం చేసుకోకపోయాక ఇంకేం పిల్లలు" అన్నది. "పోన్లే, మంచి పనిచేసావు. మానకుండా వస్తే చాలు" అంది యామిని.

యాదమ్మ వెళ్ళాక తలుపులేసుకుని కూర్చొన్న యామినమ్మ ఆలోచనల్లోకి జారుకుంది, గతంలోకి. తన పెళ్ళయిన కొత్తల్లో ఈ కోమల గారి పక్క ఇంట్లో తాము ఉండేవారు. తన భర్త ఒక ప్రైవేట్ కంపెనీ ఉద్యోగి. ముగ్గురు పిల్లలు. అత్తమామలు, చాలీ చాలని ఆదాయం. వచ్చేపోయే బంధువులు. ఆ పల్లెటూళ్ళో బావలు, మరుదులు, భాగాలు వేయడానికి వీల్లేని ఆస్తి తమది.

ఆర్థిక ఇబ్బందులు ఎక్కువై పనిమనిషి లేక, పిల్లల పనులన్నీ చేసి, పాఠాలు చెప్పి, భర్తకు సాయం చెయ్యడం కోసం ప్రక్కింట్లో పాడి, పంట, సిరి, సంపదలతో తులతూగుతున్న కోమలతో స్నేహం పెంచుకొంది. చిన్నచిన్న పనులు, పిండి వంటలు చెయ్యడం. పిల్లల్ని ముస్తాబు చెయ్యడం చేస్తుండేది.

కోమలది కన్నుగానని సంసారం కావడంతో కాస్త గొప్పలకు పోయే స్వభావం. దుబారా ఖర్చులు పట్టించుకోపోవడం, తనను వదినా అంటే పొంగిపోయి, తమ పిల్లలకి పెట్టి, తమ్ముడికి అంటూ చేసిన పిండి వంటలు పంపించేది. పిల్లలకు పాఠాలు చెప్తే ప్రత్యేకంగా డబ్బిచ్చేది.

పిల్లల మీద ఇల్లు వదిలి ఇరుగుపొరుగు అమ్మలక్కలతో బజార్లకి, దేవాలయాలకు, తిరిగే కోమల, గొప్పలకు పోయి, గోరంత ఇవ్వాల్సిన వారికి, కొండంత ఇచ్చేది. పొగిడితే పొంగిపోయి మొత్తం ఇచ్చేది. భాగ్యవంతుడైన భర్త తెచ్చి పడేయడమేగాని, తీరులేని భార్య గూర్చి తెలుసులేకపోయాడు. ముసలి తల్లి మూలుగుతూనే ఉండేది.

"ఇల్లాలు సమర్థురాలైతే ఏనుగునైనా ఎవరికంటా పడకుండా దాచగలదు. తీరులేనిదైతే తెప్పలతో సంపదొచ్చినా త్రోవ మళ్ళిస్తుందని". మనుమలు, మనమరాళ్ళకు మాత్రం, మంచి మంచి విషయాలు చెప్పి తీర్చిదిద్దేది. వాళ్ళకు నాయనమ్మంటే చాలా ఇష్టం. అమ్మంటే ఇష్టం లేదని కాదుగాని, అసలు పొందిక లేదని కోపం. 'ఆడపిల్లలకు అమ్మ పోలిక వస్తుందని' అనుక్షణం హెచ్చరించేది. నాయనమ్మ నడవలేనిది. వెట్టిబాగుల కోమలను విపరీతంగా ఉపయోగించుకుని అవసరం తీరాక అవహేళన చేసేవారు.

ఆమెకీ తను చాలాసార్లు చెప్పేది. "వండినవి పాడయిపోతున్నాయని, పనిమనిషి చాలా పట్టుకుపోతోంది. వంటావిడ కూడా చాలా పట్టుకెళ్తోందని". "పోన్లే యామిని, వీళ్ళు కష్టపడుతున్నారు. తిననీ అనేది. చాపంత పోయినా చదరంత మిగుల్తుందిలే" అనేది కోమల.

ఆ తర్వాత తన భర్తకు హైదరాబాద్ లో పెద్ద ఉద్యోగం రావడం, తను ఇచ్చటికి వచ్చేయడం, పిల్లలు బాగా చదువుకొని విదేశాల్లో స్థిరపడడం, ఆడపిల్ల కూడా స్థితిమంతుల కోడలవ్వడం జరిగాయి.

ఇప్పుడు ఈ కొడుకూ, కోడలు ఇద్దరూ ఉద్యోగస్థులు కావడంతో ఇక్కడే ఇల్లు కట్టుకొని స్థిరపడడం వలన తనను, తండ్రిని ఎంతో కష్టపడి పెంచామని గుర్తిస్తూ గౌరవంగా చూడ్డం, మనుమలు, మనుమరాళ్ళతో తమ జీవితం మహానందంగా సాగుతోంది.

ఇన్నళ్ళ తర్వాత ఈమె వలన తను ఆనాటి రోజులు గుర్తు చేసుకుంది అనుకుంది యామిని. "ఆడది, ఇంటి యజమానురాలు ఇమ్మితంగా పొందిగ్గా నడిపితే ఇల్లు స్వర్గమౌతుంది లేదా వీధిన పడుతుంది సంసారం అనుకుంది" యామిని.

★★★

కోమల పనిలో చేరి ఏడాది కావస్తోంది. కొడుకూ, భర్త, కూతురు, ఈవిడ "కోమలాంటీలా లేరూ?" అంటే "మనిషిని పోలిన మనుషులు ఏడుగురుంటారని" అని వాదించింది తను. తర్వాత రహస్యంగా చెప్పింది ఆమె లేనప్పుడు, ఆమె పేరు కూడా మార్చుకుందని, ఆమెని మనం గుర్తించి పలుకరిస్తే, అవమానంగా భావిస్తుందని, పని మానేస్తుందని. పిల్లలు కూడా వదిలి వెళ్ళిపోయారట.

చాలా కష్టాల్లో ఉన్నారు. ఇంకోక చోట పని దొరుకుతుంది కానీ, మనం సహాయం చేయలేం కదా! మీరు సాయం చెయ్యండిగాని, ఆమె ఎవరో తెలియదన్నట్లు ప్రవర్తించండి. అదే ఆవిడ మనకు చేసిన ఉపకారానికి ప్రత్యుపకారం అని చెప్పింది తను.

అయ్యో, పాపం అంది అమ్మాయి. "చిన్నప్పుడు నన్ను ప్రత్యేకాభిమానంతో చూసి, వాళ్ళ పాపతో సమంగా పెట్టేవారు. అందుకే ఆంటీని నాతోపాటు ఢిల్లీ తీసుకెళ్ళి పోదాం అనుకుంటున్నాను. మా ఇంట్లో మనిషిలా చూసుకుంటాను. మా గెస్ట్ రూమ్ ను ఆనుకొని ఒక రూమ్, కిచెన్, అన్ని సౌకర్యాలూ ఉన్నాయి. అంకుల్, ఆంటీ అందులో ఉండొచ్చు. మా అత్తగారు, మామగారు పెద్దవాళ్ళయ్యారు. ఇంట్లో పనివాళ్ళు వేరే ఉన్నారు. ఆంటీ చేత వేరే పనులు చేయించను. నాకు పెద్దదిక్కుగా నిలబడితే చాలు. పిల్లన్ని చేరదీసి కొంచెం ఆప్యాయంగా చూసుకుంటే మేము ప్రశాంతంగా ఉద్యోగాలు చేసుకుంటాం. ఆంటీని కన్విన్స్ చేయి" అంది అమ్మాయి తనతో.

మాటలన్నీ విని "అలాగే కానీ! నువ్వు సంపన్నుల కోడలివి. మీ అత్తగారికి గొప్పలు ఎక్కువ. ఎంత సంపదయినా ఖర్చు తీరు లేకపోతే కరిగిపోతుందని కోమలంటి కథ చూసావు కదా? గుర్తుంచుకో. ఇంకో విషయం కృతజ్ఞత అన్నావు. అది తప్పక ఉండాలమ్మా. "కృతజ్ఞత లేని వాని శవం కుక్కలు కూడా ముట్టవు అని చిన్నప్పుడు కథ విన్నావుగా" అంది తను.

"నువ్వు చెప్పినట్లే చేస్తాను" అంది కూతురు. పది రోజులు పోయాక కోమలని అడిగి కూతురికి చెప్పేసింది. "ఆవిడను అడిగానమ్మా, ఆమె ఈ ఊరు వదిలి రాదట. దూరంగా ఉన్నా పిల్లలు వచ్చి పోతూ ఉంటారు, అప్పుడప్పుడైనా చూడొచ్చు కదా" అన్నారు.

"మీ ఇంట్లో కథలు, కార్యాలయితే అవసరానికి వచ్చి చేసి మళ్ళీ వచ్చేస్తారట గాని పూర్తిగా ఉండి చేయలేరట. ఇలా అంటున్నాను అనుకోకు. ఆమె ఆత్మాభిమానంగల మనిషి. అందుకే మీరెవరూ మనకు తెలిసినట్లు ప్రవర్తించి ఆమెను అవమానపరచొద్దు అని చెప్తున్నాను" అని ఫోన్లో మాట్లాడి ఫోను పెట్టి ఇటు తిరిగిన యామినికి ఎదురుగా వచ్చింది కోమల.

రెండు చేతులు పట్టుకుని "మీది ఎంత పెద్ద మనసు. కట్టుకున్నవాడు, కడుపున పుట్టిన పిల్లలు అందరూ నేను దుబారా మనిషినని, నావల్లే ఇలా అయిపోయామని నిందలు వేసిన వాళ్ళే. నేను ఆరోజు నుండి ఈరోజు వరకు కష్టపడుతూనే ఉన్నాను కదమ్మా! మీకు తెలుసు కదా! నేనొక్కత్తినే కాదు కదా, అందరూ ఖర్చు పెట్టారు. అందరూ అనుభవించారు. నాది ముందూ వెనుక చూసుకోకుండా దాచుకోకుండా ఖర్చు చేయడం తప్పే. అపాత్రదానం చేయడం తప్పే. ఒప్పుకుంటాను. అందుకే అనుభవిస్తున్నాను కూడా. కానీ స్నేహ ధర్మంతో, కృతజ్ఞతా భావంతో మీరు నన్ను ఇంతలా ఆదరించారు. నన్ను మీరు గుర్తించారని నాకు తెలుసు కానీ ఏనాడు మీరు నా దగ్గర నా గతాన్ని ప్రస్తావించలేదు. నా మనసు నొప్పించలేదు. మీరూ ఆ ప్రసక్తి తేకుండానే అన్ని విధాలా ఆదుకుంటున్నారు. మీ పని చేసినా, చేయకపోయినా, మిమ్మల్ని జీవితాంతం గుర్తుపెట్టుకుంటాను" అంది కోమల కన్నీళ్ళతో.

యామిని కోమల రెండు చేతులు పట్టుకుంది 'అవేం మాటలు వదినా, ఆ రోజుల్లో మీరెంతగా నన్ను ఆదుకున్నారో నేను మర్చిపోగలనా? మీరు చేసిన సాయం ముందు నేను మీకు చేసిన సాయమెంత" అంది యామిని.

ఏ గూటి పక్షి ఆ గూటికే చేరింది

"ప్లీజ్ బాబా, విక్కీ ఎలా చెప్తే అలా చెయ్యండి. ప్రతీది పెద్ద ఇష్యూ చెయ్యకండి. అంకుల్, ఆంటీ కూడా ఆమె వస్తేనే సుముహూర్తం అవ్వనున్నదని ఖచ్చితంగా చెప్తున్నారు. రేపటి ముహూర్తమే నిశ్చయం చెయ్యండి. నిజంగా అభిమానం ఉన్న వాళ్ళు విక్కీ లాగే ఉంటారు" స్థిరంగా చెప్పి చరచరా వెళ్ళిపోయింది సుధామయి.

"అందుకే పెద్ద చదువులకు పై దేశాలు పంపొద్దన్నాను" ఎగదోస్తోంది కొడుకుని, యామినీదేవి.

"ఆపండి. అమెరికా పంపితేనే మీ అమ్మాయి ఆ సర్దార్జీ ప్రొఫెసర్ తో వెళ్ళిపోయిందా? అమెరికాలో చదువుకున్నా, నా బంగారు తల్లి ఆంధ్రుడిని, అందునా మన వాడిని ఎంచుకుంది. నెట్లోనైనా అందరికీ చూపెట్టి చేసుకుంటానంటోంది కదా! అయినా నాకు తెలియకడుగుతాను, మీ ఒక్కగానొక్క ఆడపిల్ల రాలేదని బాధపడక వంశంలో ఉన్న ఈ ఒక్క పిల్లనూ ఆడిపోసుకోవడం దేనికి?" కోపంగా అంది, అత్తగారితో కోమలా దేవి.

"ఆపండే. ఎదవగోల, ఆవిడగారొస్తున్న విమానం వాతావరణం బాగాలేక ఆలస్యమయిందిట. రేపటి ముహూర్తం వాయిదావేస్తే మరో లక్షయినా ఖర్చువుద్దని నేనేడుస్తుంటే మధ్యలో మీ నస. అయినా వాళ్ళకంత పట్టుదలెంటో నాకర్థం కావట్లేదు. పిల్లడు పెద్దమ్మ వస్తేగాని పుస్తె కట్టడట" విసుగ్గా విజయభూషణవర్మ అంటుండగానే, "అంకుల్! లైన్స్ క్లియర్ అయినాయి, తాళి కట్టే వేళకొస్తాను, సుముహూర్తం మార్చొద్దు, తంతు కానిమ్మని పెద్దమ్మ ఇప్పుడే అమ్మానాన్నలకు ఫోన్ చేసిందట. అమ్మ మీకు చెప్పమంది" పెళ్ళికొడుకు విక్రంవర్మ పరుగున వచ్చి చెప్పాడు.

పట్టరాని ఆనందంతో పసిపిల్లాడిలా గెంతాడు విజయభూషణవర్మ "హమ్మయ్య" అని. ఘనంగా పెళ్ళి జరుగుతున్న ఆ అయిదు నక్షత్రాల హోటల్లో ఆనందోత్సవాలు మళ్ళీ వెల్లివిరిసాయి. "అమెరికాలో పుట్టి పెరిగినా తెలుగు ఎంత తియ్యగా మాట్లాడుతున్నాడు? పిల్లాడి పెంపకమంతా వాళ్ళ పెద్దమ్మేనట. ఎంత పద్ధతిగా పెంచింది? పిల్లాడి తల్లి ఎంత

అందంగా ఉందో. ఆ అందం చూసే పిఠాపురం జమిందారు మనుమడు పిలిచి పెళ్లాడాడట" అంది అన్నమ్మ.

"అది కాదు గాని వదినా, ఆ పెళ్ళికొడుకు తల్లి, మన గొల్ల సంగమ్మ కూతురు గోపికా పూర్ణిమలా లేదూ?" గుసగుసలాడింది గున్నమ్మ,

గోవిందమ్మ "ఊరుకో వదినా, నీకన్నీ అనుమానాలే" అంది. "పెద్దవారి మాట, పెద్దచెరువు నీళ్ళు ఎలాగున్నా చెల్లుతాయి" అంది అన్నమ్మ. "అంతేకాదు" పక్కనున్న పార్వతితో పాత కథ చెప్పసాగింది. "ఈ భూషణం తండ్రి గొల్లసంగమ్మను గుంభనంగా పెళ్ళాడి దానికొక కూతురు పుట్టాక చేసుకొన్నదాన్ని కర్మానికొదిలేసి, దానితో తెగతెంపులు చేసుకుని, పెద్దలు కుదిర్చిన కులం పిల్ల, ఇదుగో, ఈ యామినీ దేవిని, పెద్ద జమిందారితో వస్తే, పెళ్ళిచేసుకున్నడుట, ఆస్తికి ఆశపడి. అతని తల్లి అది తప్పని చెప్పినా ఆమె మాటెవరూ వినలేదు. ఆమె చాలా ఉత్తమురాలయినా ఆడదేమి జేస్తాది? ఒక కూతురు, కొడుకు పుట్టినాక, గొల్లసంగమ్మను పూర్తిగా మరచిపోయాడు. వాని ధర్మమా అని ఊర్లో మాత్రం ఉండనిచ్చాడు. పాలు పెరుగు అమ్మి పిల్లని పెంచింది సంగమ్మ. పతివ్రతంటే నమ్ము. పరాయోళ్ళకి కనబడేదే కాదు. ముసలి తండ్రి తోడు. ఇంటికెళ్తేనే పాలు, పెరుగు, నెయ్యి అమ్మేది. తండ్రి పోయాక మేము సాయం చేసే వాళ్ళం. భూషణం అక్క అయిన ప్రమీలారాణిది నాన్నమ్మ పోలిక. బంగారు బొమ్మ. ముట్టుకుంటే మాసిపోతాదన్నట్లుండేది. మంచి మనసున్న పిల్ల. తండ్రికి తెగ ముద్దు. ఆ పిల్ల పట్నంలో చదువుతున్నప్పుడు, భూషణం తండ్రి పాము పొడిచి చచ్చిపోవడం, ఆ కబురు విన్న సంగమ్మ వెక్కివెక్కి ఏడ్చి వెల్లకిలా పడి చనిపోవడం, ఊరుఊరంతా వింతగా చెప్పుకునేవారు."

అది విని "ప్రమీలారాణి పదేళ్ళ పిల్ల గోపికా పూర్ణిమను తీసుకొచ్చింది. ఎంతయినా నాన్న రక్తం, దిక్కులేనిదానిలా ఎందుకు ఉండాలి? మనతో ఉంచుదాం" అంది అమ్మతో, తమ్ముడితో. "మనసున్న పిల్లగదా! తల్లి, తమ్ముడు అడ్డమైనవీ తిట్టి తరిమారా పిల్లని ఇంట్లోంచి, ప్రమీలకు తెలీయకుండా.

అది తెలిసి రహస్యంగా పంతులు మాస్టారికి చెప్పి. పట్నంలో గోపికా పూర్ణిమని చేర్పించింది ప్రమీల."

"పెద్ద దేశోద్ధారకురాలు బయలుదేరిందంటూ" ప్రమీలను గట్టిగా తిట్టారు భూషణమూ, తల్లి, విషయం తెలిసి. ఇది జరిగిన కొన్నాళ్ళకు 'ప్రొఫెసరును మనువాడుతానన్నదని, మా పిల్ల చచ్చిపోయిందనుకున్నామని, మా యింట కాలుపెట్టరాదని' తరిమేశారు వీళ్ళు ప్రమీలమ్మను."

"ప్రమీలారాణిని గూర్చి తర్వాత వాళ్ళు వీళ్ళు చెప్పగా వినడమే. గోపికా పూర్ణిమను తీసుకొచ్చి ప్రమీలారాణి పెంచిందని, తర్వాత పట్నం బదిలి వెళ్ళారనీ, మళ్ళీ ఇప్పుడు పెళ్ళికొడుకు తల్లి గోపికాపూర్ణిమలా ఉందంటే నిజమే అనిపిస్తోంది" అంది అన్నమ్మ.

అన్నమ్మ మనుమరాలికి చెప్తుంటే అనుకోకుండా విన్న సుధామయి ఆశ్చర్యపోయింది. ఆ అమ్మాయి మనస్సులో అనేక అనుమానాలు.

'అయితే, విక్కీ, అమ్మ, పెద్దమ్మల పేర్లవే! విక్కీ తన బావా?!' పట్టరాని ఆనందంతో సుధామయి మనసు కడలిలో అలలై పొంగుతోంది. "అమ్మా, పెళ్ళికూతుర్ని తీసుకురండమ్మా" పురోహితుని పిలుపుతో అటు వెళ్ళింది సుధ ఆనందంతో.

సుముహూర్తం ఆసన్నమయ్యింది. సుధ సంతోషానికవధులు లేవు. ఉషోదయపు వెలుగులు విస్తరిస్తున్న వేళ, పడవలాంటి కారు ఆగడం, ఐదు పదులు దాటినా, అందం ఏమాత్రం తరగని ఓ సౌందర్య రాశి, అత్యంత హుందాగా, అచ్చమైన ఆంధ్రుల గృహిణిలా అందులోంచి దిగడం, పరుగెట్టుకెళ్ళిన పెళ్ళికొడుకు "హేయ్, పెద్దమ్మా, సరిగ్గా సమయానికి వచ్చావు నువ్వు, ఆ ఫోన్ చెయ్యకపోతే అసల పీటలపై కూర్చోకపోదును తెల్సా?" పసిపిల్లాడిలా ఆమెను పట్టుకుని అల్లుకుపోయాడు.

అతడిని దగ్గరకు తీసుకొని "ఆపరా కన్నా కోతలు. అందుకేనా, పీటలమీద కూర్చుండిపోయావు. మీ పెద్ద తండ్రి గారు మాత్రం, ఆడపిల్ల వారు ఆహ్వానిస్తే గాని కారులోంచి పాదం బయట పెట్టరట" నవ్వుతూ అంది ప్రమీలారాణి.

"ఒరేయ్, మన ప్రమీలమ్మ రా," ఎవరో గుంపులోంచి అరిచారు. ఆత్మీయంగా అందరినీ పలకరిస్తూ, విజయ గర్వంతో విజయభూషణం వైపు తలెత్తి చూసింది ప్రమీల రాణి.

గొంతు పెగల్చుకుని ఏదో అనబోతున్న తండ్రిని చూసుకుంటూ వచ్చి, మేనత్త పాదాలకు నమస్కరించింది విజయభూషణ వర్మ కూతురు, పెళ్ళికూతురు సుధామయి.

"బాబాజీ! కారులో ఉన్న మామగారిని సగౌరవంగా వేదికపైకి తీసుకురండి" అంటూ పరుగుతో వెళ్ళి "అమ్మాజీ వస్తున్నారు" అంది తండ్రితో సుధామయి.

"అదేంటి, అలా చూస్తున్నారు. మీ చిన్న చెల్లెలు, బావగారు వీరి కోసం నిరీక్షిస్తూ కళ్యాణమండపం దగ్గరే కూర్చున్నారు. ముందు వెళ్ళి మీ బావగారిని తీసుకురండి. అందరికీ హారతి ఇచ్చి లోపలికి తీసుకెళదాం. వెళ్ళండి" అని ముందుకు తోసింది విజయభూషణ వర్మ భార్య కోమలాదేవి.

ప్రమీలరాణి పక్కన చేరి కొంటెగా అంది కోమలాదేవి. మొదటిసారి ఇంటర్నెట్లో చూసినప్పుడే "మీరిద్దరూ ఈ ఇంటి ఆడపిల్లలని నాకు తెలుసు. నేను నా కూతురితో సహ

ఎవ్వరికి ఈ విషయం చెప్పలేదు. కానీ నాకు చాలా సంతోషం అనిపించింది. నా కూతురు ఇష్టపడినది నా ఆడపడుచు బిడ్డ అని తెలిసిన తర్వాత నా ఆనందానికి అవధులు లేవు.

అందులోనూ మీ పెంపకంలో పెరిగిన బిడ్డ. ఆదర్శాలకు మారుపేరుగా ఉంటాడనిపించింది. ఏమైతేనేం, పెండ్లిపీఠం మీద మిమ్మల్నందరినీ ఒక చోట చేర్చి మీ అమ్మకూ, తమ్ముడికి కనువిప్పు కలిగిద్దామని, నా పాత్ర నేను పోషించాను వదినగారూ. మా అన్నగారు, మీరు పక్కపక్కన నిలబడితే మీకు దిష్టి తీయాలి" అని భర్తతో కారువైపు నడిచింది కోమలాదేవి.

"బావగారు మన్నించండి"అంటూ వంగి ,తన కాళ్ళపై చేతులు వేసిన విజయభూషణ వర్మను లేవనెత్తి దగ్గరకు తీసుకున్నాడు ప్రొఫెసర్ నందా.

కోమలాదేవి ఇద్దరికీ దిష్టి తీసి, హారతి ఇచ్చి లోపలికి ఆహ్వానించింది. 60 నిండిన వయసులో కూడా అపరంజి బొమ్మలా ఉన్న ప్రమీలారాణి "నన్ను చూసి విసిగిపోయారంతా" అంటూ పరిగెత్తుకుంటూ వచ్చి ప్రమీలారాణిని కౌగిలించుకుని "అమ్మా, మీ కోసమే వెయిటింగ్" అంది పూర్ణిమ.

"రండి బావగారు రండి" అంటూ హుందాగా నడుచుకుంటూ వస్తున్న కూతురిని అల్లుడ్ని చూసి మురిసిపోయింది యామినీదేవి. కూతురిని దగ్గరకు తీసుకుని కంటతడి పెట్టుకుంది. "అమ్మాయి నేను అహంకారంతో ఇన్నాళ్ళు మిమ్మల్ని దూరం చేసుకున్నాను. విద్యావంతురాలు కాబట్టే మీ వదిన కుటుంబాన్ని ఒక దగ్గరకు చేర్చి విజయం సాధించింది. కోడలిగా కుటుంబాన్ని ఏకం చేయడంలో తన పాత్ర పోషించింది. మీ మేనకోడలు మీ బాటలోనే నడిచింది" అంది.

"నేను అత్తయ్యల బాటలో నడవబట్టి ఈరోజు మీరు తిరిగి అత్తయ్యను కలవగలిగారు" అల్లరిగా అంది సుధామయి.

"అవునమ్మా, నీ కళ్యాణంతో ఇల్లు మళ్ళీ కళకళలాడుతూ పూర్వ వైభవాన్ని సంతరించుకుంది" అంది కోమలాదేవి.

తపస్వి

"ఈడి జిమ్మడిపోను, ఈడి పనిపాడుగాను, నా కొడుకుని సంపేసినాడ్రో, దేముడో," అని గోలగోల పెట్టి ఏడుస్తూ కూలిపోయిన గుడిసెలో, గుక్కపటి ఏడుస్తూ, కుక్కి మంచంలో ఉన్న కాళ్ళు రాని కడబిడ్డ కామేశ్ ని గుండెలకు హత్తుకొని బయటకు పరిగెత్తింది రంగి.

ప్రక్కనే పర్మనెంట్ గుడిసెలో ఉన్న గున్నమ్మ "రాయే, ఆడ్ని తీసుకొచ్చి ఇలా పడుకోబెట్టి ఈ టీ నీళ్లు పట్టు" పెద్ద మనసుతో ప్రేమగా అంది.

భయంతో బిగుసుకుపోయి, బెదురుబెదురుగా చూసి, కళ్ళు మూసుకుని కదలలేని కామేశాన్ని చూసి, భర్తమీద కోపం కట్టలు తెంచుకొంది రంగికి.

ఇవేమీ వినిపించుకోకుండా పెద్ద పెద్ద టీన్ రేకులు మొయ్యలేక మోస్తూ, యజమానికి చెందిన సిమ్మెంట్ బస్తాలపై కప్పుతూ జల్లుకి తడవకుండా జాగ్రత్త పరుస్తున్నాడు రంగడు.

"ఓరే రంగా, ఆ పని ప్రక్కన పెట్టరా బాబూ, నీ గుడిసె టార్పాలిన్ ఎగిరిపోయి, గుడిసె కూలి నీ కొడుకుమీద పడి, గుండెలవిసేలా ఏడస్తంది నీ పెళ్ళాం. ఎల్లరా, ఎల్ల ఆ గుంటడికేమయిందో సూడు" ప్రక్కనే ప్లాట్లు కట్టడానికి వేసిన పునాదులు త్రవ్వతూ, ఆ గాలివానలో తప్పుకోలేక సెల్లార్లో కెళ్ళి నిల్చున్న సూరయ్య గుంపులోంచి అరిచాడు.

ఉలిక్కిపడిన రంగడు ఒక్కసారి తలెత్తి చూసాడు. ప్రక్కనే గుడిసె కూలిపోయి ఉంది. బెంబేలెత్తిపోయాడు.

అందరూ పెద్దయ్య ఇంటి వైపు జనాలు వెళుతూ ఉంటే ఏం జరిగిందో అర్థం కాక దిక్కు తోచక అలా నిలబడిపోయాడు..

సూరయ్యే మళ్ళీ అరిచాడు. "అదుగోరా, మన పెద్దయ్య గుడిసెలోకి చేర్చింది నీ పెళ్ళాం గుబులెత్తిపోతోంది, పరుగెత్తి చూడరా. అయినా మనవాళ్ళందరూ వెళ్ళారులే. ఏమి కాలేదులే" అంటూ ధైర్యం చెప్పాడు...

గున్నమ్మ గుడిసెలోకి, దూరబోతున్న రంగడు గర్జిస్తున్న ఆడపులిలాటి రంగిని చూసి అక్కడే ఆగిపోయాడు.

"నీ కళ్ళు సల్లబడ్డాయిరా, దిక్కుమాలినోడా! నీ కన్నకొడుకు కన్నా యాజమాని పని ముందురా?

"గాలివానొచ్చి గుడిసె ఊగిపోతుంటే, కాళ్ళురాని పిల్లాడినొగ్గేసి కామందుగోరి సంపద కాపాడ్డానికి ఎల్లిపోయావా?

నీకు బంగారపు కడ్డీలిస్తాడురా? సూడరా సూడు. బెగిలిపోయి, పిల్లాడు కన్ను తెరవలేదు. ఎంత ఉష్టమొచ్చిసిందో, ఒళ్ళు పేలిపోతుంది.

అవిటి పిల్లోడు. ఆడేలా సచ్చినా ఫర్వాలేదనుకున్నావురా? ఈడికేమయినా అయితే, నీకేమయినా అయితే, నీ యజమానేదుత్తాడురా?

ఈడికోసం నువ్వు, నీకోసం ఈడు ఏడవాల. పని, పనని పిచ్చెత్తిపోయి, పదేళ్ళ బట్టి ఆల్ల పన్నేస్తన్నావు. పక్కా గుడిసైనా, కట్టివ్వనీయని అలాటాడికోసం కన్నకొడుకుని,

కాళ్ళు లేనోణ్ణి ఒగ్గేసి, పేనంలేని, ఆ సిమ్మెంట్ మాటలు కప్పడానికి ఎల్లిపోనావా?

నువ్వసలు కన్నతండ్రివేన్రా! సీ, నీబతుకుమండా!" తిడుతునే ఉంది రంగి. బిక్కచచ్చిపోయాడు రంగడు

"నాకు పనుంది, పది నిమిషాల్లో వస్తా." అంటూ నన్ను పిల్లాడిని పట్టుకోమని రంగి వెళ్తే, మూడేళ్ళయినా మూడడుగులు నడవలేకపోతున్న కొడుకుకి, కాపలా ఉండి, గుండెలపై పెట్టుకొని ఆడిస్తూ ఘోషిస్తున్న ఆకాశాన్ని చూచి, అదిరిపడి పిల్లాడ్ని కుక్కిమంచంలో కూలేసి, పరిగెత్తాడు.

ప్రక్కనే ఉన్న సిమ్మెంటు, కాంక్రీటుపై కప్పడానికి రేకులు గుడ్డలు మోసుకోవడానికి పరిగెత్తి పనిలో పిల్లాడి గూర్చి మరచిపోయాడు. "ఎంత ప్రమాదం తప్పింది? పాపం అది, తల్లి పానం కాబట్టి, తల్లడిల్లి, ఉక్రోషం కొద్దీ ఊగిపోయి, తిడతుంద"నుకొని రంగడు ఒక్కడుగు ముందుకేసాడు.

వాన ఎలిసిపోగానే "డాక్టరుగారి దగ్గరకెళ్దం నేయే. నేసూడనేదు"ఎట్టకేలకి నోరెత్తి మాటాడలేక మాటాడుతూ అన్నాడు మెల్లగా.

"నా కొడుకుని ముట్టుకోకు. నేను తీసుకెళ్తా. గున్నమ్మ గుడిసెల్లో సోటు ఇవ్వకపోతే, నా గుండె పగిలిపోదా" రంగి అరుస్తునే ఉంది, ఏడుస్తూ తిడుతూనే ఉంది.

అంతవరకూ విని ఊరుకున్న పెద్దయ్య, గున్నమ్మ భర్త "సాన్నేయమ్మా, ఆణ్ణింకా సంపకు. ఆడు సూసుకోపోవడం తప్పే, కాదన్నుగానీ, ఆడి పరిత్తిని సూడవా?

నువ్వే అంతన్నావు. పదేళ్ళబట్టి సేసినా. పక్కాగుడిసివ్వనేదని.

ఆ యజమానే,కదా! గతమాసంలో వచ్చిన గాలివాన రోజు, ఈడు ఆల్లంటికాడే,

ఆ యమ్మ సెప్పిన పనిలోనే ఉండి, పనిసేత్తున్నకాడ సిమ్మెంటు అవి సూసుకోక పోతే, అవి తడిసి పాడయిపోతే, పట్టుకు కొట్టనేదుగాని. పేలి పేలి తినేసింది.

పెల్లాం కొంగొట్టుకు తిరగడమే గాని పన్జెయవా, అక్కడున్న పద్దాలుగాడు తర్వాత పరాచకమాడాడు. ఈయన యజమానిగారు పెల్లాం దగ్గిరే ఉన్నాడు గందా ? మనోడు ఆలా ఆవిద చెప్పిన పని కదా చేస్తూ ఉన్నాడు. నేను ఊరుకోలేదు. అలా అనరాని మాటలన్నా అమాయకుడు, ఈడు నోరెత్తలేదు. ఆ యజమాని ఎవులునీ నమ్ముడు, ఈడిని తప్ప.నమ్ముడు. ఈడికి పనంటే పానం. ఒల్లు పై తెలికసేత్తాడు. మంచి పనోడు. యజమాని మేలుకోరేవాడు. అందుకే గదే, యజమానిచ్చిన పని పాడవ్యకూడదని, తన పానం, కొడుకు పానం, అని ఆలోసించక పరిగెత్తాడు!

ఆడా పెద్ద పెద్ద రేకులు మోయలేక మొత్తుంటే నాపానం ఇలవిలలాడింది. ఆడికి ఈ పిల్లడంటే పానమేనే. "పనే దేవుడనుకునే" వాడు ;

అదే ఈడికి సదువుండి, ఇలా పన్నేస్తే ఎంత గొప్పొడయ్యేవాడో?

తప్పమ్మా,! ఆడు కావాలని సేయనేదు. అనరాని మాటలనకు. ఆడి తత్వమే అంత. నేసుత్తన్నాను, ఆడు పనిలో సేరినట్టుంచి, అందరూ సందు దొరికితే సాలని,

గొందుల్లోకి పోయి కబుర్లు సెప్తకుంటారు. ఈడట్టా కాదు.

ఏ సిన్న పనీ వదిలి పెట్టడు. ఆడికి మరీ తీరుబాటుంటే, నాతో కట్టం సుకం సెప్పుకుంటాడు. ఇలాటోడు దొరకడం నీ అదృష్టమే. ఈ రోజుల్లో ఇలాగెవులుంటారు? సత్తెకాలపోడు" అని రంగిని మందలించాడు.

"రారా! రంగా ఈ టీ నీళ్ళుతాగి, కొంచెం తెరిపిచ్చాక ఆసుపత్రి కొట్టుకెళ్ళు పిల్లన్ని" అన్న పెద్దమ్మ మాటలకు, పెదవి కదల్చలేకపోయింది రంగి.

అపరాధభావంతో అడుగు లోపలికి పెట్టాడు రంగడు కొడుకు దగ్గరకు. మాయామర్మంలేని, పనిని తపస్సుగా భావించే తపస్వి రంగడు.

కడిగండం కాసింది

"నాన్నగారూ, మీకు ట్రైన్లో తినడానికి ఏమైనా ప్యాక్ చెయ్యనా?" అడిగింది స్వప్న.

"నీకెందుకమ్మా శ్రమ, అసలే వట్టిమనిషివి కావు, ఇప్పుడెలాగూ భోంచేసాను గదా! రాత్రికి ఏదో మేనేజ్ చేసి ఇంటికెళ్ళిపోతాను గదరా తల్లీ" అన్నారు కూతుర్ని శ్రమ పెట్టడం ఇష్టంలేక, పాండురంగారావుగారు. అలా ప్రారంభమైన ప్రయాణం సాయంత్రం ఆరు గంటలకల్లా పెద్ద శబ్దంతో ఒక చోట ఆగిపోయింది రైలు.

"ఏమయింది? ఏమయింది?" అంటూ ప్రయాణీకుల కలకలం. ట్రైన్ ఆగిన ప్రదేశం అడవీ అగాధం. ఎటువైపు చూసినా తుప్పలు ,డొంకలాను. కనుచూపుమేరలో కనీసపు గుడిసైనా కనిపించని ప్రదేశం.

ఎవరో చెప్తున్నారు "అదృష్టవంతులమండీ, ముందు వంతెన క్రుంగిపోయిందిట. ఎవరో గ్యాంగ్మెన్ గమనించి పుణ్యం కట్టుకున్నట్ట. ఎంత ప్రమాదం తప్పింది? ఆ పుణ్యాత్ముడు సమయానికి సమాచారం అందించకపోతే ఎన్ని ప్రాణాలు పోయేవో కదా?" అందరూ తలో రకంగా మాట్లాడుతున్నారు. గోలగోలగా ఉంది ఆ ప్రాంతం.

"అయ్యో, పిల్ల ఏదో చేసిస్తానంటే వద్దన్నాను. అసలే ఈ షుగర్ వచ్చిన దగ్గర నుండి ఆకలి మొదలైతే ఆగనివ్వదు. తర్వాత వచ్చే పెద్ద స్టేషనులో ఏవో పళ్ళు, పెరుగన్నం తీసుకుందామనుకుంటే, ఇంతలో ట్రైన్ ఈ అధ్వాన్నపుటడవిలో ఆగిపోయింది.

సవ్యంగా వెళ్తే కనీసం రేపు ఉదయానికి చేరతాం" అనుకున్నారు పాండురంగారావుగారు. ఆయన పరిపరి విధాల ఆలోచిస్తున్నాడు. నీరసంగా వుంది. ఆకలి, విసుగు, పిల్లల ఏడుపులు, పెద్దల గోలలతో కంపార్ట్మెంట్ అంతా గందరగోళంగా వుంది. ఆయనకి చాలా చిరాగ్గా వుంది.

"అయ్యగారూ, తమరెందాకా వెళ్తున్నారు?" ఎదురు సీట్లో రైతు. ఎంతో వినయంగా ఉంది అతని గొంతు. 'అయినా ఇప్పుడెందుకు, ఈ సోది' అనుకొని, చిరాగ్గా 'విశాఖ పట్నం'

అన్నాడతడితో పాందురంగారావుగారు.

"మరేనేదు బాబూ, తమరినెక్కడో సూసినట్టుంటేనూ, తమరిది, ఇశాకపట్నమేనా? ఆ సుట్టుపక్కల ఊరా బాబూ!" సంభాషణ పొడిగించాడు ఆ పల్లెటూరి ఆసామి. పాందురంగానికి పరమవిసుగ్గా ఉన్నా, "విశాఖ కాదు, పాల్చేరని బొబ్బిలి దగ్గర" అని ఆపాడు. 'ఇంక వీళ్ళతో మాట్లాడ్డం అనవసరం' అన్నట్లు కిటికీలోంచి బయటకు చూస్తుంటే,

"మీరు పాందురంగంబాబుగారి మనమలేనా బాబూ?" పరమ సంతోషంగా అన్నాడా రైతు.

ఆశ్చర్యంగా, "అవును, మీరు?" ఆగిపోయాడు పాందురంగం.

"అదేనే, నేనిందాకట్నించి నీకు సెప్పనేదా! మన పాందురంగం బాబుగారిలా ఉన్నారని? 'మనిసిని పోలిన మనుసులుండరా?' అని కొట్టిపారేసినావు నా మాట" ఆ ఆసామి సంతోషంగా భార్యతో అన్నాడు. "ఇను, ఆరేనంట" ముదుచుకు కూర్చున్న భార్యను కుదిపేస్తూ ఆనందంగా అన్నాడు. ఆ రైతు ఆనందం, ఆప్యాయత చూసి ఆశ్చర్యంతో, "అసలు మీరెవరు?" అన్నాడు సందేహంగా పాందురంగారావు.

"అదెనయ్యా, మీరు సదువుల కోసం సిన్నప్పుడే పట్నం ఎల్లిపోయినారు గందా! మరిసిపోయుంటారు. తమరి సిన్నిప్పుడు మీ ఇంట్లో పాలేరుగా పనిజేసిన తవిటినాయుడ్ని" అని అతను చెప్తుండగానే, "నువ్వా, తవిటినాయుడు? నాకు కొంచెం బాగానే గుర్తుంది. నువ్వు నన్ను పొలంకి తీసుకువెళ్ళి తాటికాయలు, శెనక్కాయలు, చెఱుకు ముక్కలు ఇవ్వడం. నీ భార్య పార్వతమ్మేది.

ఈమేనా? బాగున్నావామ్మా? నాకు చీరె కొంగులో దాచి, అరిసెలా అవీ తెచ్చి ఇవ్వడం. జీవితంలో ఎలా మఱిచిపోగలను?" నీరసం, విసుగు, అన్ని మరచి నిటారుగా కూర్చుని అన్నాడు పాందురంగం ఆమెతో.

"చాల్లే బాబూ, మేమం జేసినాము. పొలంగట్లంట, పోరంబోకోడిలా తిరుగుతుంటే, ఊరోల్లందరూ ఈడెందుకూ పనికిరాడు, బైరాగోడైపోతాడు అని తిడుతుంటే, మా అయ్య జబ్బుజేసి సచ్చిపోతే, అమ్మ సిన్నోల్లని సాకనేక పోయేది.

చాలా రోజులు అగ్గేసేది కాదు. ఆకలికి అల్లాడిపోతుందేవోల్లం, అదుగో, అల్లా అప్పుడు గదూ, అయ్యగోరు, అదే మీ తాతగోరు, పదమూడేళ్ళ గుంటడ్ని, నన్నుజూసి, ఒరే తవిటీ, పాపం మీ అమ్మ చూడు, ఎంత కట్టపడుతున్నాడో, పిల్లల్ని సాకలేక, నువ్వు పెద్ద కొడుకువి. మీనాన్న తాగితాగి చచ్చాడు. నువ్వేనా నామాట విని చక్కగా బ్రతికి, కుటుంబాన్ని చూడరా! అని జెప్పారు.

మీకు పశువులు చాలా ఉండేవి బాబూ, ముందు పశువులు కాయడానికి నన్ను, కసవలు తీసి, కల్లాపులు జల్లి, పాచి పనికి మా అమ్మని పెట్టారు మీ తాతగోరు."

"ఆ రోజు నుంచి మా ఇంట్లో ఆకలి అన్న మాట ఇనబడితే ఒట్టు.

ఎంత గొప్ప మనస్సు బాబూ, మీ తల్లిదండ్రులది . నన్ను కన్నకొడుకులాగ జూసుకునేవోరు బాబూ" అన్నాడు. కంపార్ట్మెంట్లో అందరూ కుతూహలంగా జూస్తున్నారు. పాండురంగానికి కించిత్ గర్వమనిపించింది.

"మీ బామ్మగారు, అన్నపూర్ణమ్మగారు, ఆ యింటిలో మనుషులమే అన్నంత ప్రేమగా చూసేవోరు. మేం పనోళ్లమనే భావం ఎప్పుడూ లేదు బాబూ. మీ అమ్మగారూ ఒక్క కూతురే గదా! ఆమె కడుపున నలుగురు పిల్లలు కలిగినా, నాలుగు తరాలు సరిపడే ఆస్తిని న్యాయంగా సంపాదించారు.

మీ తాతగారు, పదిమందిని పోషించి పదింతలు ఆస్తి పెంచినా, పక్కవోడిని బాధపెట్టిన పరిస్థితేనేదు. ఎంత దానం చేస్తే అంత పెరిగేది. మీ అమ్మమ్మగోరింకానూ, ఆ బాబేటంతే అంతే. అన్నపూర్ణ పేరు నిజం జేసేది. మా తమ్ముళ్లని పయోజకున్నిజేసారు.

చెల్లెళ్ళ పెళ్ళి జేసినాం. నాకు ఎకరా భూమి రాసినారు, పిల్లనిజూసి పెళ్ళిజేసారు. మా కుటుంబం ఈరోజు ఇంత బాగుందంటే తాతగారే కారణం. బాబూ!" ఆనందంగా చెప్తున్నాడు.

"సరేగానీ బాబూ! తాతగారు తొంభైయేళ్ళు పైబడి బతికారు. ఇంత పిసరు లోంగలే. సచ్చేదాక పెద్ద కట్ట పట్టుకుని పొలాలన్నీ తిరిగొచ్చేవోరు. హంసలాగ ఎగిరిపోనారు. నాన్నగారూ, నాకు తెలిసి ఆరోగ్యమైన మనిషి. నువ్వేటిలా అయిపోయావు? మా కళ్ళముందు పిల్లాడివి, ప్రేమగా అడిగాడు. నాన్నగారూ, నేను ఒక తోటోళ్ళమే" అన్నాడతను.

"నాకూ పెద్దగా ఏం లేదు, షుగర్ జబ్బొచ్చి" గొణిగాడు పాండురంగం. ఇంతలో అతనే అందుకుని "నేను నా కొడుకులు కోడళ్లతో ఆ ఊర్లోనే ఉంటున్నా బాబూ! మన భూములు నా కొడుకులే కాలుకి చేస్తున్నారు. నేను పెద్దాడినైపోయానని రానీయరు. మీ అమ్మగారు, నాన్నగారు, మీ చదువులనీ, ఉద్యోగాలనీ పట్నంలో ఇల్లు కట్టిన నాటినుండి అప్పుడప్పుడు చూసి పోదమేగానీ అచ్చంగా ఉండట్లేదు. ఎప్పుడైనా బాగా సూడాలనిపించి, నేను అలా మనోళ్ళొచ్చారని కబురు తెలిసి వస్తే, అన్ని కబుర్లు తెలుస్తాయి.

సిన్న పిలకి పెళ్ళి చేసాను. మీ పిల్లలు విదేశాల్లో పున్నారంటగా? మీ తమ్ముళ్ళు, సెల్లెళ్ళు ఎవరొచ్చినా, నాకు కబురంపి మరీ సూసి కబుర్లు సెప్పి ఎల్తారు. ఆళ్ళయినా

వచ్చెన్నాళ్ళయిందో ఈమధ్య కంటి శుక్లాలు వచ్చి గుర్తు పట్టలేకపోతున్నా" అంటూ ఆపి "నా సోదితో ఇసిగిస్తున్నానా బాబూ? నా మనవడు చిన్న వయస్సులోనే పెద్ద ఆఫీసరుగా మొన్నే జాయినైనాడు.

ఆడు గోలబెడితే ఎల్లి సూసొస్తున్నాం. ఈ మాయదారి బండి దార్లో ఇలా ఆగిపోయింది" అతను అలా మాట్లాడుతూనే ఉన్నాడు.

"ఏంటయ్యా? ఆ బాబుని ఊపిరి తీసుకొనియ్యవా? ఏం తిన్నాడో, పిల్లాడు. బాబూ! మీరు గొప్పింటోల్లు, మాకు పట్టెడు ముద్ద పెట్టినోల్లు, నువ్వేమీ అనుకోనంటే నేను శుభ్రంగానే చేసాను. ఈ బండిలో తిండి బాగోదు, ముసలాడికి పడదని, పులిహోరా, మినపరొట్టి, పుల్కాలు, అవీ చేసినా. పెరుగు తోడుబెట్టినాను బాబూ.

నాసేతితో మూడు రోజులదయినా వాసన రాదు, పులియదు. కొంచెం తిను నాయినా" అలా బ్రతిమాలుతున్న ఆమె సాక్షాత్తు పాండురంగం కంటికి కాశీ అన్నపూర్ణదేవిలా కన్పిస్తోంది.

"అదేంటమ్మా! నువ్వంత ఆప్యాయంగా తినమంటే కాదంటానా? దేనిలో నీకన్నా పెద్దమ్మా? కృతజ్ఞత చూపడంలోనా? ఆప్యాయత, చూపడంలోనా?" గుండెనిండా ప్రేమతో అన్నాడు పాండురంగం. ఆమెతో చెమర్చిన కళ్ళతో.

"నా తండ్రే, అంతా తాతగారి పోలిక, నూరేళ్ళు చల్లగా బ్రతుకు" దీవించాడు పెద్దతను. చిన్నప్పుడు తల్లి పిల్లలందరినీ కూర్చోబెట్టి కాశీమజిలీ కథలలో అన్నదాన మహిమ కథ చెప్పేది. పిల్లలూ, పట్టెడన్నం పెట్టిన "కోయదొర" మహారాజు కొడుకుగా పుడితే, అతిథికి అన్నం పెట్టక బాధించిన కోయదొర భార్య పంది పిల్లయి పుట్టిందిట".

అందుకే "కడిగండం కాస్తుందర్రా" మన కున్నంతలో ఆకలి అన్నవారికి పట్టెడన్నం పెడితే, ఆ పుణ్యం పెద్దగండం నుంచి మనలను రక్షిస్తుంది అనేది నిజమేకదా "వాళ్ళు పెట్టిన "కడి" ఈ రోజు తన గండం కాసింది" అని ఆలోచిస్తున్న పాండురంగంతో "ఏం బాబూ! బాగా లేదా?" అంటున్న పార్వతమ్మతో "అదేం కాదమ్మా! అమృతంలా ఉన్నాయి. బామ్మ గుర్తొచ్చింది" అన్నాడు కృతజ్ఞతగా.

"నా తండ్రే" అని కంచంలో వదిలేసిన నాలుగు మెతుకులూ తనకి దిష్టితీసి కంచం కడగడానికి వెళ్తున్న పార్వతమ్మ ప్రేమను చూస్తూ, మధురభావనలలోకి వెళ్ళాడు పాండురంగం. మనసు నిండిన సంతోషంతో.

విశాఖపట్నం స్టేషన్ లో దిగిన పాండురంగాన్ని, తమను తీసుకెళ్ళడానికి వచ్చిన మనవడికి పరిచయం చేయబోయారు తవిటినాయుడు, భార్య. "నమస్కారం మాస్టారు, మీరెంటి? ఎక్కడినుండి వస్తున్నారు?" అని ప్రశ్నల వర్షం కురిపించాడు మనవడు.

"అదేంట్రా, ఈ బాబు గారు నీకు తెలుసా? ఆశ్చర్యంతో అన్న తాతతో, అదేంటి తాత ఈయన నాకు గురువుగారు. వీళ్ళ మనవరాలు నాకు శిష్యురాలు" అంటూ నవ్వాడు అతడు. "మా ఇంటికి రండి మాస్టారు" అని ఒత్తిడి చేసినా పాండురంగంగారు "ఇంకోసారి వస్తాను బాబు, ఈ సారికి నన్ను వదిలేయమని" బతిమాలడంతో, "సరేలెండి ముందు మిమ్మల్ని ఇంట్లో దింపి వచ్చి, తాతని నాయనమ్మని తీసుకెళ్తాను" అని "మీరు ఇక్కడ స్టేషన్లో కూర్చోండి" అని వాళ్ళకు చెప్పాడు అతడు.

కారు ఆగడంతో పరిగెత్తుకుంటూ వచ్చిన పాండురంగం గారి మనవరాలు, తాతగారితో పాటు కారు దిగిన నారాయణ ను చూస్తూనే "గుడ్ మార్నింగ్ సార్" అంది సంతోషంగా. పరిగెత్తుకుంటూ లోపలికి వెళ్ళి, తల్లిని తండ్రిని తీసుకొచ్చింది.

పాండురంగ ఆశ్చర్యపోయాడు. "అదేంటి నన్ను మీరెవరు పట్టించుకోరా?" అన్నారు నవ్వుతూ. అవన్నీ తర్వాత చెప్తాను గాని, "మాస్టారు నిన్ను ఎలా తీసుకొచ్చారు? నీకు ముందే తెలుసా?" అన్నాడు పాండురంగంగారబ్బాయి..

"ఇతను ఎవరనుకున్నావు? తవిటినాయుడు పెద్దయ్య మనవడు. పెద్దయ్య గుర్తున్నాడా?" అన్నాడు నవ్వుతూ.

"ఓ, నిజమా నాన్న! ఎంత మంచి వార్త చెప్పావు. పెద్దయ్యే కదా అప్పుడు నేను పెద్ద చెరువులో మునిగిపోతుంటే నా ప్రాణాలు కాపాడాడు? ఇప్పుడు ఈ నారాయణ మాస్టారు నా కొడుకు ప్రాణాలు కాపాడాడు. నిజంగా దైవ లీల నాన్న. నీవు పెళ్ళికి వెళ్ళావు కదా, నిన్నెందుకు కంగారు పెట్టడం అని చెప్పలేదు.

ఒక ముఖ్యమైన విషయం చెప్పాలి. మొన్న మీ మనవడు కాలేజీ వాళ్ళందరితో కలిసి అరకు విహారయాత్రకి వెళ్ళాడు. అక్కడ కొత్తపల్లి వాటర్ ఫాల్స్ కి వెళ్ళారట. మనవాడు ఒక పెద్ద రాతి మీదకెక్కి సెల్ఫీ తీసుకుంటూ. ఆ నదిలో పడిపోయాడట.

ఈ నారాయణ మాస్టారు పిల్లల్ని కంటికి రెప్పలా కాపాడుకుంటూ, వెనకే తిరుగుతూ, అక్కడే ఉండి చూసిన వెంటనే దూకి, మన వాడిని పక్కకు లాగేసారట. మాస్టారు ఏమాత్రం అశ్రద్ధగా ఉన్నా, ఆ ప్రవాహంలో మనవాడు కొట్టుకుపోయేవాడు. చెప్తూ ఉంటేనే వణుకు వస్తోంది" అని అంటూ నారాయణ చేతులు పట్టుకుని "కూర్చోండి మాస్టారు" అన్నారు పాండురంగం కొడుకు, కోడలు కూడా.

"మీ మేలు జీవితంలో మర్చిపోలేము బాబు. నా కొడుకుని నాకు అప్పజెప్పారు" అంది కోడలు కన్నీళ్ళతో. నిశ్చేష్టలైపోయి నిలబడి పోయారు పాండురంగం గారు.

"ఒరేయ్, బాబీ ఇలారా" అని గట్టిగా పిలిచాడు కొడుకు. తన గదిలోంచి వచ్చిన బాబీ నారాయణ మాస్టారు గారిని చూస్తూనే నివ్వెర పోయాడు. మాస్టారికి నమస్కారాలు పెట్టి తాత పక్కన వచ్చి నిలబడ్డాడు.

"అయ్యో నేనేం చేశానండీ, పిల్లల్ని జాగ్రత్తగా తీసుకెళ్ళి జాగ్రత్తగా తీసుకురావడం మా బాధ్యత. పాపం ఫొటోస్ తీసుకునే హడావిడిలో చూసుకోలేదు. ఆ రాతి మీద నాచు ఉండడం వలన జారిపోయాడు. అయినా అక్కడ పెద్ద లోతు లేదు. ప్రవాహమూ కాదు. మనవాడు కొంచెం జాగ్రత్తగా ఒడ్డున నిలుచున్నాడు.మీరు చెప్పినట్లు జాగ్రత్తగా ఉండాలి. ఏదో జరిగిపోయింది కదా! ఇక జాగ్రత్తగా ఉంటాడు లెండి.

అయినా మా తాత మీ కుటుంబం గురించి చాలా గొప్పగా చెప్తూ ఉంటారు. మీరన్నవాళ్ళే లేకపోతే ఈరోజు మా కుటుంబం ఇలా ఉండేది కాదట" అన్నాడు వినయంగా నారాయణ.

"ఏమో, మా తాత ముత్తాతలు ఏం చేశారో మాకు తెలియదు గానీ నా కుటుంబాన్ని రెండుసార్లు మీరే కాపాడారు. మా అమ్మ చెప్పేది"

"కడి గండం కాస్తుందని". నా కుటుంబాన్ని రెండు గండాల నుండి తప్పించింది మా పెద్దలు చేసిన మంచి పనులే. మీ మేలు మర్చిపోలేం" అన్నారు గద్గదికమైన కంఠంతో పాండురంగం గారు. "ఊరుకోండి మాస్టారూ, మనలో మనకి పొగడ్తలు, కృతజ్ఞతలు ఏంటి? మీరు నాకు ఎంతలాగా శ్రమ తీసుకుని బోధించారు. నేను ఈరోజు ఇంత స్థితిలో ఉన్నానంటే మీరే కారణం" అని భక్తితో నమస్కరించాడు నారాయణ..

ఆ గురుశిష్యులను చూపిస్తూ, "ఇదే మీరు నేర్చుకోవాల్సింది" అంటూ పిల్లలకు చెప్పాడు పాండురంగంగారి కొడుకు.

పజిల్

"నాన్నా, నాకు భయంగా ఉంది నాన్నా! ఆంజనేయస్వామికి నాపేర తమలపాకులతో పూజ చేయించావా? ప్లీజ్" కూతురు మల్లిక నుండి ఫోన్.

"అసలేమయింది తల్లీ" అని ఆనందరావుగారి మాట పూర్తికాక ముందే, "అర్జంటుగా ఫోన్ అమ్మకియ్యండి నాన్న" అన్న ముద్దుల కూతురు మల్లిక మాటలకు భయపడి వెంటనే ఫోన్ భార్య మహదేవికిచ్చేసారు ఆనందరావుగారు.

"అమ్మా, నాకు చాలా ఆందోళనగా ఉందే. అమ్మవారికి గుడిలో అర్చన చేయించవే" అంది మల్లిక.

"అసలు విషయం చెప్పకుండా భయాందోళనలు దేనికే? ఏం జరిగింది?" మహదేవి మాట పూర్తికాకముందే "ఆయనొచ్చే వేళయిందమ్మా! వివరంగా అన్నీ తర్వాత మాట్లాడతాను. ఆకుపూజలవీ మరచిపోకే అమ్మా" అని ఫోన్ పెట్టేసింది మల్లిక.

"అసలేమయిందిరా చిన్నా, నాకు భయంగా ఉంది దీని ధోరణి" అన్నారు మహదేవి చిన్నకొడుకుతో.

"ఏం లేదమ్మా, దానినైజం నీకు తెలీదా ఏం? ప్రతి చిన్న దానికి హడావిడి చేస్తుంది. విషయం అంత సీరియస్ అయితే బావో, అత్తయ్యో, మామయ్యో, చేస్తారు గదా! పది రూపాయల పెన్నుపోతే పదిమంది దేవుళ్ళకు మొక్కుకునేదిగా, చిన్నక్క" శ్రీకర్ తల్లితో సింపుల్ గా తేల్చి చెప్పాడు.

"నువ్వన్నది నిజమేరా చిన్నా, వీడన్నది నిజమే లేవే, దానికన్నిటికీ ఆత్రుతే. అసలు విషయం చెప్పండి" అన్నారు ఆనందరావుగారు మహదేవిగారితో. మళ్ళీ ఫోన్ రింగవ్వడంతో "మీరే తియ్యండి బాబూ, దాని ఫోనేమో" అన్నారు మహదేవి.

"నాన్నా, రేపు ఉదయం మనందరం అరసవిల్లి, శ్రీకూర్మం, శ్రీముఖలింగం, సాలిహుండం, సింహాచలం, భీమిలీ, విశాఖ కనక మహాలక్ష్మి దేవాలయం మొత్తం అన్నీ చూసి రావాలి. టాటా సుమో బుక్ చెయ్యండి నాన్నా," ఆర్డరేసి "ఎందుకు, ఏమిటి?" అని

అడిగేలోగా "వివరాలు తర్వాత చెప్తా, ముందు మీరెళ్ళి టాటా సుమో బుక్ చెయ్యండని" ఫోన్ పెట్టేసింది పెద్దకూతురు అపర్ణ.

"అసలేమయిందే పిల్లిద్దరికీ. ఆ ఆందోళనలేంటి? ఆర్దలేంటి?" ఆక్రోశం వెళ్ళగక్కడు ఆనందరావు.

"అన్న నుండి అరగంటలో ఫోన్ రాకపోతే పేరు మార్చుకుంటా" పగలబడి నవ్వుతున్న శ్రీకర్ దగ్గరికి వెళ్ళి ప్రశ్నార్దకంగా చూసారు ఆనందరావుగారు.

"అదెంత్రా, అన్నెందుకు చేస్తాడు?" మహాదేవిగారి మాటకు "మరే, పిల్లిద్దరూ చేయగా లేనిది అన్న చేస్తే తప్పేంటన్నానంతేనమ్మా, మా రిజల్ట్స్ ఈరోజు వస్తాయిట" అని బయల్దేరాడు శ్రీకర్ వెళ్తూవెళ్తూ.

"నాన్నా, నిజంగా అన్నా వదినా ఇలాగే మొక్కులు చెల్లించమని ఫోన్ జేసినా అస్సలాందోళన పడకండి. ఇది మొక్కుల సీజనుకోండి, బై" అని బండి స్టార్ట్ చేసి తుర్రుమన్నాడు శ్రీకర్.

వెళ్తూవెళ్తూ ఒకమాటన్నాడు "నే చెప్పిన భవిష్యద్వాణి నిజమైతే రాత్రికి వచ్చి ఈ ఫోన్ల వెనుక మర్మం విప్పిజెప్తా. అందాకా అన్ని మొక్కులు తీరుస్తుండడని" కూడా చెప్పాడు శ్రీకర్.

"ఏంటే ఇది? ఏం పిల్లల్ని కన్నావే బాబూ, ఎవరికీ ఒక క్లారటీ లేదు" చిరాగ్గా అన్నారు ఆనందరావు గారు

"మీ పోలికే" చురక అంటించారు మహాదేవమ్మ.

"అబ్బ, ఆ సుమోలు బుక్ చేసి, ఆకుపూజ చేయించి వచ్చేసరికి ఆయాసం వచ్చిందే బాబూ, ఆ ఎ.సి. కాస్తా ఆన్ చెయ్యి. ఎండ మండిపోతోంది. ఉసూరంటూ" వచ్చి కూర్చున్న ఆనందరావుగారికి మంచినీళ్ళందించి "నాకూ కాళ్ళు లాగుతున్నాయ్. నీరసంగా ఉందండి బాబూ, ఆ కుంకుమపూజ దగ్గర పెద్దలైను. అన్ని మొక్కులు తీర్చి, ఆ ప్రదక్షిణా కూడా చేసేసరికి దేముడు కనబడ్డాడు. రండి, ఆ ఎ.సి. ఆన్ చేస్తా. ఆ రూమ్ లో కూర్చోండి. అక్కడికే భోజనం తెచ్చుకు తినేద్దాం" అన్నారు మహాదేవి.

అన్నీ ఎ.సి. రూమ్ లో పెట్టి ఆనందరావుగారు అన్నం తింటున్నారో లేదో అదేపనిగా మళ్ళీ ఫోన్ మోత. వద్దిస్తున్న మహాదేవి గారు ఫోన్ రిసీవ్ చేసుకాని "అదేంటిరా కన్నా! ఆఫీసుకి వెళ్ళలేదా?" ఆత్రుతగా అన్నారు.

"లేదమ్మా! సెలవు పెట్టా. మీ కోడలీరోజు బాబా పూజ, సుబ్రహ్మణ్యునికి పూజ, దుర్గపూజ అని ప్రోగ్రామ్ పెట్టింది. బాబా పారాయణంలో భాగంగా పదిమంది బిచ్చగళ్ళకి పరోటాలు, పూరీ కూరా, కుక్కలకు రొట్టెలు, పిల్లలకు కోవాలు పెట్టాలిట. సుబ్రహ్మణ్యేశ్వరునికి క్షీరాభిషేకం. ఆవడలు, పొంగలి నైవేద్యం పెట్టి ఆరుగురు

బ్రహ్మచారులకు పెట్టాలి. దుర్గాసప్తతి చదువుతుందిట. తొమ్మిదిమంది ముత్తైదువలకు తొమ్మిది రకాల పిండి వంటలతో భోజనం పెట్టి వాయినాలివ్వాలిట. వీటిలో ఏ ఒక్కటి సరిగా చెయ్యపోయినా ఈరోజు జరగాల్సిన కార్యంలో అనర్థం సంభవిస్తుందిట. అందుకే ఎలాగైనా ఇవన్నీ చేయాలిట. ఇది సాయంత్రం వరకూ ఉపవాసముండి మొక్కలు చెల్లించిగాని మింగకూడదంట.

సరే నిన్నెందుకు శ్రమపెట్టడమని, వంటమనిషిని పెట్టి వడలు చేయించాను. సుబ్రహ్మణ్యునికి అభిషేకం అయింది. ఇంతలో వంటావిడ ఇంట్లో ఎవరో ముసలాయన పోయారని ఫోనొస్తే ఆమె వెళ్ళిపోయింది. ఇక్కడ తొమ్మిది మంది ముత్తైదువలు దొరకరు. దూరంగా ఉన్న దుర్గాదేవి గుడికి వెళ్తే దొరుకుతారుగాని, నాకిప్పుడే అర్జంటుగా వచ్చి అటెండవ్వమని ఆఫీసు నుండి ఫోన్. అవతల అర్జెంట్ మీటింగ్. అమ్మా, అమ్మా నిన్ను బ్రతిమాలుతున్నానే!, ఆ వంటత్తయ్యగారిని పిలిచి వాయినాలివీ నువ్వింపించెయ్యమ్మా. నాన్నని బాబా గుళ్ళో బిచ్చగాళ్ళకి పరోటాలు, పిల్లలకి కోవాలు, కుక్కలకు రొట్టెలు వేయమన్నానని చెప్పమ్మా! అది బాబా కోవెలకెళ్ళి పిల్లలకు కోవాలు పంచుతుంది. నువ్వా తొమ్మిదిమంది వాయినాలు ఇవ్వడం చెయ్యవే. లేకపోతే దీనికసలే సెంటిమెంట్. అది అనుకొన్నది కూడా దానికోసం కాదే. తయారు చేసి పంపమ్మా, ప్లీజమ్మా, నాన్నకి చెప్పవే. నువ్వా వాయినాలు, ప్రసాదం పంపకం జరిగిందని ఫోన్ జేస్తేనే అది ఉపవాసం చెల్లిస్తుంది. ప్లీజ్, నేనాఫీసుకి వెళ్తున్నా. చెయ్యకపోతే అనర్థం జరుగుతుందమ్మా" అన్నాడు.

"అసలేమిట్రా, అనర్థమేంటి, ఆ కథేంటి?" అంటున్నా అవకాశం ఇవ్వకుండా ఫోన్ పెట్టేసాడు పెద్దకొడుకు శ్రీధర్. అన్నం తిని "అదేంటే, ఆ స్పీకర్ ఆనయ ఉంటే అన్నీ విన్నాను? అసలేమిటిదంతా? వీళ్ళందరికీ ఏమైంది? ఒకళ్ళతో ఒకళ్ళు పోటీపడి ఈ పూజలేంటి? ఈ సస్పెన్స్ లేంటి? ఈ మొక్కలేంటి? సర్లే వీడు వంశోద్ధారకుడు గదా! వేరే దారిలేదు. ఆ తిండి తిను. సాయంత్రం ఈ సేవలన్నీ చేద్దాం. నేను నాలుగు ఘడియలు నడుం వాలుస్తా" అన్నారు ఆనందరావు.

"అయ్యో, అన్నం తిని ఆ వాయినాలెలాగిస్తానండీ. ఏ కాఫీయో కలుపుకు తాగుతా. తిని దుర్గాదేవి పూజేంటి?" అంటూ దీర్ఘాలు తీసారు మహాదేవిగారు.

"నీ పోలికె వచ్చింది వాళ్ళకి. అందుకే ఈ దండాలు, మొక్కలు. తీర్చకపోతే ఏమవుతుందో అని దిగులూనూ. ఖర్మ, ఏదైనా టిఫిన్ చెయ్యి. లేకపోతే శక్తుండాలిగా చేయించడానికి" చిరాగ్గా అన్నారు ఆనందరావు. "ఆ చిట్టెమ్మగారికి ఫోన్జేయి వచ్చి చేస్తారంట."

కాఫీ త్రాగి వచ్చి కాళ్ళు జాపుకు కూర్చున్న మహాదేవిగారు మళ్ళీ ఫోన్ మ్రోగేసరికి ఉలిక్కి పడి "ఏరా నాన్నా ఆఫీసుకి వెళ్ళావా?" అన్నారు. "ఆ వచ్చేనమ్మా! అన్నట్లు ఇందాకా ఒకటి చెప్పడం మర్చిపోయానే., నాన్న ఏమనుకుంటారోనే" నసుగుతున్నాడు పెద్దకొడుకు.

"నన్నే కదా, ఏమనుకొర్లే చెప్పు నాన్నా" మహాదేవి ముద్దుగా అడిగింది. అప్పటికే ఆనందరావుగారు స్పీకర్ ఆన్ చేసి సిద్ధమైనారు. "అదేనమ్మా నాన్నను నెలరోజులు క్షవరం చేయించుకోవద్దనమ్మా తిరుపతిలో తలనీలాలివ్వాలి" అన్నాడు శ్రీధర్. ఉలిక్కిపడ్డారు ఆనందరావు.

"అదేంటి నాన్నా! మీనాన్న తలనీలాలిస్తానని నువ్వు మొక్కుకున్నావా?" మాతృ హృదయం పొంగిపోతుండగా మార్దవంగా అడిగింది మహాదేవమ్మ. "మరేనమ్మా, మనం వచ్చే నెలలో తిరుపతి వెళ్తున్నాంగా, అప్పటికి నీ కోడలు ఏదో న్యూస్ దానికి అనుకూలంగా వస్తే యజమాని తలనీలాలిస్తానని మొక్కుకుంది. ఇంటి యజమాని తలనీలాలని మ్రొక్కిందిట. ఇప్పుడు ఈ నెలాఖరులో వాళ్ళ చెల్లి పెళ్ళి సెటిలైంది కదా! పెళ్ళిలో గుండుతోనే దరిద్రంగా ఉంటే బాగోదట వాళ్ళ చెల్లి, అక్క మొగుళ్ళ కన్నా నేనందంగా ఉండాలిట. అందుకే ఇంటి యజమాని నాన్న కాబట్టి నాన్న తలనీలిచ్చినా మొక్కు తీరిపోతుందిట. ప్లీజమ్మా, ఎలాగైనా నాన్నని ఒప్పించమ్మా! ఏమనుకోవద్దనమ్మా" అర్థించాడు కొడుకు.

"అదేంటిరా నాన్నా! అమ్మాయి చెప్పింది నిజమే. అలాగే చేద్దాం. అంతలా అడగాలా" అని ఫోన్ పెట్టేసింది మహాదేవి. ఆనందరావుగారు అగ్నిరుద్రుడయ్యాడు. "అసలు నా తలనీలాలు అది మొక్కడమేంటి. ఓహో నేనీ ఇంటి యజమానినని కోడలికి గుర్తొచ్చిందా? మధ్యలో నీ బోడి రికమండేషనా? నన్నేమనుకుంటున్నారు మీరంతా?" గయ్యిమన్నాడు.

"అయ్యో, ముసలి కాలంలో మీ తలనీలాలిస్తే, తప్పేంటి? పిల్లలకోసం ఈ మాత్రం చేయరా?" గొణిగింది మహాదేవి.

"అసలు పిల్లలు, వీరి మాటలు, చేష్టలు అర్థంకావట్లేదు నాన్నా! మీరింకా శ్రమపడ్డం ఎందుకు మీరు స్వతంత్రంగా జీవించారు. అలాగే ఉండండంటే మురిసిపోయాడతను. స్వతంత్రంగా ఉండి చాకిరీలు చేయడానికా?" చిరాగ్గా అన్న ఆనందరావుగారితో.

"చాల్లెండి, ఆలికి కోక కొనడం ఊరికి ఉపకారమా? మన పిల్లలు మనకి కాకపోతే ఎవరికి చెప్తారు? రేపు మనకి కాలు చెయ్యి ఒంగితే ఎవరు చేస్తారు?" మహాదేవి మాటలకి సరి సర్లే, అక్కడికి నాకు వాళ్ళపై ప్రేమలేనట్లు నీకు ధ్వర్లిపోతున్నట్లునూ"

"సరే, ఆ బాబా గుడి సంగతి నే జూస్తా! ఈ దుర్గాదేవి వాయినాలు పూజా నువ్వు చూడు" చెప్పారు ఆనందరావు. "అలాగే లెండి అంటారుగాని నాకన్నా మీకే ప్రేమ వాళ్ళంటే. అది సరే గాని ఆ జుట్టు గడ్డం!" మహాదేవి అన్నారు మునే మునిగా నవ్వుతూ. "చాల్లే సంబరం

సుబ్బి పెళ్ళి వెంకిచావుకని., నీ కోడలు చెల్లి పెళ్ళి నా జుట్టు కొచ్చింది. సరే, వెంకన్నకు తలనీలాలిస్తానని నేనూ అనుకున్నాగాబట్టి సరిపోయింది. ఏదో నీ కోడలు మ్రొక్కింది. నువ్వు రికమెండ్ చేసావని కాదు . నీ పని నువ్వు చూడు, నా పని నే జూస్తా" అన్నారు ఆనందరావు.

★★★

వాయినాలిచ్చి మహాదేవమ్మ, బాబా గుడి దగ్గరకెళ్ళి ఆనందరావు మొక్కులు తీర్చి కళ్ళూ, కాళ్ళూ తెలిపోతుంటే, కాస్త వెసులుబాటుగా ఉందని కాళ్ళు జాపుకు కూర్చున్నారు. ఆనందరావుగారికి అరికాలిమంట నెత్తికెక్కింది. "మళ్ళీ ఫోన్ రింగయితే మహా గొప్పగా హామీలు ఇచ్చావో మాడు పగలగొడతా, నాకింక ఓపికలేదన్నారు" ఆనందరావు మాట పూర్తికాకముందే మళ్ళీ ఫోన్ రింగయింది. మహాదేవమ్మా "హలో" అన్నారు అతి నీరసంగా.

"అమ్మా, ఆకుపూజ, కుంకుమ పూజలు చేసావా?" మల్లిక ఫోన్, "అన్నీ చేసామే తల్లీ. అసలెందుకు మొక్కావో చెప్పవే" ఆవిడ మాట పూర్తి కాకముందే.

"హమ్మయ్య, చేసావుకదా థ్యాంక్సమ్మా, అనుకున్నది అనుకున్నట్టు జరిగితే. ఆయన గుడ్ న్యూస్ తో వస్తే ఆ న్యూస్ వినగానే చేస్తా. బై, అమ్మా నాన్నకి చెప్పు బై" అని ఫోన్ పెట్టేసింది మల్లిక.

"ఇదొక్కర్తి. ఏం అనుకుందో తెలీదు. ఏం వార్తా తెలీదు" విసుగ్గా అనుకొని, ఒసారి నడుం వాలుద్దామనకున్న మహాదేవితో

"మళ్ళీ ఏ అల్లుడైనా అగ్నిగుండం తొక్కమని ఫోన్ చేస్తే,

మీ మామగారు మానస సరోవరానికి వెళ్ళిపోయారని చెప్పు" అంటూ మసుగు తన్ని పడుకున్నారు.

మళ్ళీ ఫోన్ రింగవ్వడంతో ముసుగుదన్ని పడుకున్న మొగుణ్ణి లేపలేక, మండిపడ్డ భర్తను మాట్లాడించలేక తనే "హలో" అంది మహాదేవి.

"అత్తయ్యా, బాగున్నారా! ఆయన చెప్పారట కదా, అన్నీ యధాతథంగా జరిపారా?" కోడలి ఫోన్. "అన్నీ నువ్వనుకున్నట్టే చేసాను. నేనూ ఉపవాసం ఉన్నా. నువ్వింక ఉపవాసం చెల్లించు. నువ్వు తిన్నాక నేను తింటా. అయినా ఇన్ని కఠిన నియమాలతో కూడిన మొక్కులు దేనికమ్మా చెప్పు" అన్న మహాదేవి మాట పూర్తి కాకముందే.....

"థ్యాంక్స్ అత్తయ్యా. మెనీ మెనీ థ్యాంక్స్. మరో గంటా, గడియలోనే కబురు తెలియగానే మీకే ముందు చెప్తా. మీక్కాకపోతే ఎవరికి చెప్తానత్తయ్యా, అత్తయ్యా! మామయ్యగారిని ఆ మొక్కు తీర్చమనండి. మళ్ళీ చేస్తా" ఫోన్ పెట్టింది కోడలు.

కొంచెం ముసుగు తొలగించి, "ఇవేం ట్విస్టులే. ఈ వయసులో మనకి సస్పెన్సులు అవసరమా? అయినా ఇరవై నాలుగ్గంటల టైమిచ్చాగా. అంత ప్రమాదం లేదు. వాళ్ళే చెప్తారులే. కంగారు పడకు. ముందు తిండి తిను" అన్నారు ఆనందరావు.

మహాదేవి టిఫెన్ దగ్గర కూర్చున్నారు. మళ్ళీ ఫోన్ ఈసారి ఆనందరావుగారే. విసురుగా లేచి రిసీవర్ తీసుకొని "హలో" అన్నారు.

"అబ్బబ్బు! చంపేస్తున్నారే! థాంక్స్ ఫోన్లు గాబోలు అంటుండగా,

"నాన్నా, ఆ ట్రావెల్స్ వాళ్ళకి చెప్పి ఈ రోజు ప్రోగ్రాం కేన్సిల్ చేయించండి. మళ్ళీ నే చెప్పాక బుక్ చేద్దురు. ఎల్లుండి పనయిపోయాక ఆ మొక్కులు తీరుస్తా. ఆ టాటా సుమో వాడికి చెప్పండి. ఫోన్ చేసేయండి." పెద్దమ్మాయి అపర్ణ చెప్పి ఫోన్ పెట్టేసింది.

"ఇదేం పిల్లే బాబూ! దేముడితో కూడా బేరాలు పెడుతోంది. ఛీ, ఛీ, ఆ ట్రావెల్స్ వాడికేం అబద్దాలు చెప్పాలో? అయినా ఏ ముహుర్తాన లేచామో, లేచింది మొదలు ఈ ఫోన్లే. ఈ ఫోన్ వైర్ కట్ చేసి పడేయాలి" కోపంతో అరిచారు ఆనందరావు.

"ఈ పూజలెంటో, ఈ మొక్కులెంటో, ఆ రహస్యమెంటో ఆ పరాత్పరునికే తెలియాలి. పరమాత్మా, నా పిల్లలందర్నీ చల్లగా చూడు. ఏ కష్టం లేకుండా కాపాడు నేను నీకు మొక్కులు తీర్చుకుంటా" మహాదేవి మాటలకు "హో, హతవిధీ! ఈ తల్లి, ఆ పిల్లలు, ఎలా సాకేదయ్యా గోవిందా, గోవిందా కాపాడు" నెత్తిపై చేతులు పెట్టి మొక్కుతూ అన్నారు ఆనందరావుగారు.

"పోన్లెండి, వాళ్ళకోసమో, మనకోసమో మనం చేసినవి మంచికార్యాలే. పుణ్యం ఊరకే పోదులెండి" అన్నారు మహాదేవిగారు. మాట పూర్తికాకుండానే "నిజమమ్మా! మీ పూజలు ఊరకే పోలేదు. నేను ఐ.ఏ.ఎస్. ప్రిలిమనరీస్ ప్యాసయ్యాను" ఆనందంగా అరుస్తూ వచ్చాడు చిన్న కొడుకు శ్రీకర్.

"నిజమేనా నాన్నా? మంచివార్త చెప్పావు. ఉండు నీనోరు తీపిజేస్తా" అని వెళ్తున్న మహాదేవితో, "దేవీ, పరోక్షంగా మనల్ని ప్రేరేపించిన పిల్లలకు ఫోన్జేసి ఈ శుభవార్త చెబుదాం" అన్నాడు. ఆనందరావుగారితో శ్రీకర్ నవ్వతూ. "అవున్నాన్నా! అన్నయ్య, అక్కయ్యలతో మాట్లాడాను.

అన్న కూతురికి ఆ ఇంటర్ నేషనల్ స్కూల్లో సీటు వస్తే పూజలు, బన్ని గాడికి కాలేజ్ ఫస్టొస్తే తలనీలాల్ని యజమానివ్యాలని వదిన మొక్కిందిగా. వాళ్ళ చెల్లి పెళ్ళి వల్ల అది నాన్నవైపు మళ్ళింది.

"మరి అక్కయ్యలు?" అన్న అమ్మతో "ఆ మాత్రం తెలీదా అమ్మా!? చిన్నక్క కొడుకు సి.ఎ. రిజల్టు ఈరోజే తెలుస్తాయి. పెద్దక్క కొడుకుకి పెద్ద కంపెనీలో పోస్ట్ కి ఇంటర్వ్యూ జరుగుతోంది. ఫైనల్ రౌండు వరకూ వచ్చాడట. ఆ రౌండ్ రేపట. అందుకే అది మొక్కులు వాయిదా వేసింది. ఇక రిజల్ట్స్ వచ్చాకే అంటూ" శ్రీకర్ నవ్వుతుంటే "హమ్మయ్య" మనసు తేలికపడిన ఆ దంపతులు మళ్ళీ ఫోన్ మ్రోగడంతో "హలో," అన్నారు. ఆనందంగా.

మళ్ళీ పిల్లల ఫోన్నే. కోడలు చేసింది. "అత్తయ్యా! మీ మనుమరాలికి అనుకున్న స్కూల్లో సీటొచ్చింది. మీ మనుమడు కాలేజీ ఫస్టొచ్చాడు. అంతా మీవల్లే థ్యాంక్స్‌త్తయ్యా! ఆయన రాగానే ఫోన్నేస్తారు. మామగారికి చెప్పండి మనమడి అచీవ్మెంట్" నవ్వుతోంది కోడలు. "సంతోషం తల్లీ" అని ఫోన్ పెట్టగానే చిన్న కూతురు "అమ్మా, నాన్నా, నా కొడుకు సి.ఎ. ఫస్టుగా పాసయ్యాడు" అంది అరుస్తా.

వెంటనే పెద్ద కూతుర్నించీ ఫోన్. "హెచ్.ఆర్. రౌండ్ రేపన్నవాళ్ళు సర్లే ఇవాళే చేస్తాం అన్నారట. నాన్నా, మీ మనుమడు సెలక్టయాడు. ట్రైనింగ్ మైసూర్లో, మేమే టాటా సుమోలో వస్తాం. అందరం కలిసి వెళ్దాం" ఆనందంగా అంది పెద్ద కూతురు.

"హమ్మయ్య, అని అన్నీ మంచిగా జరిగాయి. చిన్నోడు ఫస్ట్ క్లాస్ లో పాస్ అయితే, నేను కూడా మొక్కులు తీర్చుకోవాలి అంటున్న మహాదేవి వైపు చూస్తూ....

"భగవంతుడా! కాపాడు నా కుటుంబాన్ని. ఈ భార్య నుండి, ఆ పిల్లల నుండి, ఈ మొక్కులు నుండి, చాదస్తాలనుండి"ఆపదకు మొక్కులు, సంపదకు దీవెనలు, కోరే ఈ సహధర్మ చారిణి నుండి. నేను మొక్కినా మొక్కకపోయినా నీవు నమ్ముకున్న వాళ్ళని తప్పక దరిచేరుస్తావని నా విశ్వాసం." అంటున్న భర్తను చూసి పకపకా నవ్వారు మహా దేవి.

ఆ నవ్వు ఆ ఇంట్లో ఆనంద తరంగాలుగా ప్రతిధ్వనించింది.

ఆధునికమా, నీ అడ్రసు ఇదా?

"డాడీ, డాడీ" ప్రేమగా తన క్రాఫ్లో వేళ్ళు దూర్చి కెలుకుతూ గారాలుపోతూ పిలుస్తున్న కూతురి తల నిమురుతూ "ఏంటి తల్లీ?" అన్నాడు కిషోర్.

" బర్త్ డే కి ఫ్రెండ్స్ పార్టీ అడుగుతున్నారు డాడీ. మమ్మీనడిగితే ముష్టి అయిదు వందలలిస్తానంటోంది" గారాలు పోయింది. "అంతేకాదు, అన్నయ్య బర్త్ డేకి వాడడక్కుండానే అయిదువేలిచ్చింది తెల్సా?" అంది.

"అలాగా, అయితే నేనూ నీకు అయిదువేలిస్తాను. అమ్మకి చెప్పకు. హాయిగా పాకెట్ మనీగా వాడుకో" అన్నాడు. "థ్యాంక్యూ డాడీ, థ్యాంక్యూ, మా డాడీ మంచి డాడీ" అని సినిమా టైటిల్ చెప్పి, తండ్రిని ముద్దు పెట్టుకుని తుర్రుమంది అపర్ణ.

"అలా గారాం చేసి దాన్ని చెడగొడుతున్నారు. ఆడపిల్ల. అంతేసి డబ్బులిస్తే అసలు ఎలా తయారౌతుందో తెలుసా?" ఆగ్రహంగా అంది అనిత.

"ఆడపిల్లయినా అన్నింటా ఫస్ట్ వస్తోంది. పదోతరగతి పాసయ్యాక ఇంగ్లీషు మీడియమ్ లో వేసినా సరే. నీ సుపుత్రుడు ముందునుండి కాన్వెంటులో చదివి, ఏం ప్రయోజనం? ఎప్పుడూ పాస్ మార్కులే.

నా బంగారు తల్లి అన్నింటిలో వాడికన్నా ముందంజలో ఉంటోంది. మమ్మీ డాడీ, అని పిలుస్తుంటే మహా బాగుంటోంది. మా తల్లివన్నీ నా తెలివితేటలే" అన్నాడు

ఆంగ్లంలో అనర్గళంగా మాట్లాడటం, అన్నిటిలో ఫస్ట్ రావడం గొప్ప కాదా?" అన్నాడు కిషోర్.

"నా కొడుకు మీ కక్కుర్తి వల్ల క్లాస్ మేట్స్ తో కలిసి చదవకపోవడం, ఇంట్లో మీ పోరు వల్ల గాని, లేకపోతే వాడికేం? మేధావి అవుతాడు" ఉక్రోషంగా అంది అనిత.

"అవుతాడౌతాడు. అయిదువేలిచ్చావుగా. ఆ డబ్బుల్తో తిని మేతావు అవుతాడు" అరిచాడు కిషోర్.

"మీ కూతురికి అయిదువేలు ఇచ్చారు. నా కొడుక్కి ఏభైవేలిస్తాను. నా పుట్టింటి వారిచ్చిన భూమిపై వచ్చిన డబ్బు" బింకంగా అని రూమ్ లో దూరి భళ్ళున తలుపేసుకుంది అనిత.

"అదేకదా నీ పొగరు? ఇచ్చుకో. ఆ డబ్బుతో జల్సాచేసి వాడు ఊరిమీద తిరుగుతూ వేసిన చోటే గొంగళిలా ఉంటాడు" అంటూ విసురుగా వీధిలోకెళ్ళి పోయాడు కిషోర్.

★ ★ ★

"అమ్మా, అమ్మా, నాన్నని బండి కొనమంటే ఆయన దొక్కబండి వాడమంటున్నారే, ఫ్రెండ్స్ ముందెంత ఇన్సల్టింగ్ గా ఉంటుందో తెల్సా?

కాలేజీకి, కంప్యూటర్ క్లాసులకి, ఆటోల్లోనూ బస్సుల్లోనూ తిరగడంవల్ల ఎంతో టైమ్ వేస్టవుతోందే, ప్లీజమ్మా. బైక్ కొనవే" బ్రతిమాలాడు బన్నీ, వాళ్ళమ్మ మూడ్ కనిపెట్టి. నాన్నెళ్ళిన ఇరవై నిమిషాలకు ఇదే సమయమని, తల్లి గదిలో దూరి ఒళ్ళో పడుకొని గారాలు పోయాడు.

"వద్దంటున్నారా మీ నాన్నా, నీ చదువు పాడౌతుందట. ఏక్సిడెంట్స్. భయం కదరా? అంది.."

"చాల్లే అమ్మా. నేనడిగితే డాడీకి ఏక్సిడెంట్ గుర్తొస్తుందా? ఆయన దొక్కబండి మీదో, ఆటో మీదో వెళ్తే ఏక్సిడెంటవ్వదా?

అయినా అమ్మా, అడక్కపోయినా చెల్లికి ఏభైవేలు పోసి ఎంత పెద్ద హారం చేయించారో చూసావా? నేను అడిగినా ఆయన కొనరు. ఆయన మాట విని నువ్వు కొనవు. పోనీలే నే బడిపంతులు మనవడినిగదా! మీ నాన్నలా పంచాయితీ ప్రెసిడెంట్ మనవణ్ణయితే!"

బన్నీ (బద్రీనారాయణ) ఆగాడు రియాక్షన్ కోసం. వెంటనే స్పందించింది అనిత. "నిజంరా కన్నా. నీక్కావాల్సిన బండి బుక్ చేసుకో డబ్బు నేనిస్తాగా" అంటూ కొడుకు తల నిమిరింది.

తల్లి నౌకరూ, తండ్రి నౌకరూ చేరి తమ కోర్కెలు తీర్చుకుంటున్న పిల్లలకు తెలీదు, 'తాహతుకు మించిన ఖర్చులు తలవంపులు తెస్తాయని'. తల్లిదండ్రులకు తెలీదు 'తామిద్దరూ కలిసి తీరుగా పిల్లల్ని పెంచి, వారి భవితను తీర్చిదిద్దాలని.'

వరండాలో పచార్లు చేస్తున్న అనిత పనివాళ్ళ మాటలు వింటోంది.

"మంచి పనెంది. మరిమెగారికెంత గర్వమనుకున్నావు? ఎంత ఉంటే మాత్రం కన్ను మిన్ను కానని ఖర్చుయితే! మధ్యాహ్నం భోజనానికి మంచూరియా, సాయింత్రం భోజనానికి సలాడ్లు, బ్రేక్ఫాస్ట్ కి బాయిల్డ్ ఎగ్స్ కూడా పెద్ద హోటళ్ళ నుండి తెప్పించి కొడుక్కి మేపుతుంది. తిని తిని ఆడి బుట్టలో కూడా కొవ్వు పెరిగింది గాని బుద్ధి జ్ఞానం పెరక్క సదువు ఉంటబట్టలే. ఆ పిల్లలు ఇష్టం వచ్చినట్టు తిరుగుతూ, తల్లి మీద తండ్రి తో, తండ్రి మీద తల్లి తో చాడీలు చెబుతూ, తల్లి తండ్రి ముందే ఒకర్ని మించి ఒకరు నాటకాలు ఆడుతూ వాళ్ళ అవసరాలు గడుపుకుంటున్నారు. వీళ్ళు గమనించకుండా గొప్పలకుపోయి, అతిగారం చేసి చెడగొడుతున్నారు.

ఎన్నాళ్ళు బట్టి ఎంత కష్టపడి పని చేస్తున్నా మనం అవసరం అని ప్రాణమీదికొచ్చి బతిమాలినా 100 రూపాయలు ఇవ్వడానికి 100 లెక్కలు వేస్తారు. వీళ్ళు పెద్ద వాళ్ళే నయం. వాళ్ళ దగ్గర విశ్వాసం కోసం పని చేయగలుగుతున్నాను కానీ చేయడం చాలా కష్టం అనుకుంటున్నారు.

ఈ అమ్మ, నా కొడుకుని కాలేజ్‌లో చేర్చుతున్నా కాస్త సాయం చేయమంటే, జీతమిస్తున్నాంగా! ఎగస్ట్రా ఎలా ఇస్తాం? సార్ నడుగు. శాలరీలో కట్ చేసి ఇస్తారందిరా” ఈసడించుకుంటూ అంది పని మనిషి పార్వతమ్మ.

“అతగాడు తక్కువ తిన్నాడా ఏం?” “పొద్దు పొద్దుగాల్లనుండి నా చేత సమస్త సేవలు చేయించుకుని, అన్ని తెప్పించుకునేవోడే. అవసరం బాబూ! ఆదుకోందని అడిగితే "ఆలోచిద్దాం. తర్వాత చూద్దాం" అంటాడు.. తాగేసి క్లబ్బులో పడిపోతే మోసుకొచ్చినోళ్ళు, జేబులోనివి మెళ్ళోవి ఒలిసీసినా ఒప్పుకునేవోడేగాని చెయ్యిజాపి మనలాంటి వాళ్ళు అడిగితే సాయం చేయడానికి ఒప్పుకోరు.

‘సార్, నా భార్యకి బాగాలేదు. ఆపరేషన్ చెయ్యాలిట. అయిదువేలు ఇవ్వమంటే, ఇక్కడే సెత్తాను పని అని’ బతిమాలినా, అగ్రిమెంట్ రాయమన్నాడు. నా భార్య చస్తాదని అలాగే రాసి చచ్చాను” చీదరంగా అన్నాడు శ్రీరాముడు వాచ్ మెన్.

ముఖం ఎదురుగుండా సార్ సార్ మేడం అనేవాళ్ళు, తమ దగ్గర జీతాలు తీసుకుని బతికే వాళ్ళు, తమను గూర్చి మాట్లాడుతున్న విధానం చూసి కంపరం పుట్టింది అనితకు.

మాటలు శూలాల్లా దిగుతుంటే, ఆ మాటలు అన్నీ విని అనిత ఆగ్రహంతో కిందకెళ్ళింది. వాళ్ళని పనిలోంచి తొలగించడానికి.

తల్లిప్రేమ

చైతన్యరహితంగా అలా ఐ.సి.యూ దగ్గర కుర్చీలో జారగిలబడి ఆలోచిస్తున్న రావుగారి ముఖంలో అలసట, ఆందోళన ప్రస్ఫుటంగా కన్నిస్తున్నాయి. ఆలోచిస్తున్న కొద్దీ హృదయం ఆవేదనతో బరువెక్కుతోంది.

నెలరోజుల క్రితం వరకూ ఎంత ఆనందకరమైన జీవితం. ఈరోజు నిర్జీవంగా, నిర్లిప్తంగా, నిరాశాజనకంగా! ఇదేనా జీవితసత్యం?' ఆలోచిస్తూ అనుకున్నారు.

★★★

తన ఒక్కగానొక్క కొడుకు వివేక్ 'విదేశీ విద్యనభ్యసిస్తానని ,విదేశాలకు వెళ్తానని' అన్న రోజున తను ఏదో యథాలాపంగా అన్నాడు. "ఎందుకురా ఇక్కడ చదువు లేదా? ఈ చదువు చదువుకాదా?" అని.

"మీరు కూడా ఏంటి నాన్నగారూ, అమ్మంటే అవగాహనలేక అతి ప్రేమతో వద్దంటోంది. నా ఫ్రెండ్సందరూ 'విదేశాల్లో చదువుకునే నాలెడ్జ్ నీకే ఉందిరా, అందునా ఆస్ట్రేలియాలో ఆ యానివర్సిటీలో సీటు రావడం ఆషామాషీ కాదు' అంటున్నారు. 'మీరు చాలా బాగా చదువుకున్నారు. నన్నెందుకు అడ్డుకుంటున్నారు?' అని అడిగాడు కొడుకు.

తను మాట్లాడలేకపోయాడు. వాడరిచి గీపెట్టినా వాళ్ళమ్మ అనుమతించకపోతే తనే అన్నాడు.

"అంత మూర్ఖత్వం పనికిరాదనూ, వాడు నిర్ణయించుకున్నాక మనమేం చేస్తాం? ఆశీర్వదించి హాయిగా పంపు. పిచ్చిదాన్లా, ఆలోచించకుండా అనుమతించు" అన్నాడు. అతికష్టంపై 'సరే' అంది అనసూయ.

★★★

"అదేం దురదృష్టమో! అనసూయ భయపడినట్లే, వివేక్ వెళ్ళిన మరుసటి సంవత్సరం నుండి ఆస్ట్రేలియాలో భారతీయులపై దాడులు., ఈ మధ్య మరీ ఎక్కువైనాయి.

అనసూయ "వాడక్కడికి వెళ్ళడానికి తనే కారణం" అని ఆడిపోసుకొంటునే ఉంది. ఆమెకు ఆయాసం పెరిగింది.

వివేక్ చాటింగ్ కి వచ్చే టైంకి వేల పన్లున్నా వదిలేసి వచ్చి కూర్చుని అక్కడనుండి కదలదు. కష్టపడి కంప్యూటర్లో వాడిని చూసి, మాట్లాడే జ్ఞానం సంపాదించుకుంది.

'నెట్ కనక్టవ్వకుంటే నేరుగా ఫోన్లోనైనా ఖచ్చితంగా మాట్లాడాల్సిందే.

లేకపోతే అక్కడ వాడికీ, ఇక్కడ తనకీ వాయింపే. ఈ ఆత్రుత వలన ఆమెకు బి.పి., షుగర్ కూడా వచ్చాయి.

తనకు వారసత్వ సంపదగా సంక్రమించిన రోగాలున్నా ఏదోలా సర్దుకొస్తున్నాడు.

అనసూయకు అబ్బాయి అంటే ఐదు ప్రాణాలూను.

★ ★ ★

ఆరోజు అనసూయ ఆందోళనగా ఉంది "బాబు చాటింగ్ కి రాలేదండీ!" అని బాధపడుతూనే ఉంది. ఫోన్ చెయ్యమని పోరగా తను చేస్తే "సెమినార్ ఉంది నాన్నగారూ, బిజీగా ఉన్నాను. అమ్మను కంగారు పడ్డద్దనండి" అన్నాడు. ఆమాటే చెప్తే అనసూయ అంది. "ఒక్క నిమిషం తల్లితో మాట్లాడి పెట్టలేనంత బిజీనా? వాడి గొంతొకసారి వింటే నాకు తృప్తి, లేదంటే నిద్దర పట్టదని వాడికి తెలీదా? ఇలాంటివి జరుగుతాయనే నేనంత దూరం వెళ్ళొద్దన్నది. వాడికి రానురానూ అమ్మమీద ప్రేమా, అభిమానం తగ్గిపోతున్నాయి, అగ్నికి ఆజ్యం పోసినట్లు మీరొకరు" అంటూ అలా గొణుగుతూనే ఉంది.

ఆరోజు శనివారం. వాడి కోసం ఉపవాసం ఉండి, ఎదురుచూస్తూ, ఎంత చెప్పినా వినకుండా పడుకుంది.

"నీకేనా ప్రేమ? నాకు లేదా? అవతల వాడి పరిస్థితి అర్థం చేసుకోవాలిగా?

ఇది ప్రేమ అనిపించుకోదు, మూర్ఖత్వం. వాడు చేస్తానన్నాడుగా!" అన్నాడు తను.

ఆరోజు అర్ధరాత్రి దాటింది. అప్పుడే తనకు కొంచెం నిద్రపడుతోంది.

"అయ్యో, బాబూ, నాన్నా ఏమైందిరా? ఓరి దేముడా! నా బాబుకు ఎందుకిలా చేసావు?" గట్టిగా అరుస్తూ నేల మీద పడింది మంచం మీంచి అనసూయ.

ఆత్రుతగా లేచి ఏదో పీడకలగాబోలు, నీళ్ళు త్రాగిద్దామని కుదిపినా లాభం లేక, ముఖాన నీళ్ళు కొట్టినా తనకి తెలివిరాక, 104 అంబులెన్సుకి ఫోన్జేసి ఆసుపత్రిలో అడ్మిట్ చేసాడు.

అన్ని పరీక్షలు పూర్తయ్యాక డాక్టర్లన్నారు "ఆమెకు బ్రెయిన్ హెమరేజయ్యింది. కోమాలో ఉన్నారు. మీరు వెంటనే తీసుకొచ్చారు కాబట్టి. ప్రస్తుతానికైతే ప్రాణభయం లేదు. ఎప్పటికి తెలివొస్తుందో తెలీదు. ఏదైనా క్రిటికల్ గానే ఉంది పరిస్థితి!" అన్నారు డాక్టర్లు.

కాళ్ళూ చేతులూ ఆడలేదు తనకి. అన్నీ అయి తెల్లవారాక ఆదివారం గదా అని అలా అబ్బాయికి ఫోన్ చేస్తునే ఉన్నాడు. మెయిల్ పంపాడు. కానీ ప్రయోజనం లేదు.

చివరికి వివేక్ ఫ్రెండ్ విశ్రాంత్ కి ఫోన్ చేసి కనుక్కుంటే, కాళ్ళ క్రింది భూమి కంపించిన వార్త.

ఆస్ట్రేలియాలో భారతీయులపై దుండగులు జరిపిన దాడిలో ఆరోజు యూనివర్సిటీ నుండి ఇంటికొస్తున్న తన కొడుకూ ఉన్నాడట. తీవ్రంగా గాయపడి ఆసుపత్రి పాలయ్యాడట.

"శ్రీశ్రీగారి కవితలో చెప్పినట్టు 'పల్లెటూళ్ళో తల్లికేదో పాదుకలలలో ప్రేగు కదిలినట్లు అనసూయ అరచి పడింది. ఆ పేగుబంధం అంత గొప్పదా?'

అహర్నిశలు భార్యని కనిపెట్టుకొని సేవలు చేస్తూ, కొడుకుని తెప్పించుకునే ప్రయత్నం చేస్తూ నరకాన్ని అనుభవించాడు.

అదృష్టవశాత్తు ఐదారు రోజుల్లో కోలుకున్న కొడుకు మాట్లాడాడు. కొద్దిరోజుల్లో పూర్తిగా కోలుకున్నాక బయలుదేరి వచ్చేస్తాను నాన్నగారు అన్నాడు. విరిగిన కాళ్ళు అతుక్కోవడానికి, గాయాలు మానడానికి కొద్ది సమయం పట్టింది.

కొంచెం తేరుకున్నాక తల్లి పరిస్థితి చెప్తే కుమిలిపోయాడు. "నా వల్లే అమ్మకి ఇలా అయిపోయిందని ఏడ్చాడు. అమ్మ మాట వినక మీపై ఒత్తిడి చేసి మిమ్మల్ని ఇంత కష్టపెట్టినందుకు చాలా బాధగా ఉంది నాన్నా. కోలుకున్నాక వచ్చేస్తాను.

ఈ సెమిస్టర్ కూడా పూర్తయిపోతుంది. ఇక జీవితంలో మిమ్మల్ని, అమ్మని విడిచి ఎక్కడికి వెళ్ళను" అని ప్రమాణం చేసాడు. రోజూ పొద్దున, సాయంత్రం వీడియో కాల్ చేస్తూనే ఉన్నాడు. తల్లిని పిలుస్తూనే ఉన్నాడు. తనకు ధైర్యం చెబుతూనే ఉన్నాడు.

ఆ టైములో తనను ఆదుకొని ,అడుగు బయటకు పెట్టకపోయినా తనకు అన్ని విధాలా సహాయం చేసి అండగా నిలబడిన, తనతోపాటు చదువుతున్న, వెన్నెలను అమ్మ తేరుకున్నాక , అమ్మ అనుమతి తీసుకుని పెళ్ళి చేసుకుంటాను నాన్న అని చెప్పాడు. వెన్నెల కూడా అదే అంటోంది. ఒక ప్రమాదంలో తన తల్లిని, తండ్రిని కోల్పోయిన వెన్నెల. మిమ్మల్ని ఆ స్థానంలో చూసుకుంటాను అంటోంది అని చెప్పాడు.

ఆరు నెలల తర్వాత మంచం పై ఆమె పక్కన కూర్చుని "అమ్మా, అమ్మా !నేనమ్మా నీ కన్నయ్యను. కళ్ళు తెరిచి నాతో మాట్లాడమ్మా" అని ఏడుస్తున్న కొడుకు కన్నీటి బొట్లు ముఖం మీద పడి మెల్లగా కళ్ళు తెరిచింది ఆ పిచ్చితల్లి.

డాక్టర్ ఆశ్చర్యపోయారు. ఆరునెలుగా కోమాలో ఉన్న ఆమె కొడుకు స్పర్శతో చైతన్యవంతమైంది. ఈరోజు కళ్ళు తెరిచింది. తండ్రి ,కొడుకుల ఆనందానికి అవధులు లేవు.

మరొక ఆరు నెలల తర్వాత కళకళలాడుతూ తిరుగుతున్న అనసూయని చూచి ఆనందంతో పరవశించిపోతున్నారు రావుగారు. వివేక్ సంతోషానికైతే హద్దులే లేవు. సొంత ఊరిలోనే మంచి కంపెనీ పెట్టుకుని, మరొక పదిమందికి ఉపాధి కల్పిస్తూ తల్లిదండ్రుల దగ్గరే ఉండిపోయాడు. వెన్నెల గురించి తెలుసుకాని "ఏ సంబంధం లేకపోయినా నా కొడుకుని కాపాడి, నాకు అప్పచెప్పిన ఆ బంగారు తల్లి, నా కోడలు కావాలి. జీవితాంతం కన్నుల్లో పెట్టి చూసుకునే వెన్నెలే నా కోడలు" అంది అనసూయ. వెన్నెలతో మాట్లాడి ఒప్పించింది. "ఎప్పుడూ తన భావాలను అర్థం చేసుకాని తనతో పాటే ఉంటాను" అన్న వెన్నెలను జీవితంలోకి ఆహ్వానించాడు. వెలిగిపోతున్నాడు.

రావుగారు "ఎంత దయామయుడవు స్వామీ" కష్టాల కడలిలో ముంచి తేల్చి, కరుణా సింధువు అని నిరూపించి ఒడ్డుకు చేర్చావు" అంటూ ఆ కళ్యాణ మందపంలో కూర్చునే భగవంతునికి కృతజ్ఞతలు చెప్పుకున్నారు.

ఎవరో అంటున్నారు "అసలు తల్లి ప్రేమంటే అనసూయదే. మృత్యుముఖంలోకి వెళ్ళినా, కొడుకుని చూసి మళ్ళీ వెనక్కి వచ్చింది. ఈవిడ పేరుకు తగినట్లు అనసూయ లాంటి అమ్మే" అని. "ఆ మాట నిజం" ఇంకో గొంతు.

అచ్చమైన తల్లి ప్రేమ అలాగే ఉంటుంది అంటున్నారు ఇంకెవరో. అన్నీ విని "ఆది దంపతుల్లారా మీ కరుణ అపారం. మేమందరం మీ పిల్లలం. ఏ తల్లికీ కడుపు శోకం కలిగించకండి. ఈ వరాన్ని ప్రసాదించండి" అని మొక్కుకున్నారు రావుగారు.

పరబ్రహ్మ స్వరూపం

"అబ్బ, ఈ స్నాక్స్ ఎంత రుచిగా ఉన్నాయో" అపురూపంగా ఆ వడియాలను తింటున్న కొడుకుని, కోడల్ని, మనుమడ్ని చూచి మిసిమిసిగా నవ్వింది మహాలక్ష్మమ్మ.

"నిజంగానేనమ్మా, ఎంత రుచిగా ఉన్నాయో తెల్సా? ఈ అమెరికా వచ్చాక ఇంత రుచికరమైన పదార్థాలకు ముఖం వాచి, ఇలా దొరికినప్పుడు మాత్రం తిని పొగడాలన్పిస్తుందమ్మా" అన్నాడు మనూప్.

"అసలీ వడియాస్ ఎలా చేస్తారో, రెసిపీ చెప్పండాంటీ!" అంది మనోజ్ఞ.

"మరొకటి తినరా కొడుక్కి పెడుతూ అంది మహాలక్ష్మమ్మ"

"నిజం గ్రానీ, మమ్మీకి చెప్పండి. ఎలా ప్రిపేర్ చెయ్యాలో?" అన్నాడు మనుమడు మాధర్ మహాలక్ష్మమ్మతో.

"రెసిపీ అడిగి ప్రిపేర్ చేసే సీన్లేదుగాని, బామ్మ చేసి తెచ్చినవి, వేయించి, పెడుతుంటే చాలు" మనూప్ మరో వడియం తింటూ అన్నాడు కొడుకుతో.

మహాలక్ష్మమ్మ మురిపెంగా చూస్తూ "మీకు తెచ్చిన మంచి స్వీట్ తినండని" మైసూర్ పాక్ తీసింది. వాళ్ళు తిని పనులపై బైటకి వెళ్ళాక, ఒంటరిగా వాషింగ్టన్ డి.సి.లో కొడుకింట్లో కూర్చొని అలా అలా ఆలోచనల్లోకి జారుకుందామె.

"చద్దన్నం తినకుండా బడికెళ్తానంటే చితగ్గొడతాను" అంటూ అమ్మమ్మ అరిచేది. తన చిన్నతనంలో వాము వేసి తరవాణిలో చిక్కని మజ్జిగ పోసి దబ్బాకులు వేసిన తరవాత ఆ అన్నం తిని తరించిపోయేవారు. "ఎంత పుష్టి. ఎంత శక్తి అమ్మా, మాధవకబళం తల్లీ, అమ్మా, అన్నపూర్ణ తల్లీ, రాత్రన్నం అయినా నాలుగు మెతుకులు రాల్చమ్మా" అని వేడుకొని, చల్లన్నం అయినా కళ్ళకద్దుకు తినే బిచ్చుగాళ్ళు.

"నాకు డబ్బు, దస్కం వద్దండి. రెండు పూట్లా కడుపు నిండా తిండిపెట్టి, చద్దన్నం, సందేళ నాలుగు మెతుకులేసి గిన్నెడు గంజినీళ్ళోస్తే చాలండి. ఇంతెడు పనీ చేస్తాను.

కట్టుకోవడానికి నాలుగు గుడ్డముక్కలు, కంచం నిండా నాలుగు మెతుకులు దొరికితే, అంతకన్నా ఏం కావాలి?" అంది పనమ్మాయి పార్వతి.

"నాలుగు మెతుకులు వేసి నా కడుపునిండా గంజి పొయ్యండమ్మా. పశువులు మొత్తం మేపి తెస్తాను. పండక్కి కొత్తగుడ్డలు, పండగ లేదంటే పాత గుడ్డలు పెట్టండి" అన్నాడు పాలేరు కామన్న.

"ఓసేయ్, ఆ పాచి అన్నం (రాత్రన్నం), పచ్చళ్ళు అన్నీ పనమ్మాయికిచ్చేయ్. పూజకి పనికిరాదు సుమీ. పాచి వంటలు, మిగిలితే పనికిరావు అని అమ్మ అంటే ఇచ్చేయండమ్మా అని సంబరంగా తీసుకెళ్ళడం, పట్టెడన్నం పెట్టమ్మా. పుట్టెడు ఋణపడి ఉంటాను" అని ప్రాధేయపడేవాళ్ళను చూచేది తను. "కడిగండం కాస్తుండే అమ్ముడూ, మనం ఒకసారి తెలిసో తెలికో పెడితే భగవంతుడు మనకి పెట్టి ఉంచుతాడనేది" అమ్మమ్మ.

"అన్నం పరబ్రహ్మ స్వరూపం," "అన్ని దానాలకన్నా అన్న దానం మిన్న" అనే అమ్మ సూక్తులు, మాటలు తన హయాంలోకి వచ్చేసరికి "అమ్మా, అన్నం ఫ్రెష్ గా ఉన్నదైతే పెట్టమ్మా, రాత్రన్నం అసలొద్దు" అనే పిల్లలు, "ఏంటమ్మా, అన్నం పెడితే అంట్లు తోమాలా? ఆ అన్నం నువ్వే తిని నువ్వే తోముకో" అనే పనివాళ్ళు,

"నాకు డబ్బులియ్యమ్మా పనిజేసినందుకు. నూకలుకాదు, రూకలు కావాలి" అనే కూలీలు.

"ఆకలేస్తొంది, అన్నం మీరు వండుతారా? శ్రమెందుకు డబ్బులిస్తే హోటల్లో తినేస్తా" అనే వర్కర్స్ మాటలు.

"అబ్బ, ట్రైన్లోకి ప్యాక్ చెయ్యడమెందుకు? ఛాదస్తం, మానేయ్. ఏదో ఒకటి ఆర్డరిచ్చి తెప్పించుకుంటాలే" అంటూ కేంప్ కెళ్తూ శ్రీవారు.

"మను, మంచి పులిహోర బాగా కలిపాన్రా. తినేసి ట్యూషన్ కి వెళ్ళు నాన్నా" అంటే తనతో "మధ్యాహ్నం అన్నం మిగిలిపోయిందా అమ్మ, మంచి పులిహోర కలిపావు. అయినా, ట్యూషన్ దగ్గర ఫ్రెండ్ తో కలిసి చాట్ తింటాన్లే. ఈ పులిహోర నువ్వే తినేయ్. నాన్న అలిసిపోయి వస్తాడు. ఆయనకి పెట్టు" అని వెళ్ళే కొడుకును చూస్తూ కూర్చుంది.

"మాధురీ, మధ్యాహ్నం ఏ టైమ్ కి వస్తావో? ఏమో ఈ పోపన్నం తిని వెళ్ళమ్మా!" కప్పులోపెట్టి చెంచా పెట్టి తెస్తే "రాత్రంత ఎక్కువగా ఎందుకు వండుతావమ్మా? సరిపడేట్టు వండొచ్చుగా? అయినా మనూకి ముద్దపప్పు, నెయ్యి. వాడికి రాత్రన్నం ఇష్టం లేదని, నాకు పోపన్నాలు. దద్దోజనాలునా? నే తినను పో" అలిగి వెళ్ళిన అమ్మాయి మాధురినీ,

"అబ్బ, ఉదయం కూర, చారు మధ్యాహ్నం పెట్టొద్దని అలా మిగిలిపోయిన వంటలు నాకిష్టం ఉండదని నీకెన్నిసార్లు చెప్పాలమ్మా" అంటూ విసుక్కునే కొడుకుతో "ఆ చాట్ సెంటర్ లో, హోటల్స్లో అన్నీ నీకు ఫ్రెష్గానే పెడతాడేంట్రా" అనేది తను.

"అది నాకనవసరం, నాకళ్ళముందు నువ్వలా చేస్తే, నే తిననుగాక తిన"నని వాడు కొడుకు. అప్పుడు "ఏం? వాడు తినకపోతే నేను తినాలా? తినను. నాకూ, అన్నీ ఫ్రెష్ గానే కావాలి" గారాలుపోయే కూతురు, 'లేకలేక పుట్టిన కొడుకునని మాఅమ్మ నాకు అప్పటికప్పుడు చేసి ఆరోగ్యకరమైన పదార్థాలే పెట్టేది. ఆఖరుకి భోజనానికి కూర్చున్నాక లేక కూర్చున్న తరువాత వెన్న కరిగించి ఆ నెయ్యి వేసేది. నువ్వేం పెట్టినా నేనడగను. కాని మిగిలిపోయినవి పెడితే తిననని' చెప్పే భర్త నిక్కచ్చితనానికి నివ్వెరపోయేది.

"అమ్మా, ఏ పూటకాపూట సంపాదించుకున్నా ,ఆ అన్నం కూర అప్పటికప్పుడే వండుకొని, ఎదురెదురుగా కూర్చుని ఒకరికొకరం తినిపిస్తూ వేడివేడిగా తింటామమ్మా, నేనూ తీసుకెళ్ళ లేదనుకోకండమ్మా, నాకు మీరేమన్నా పిండి వంటలు చేస్తే పెట్టండమ్మా. అంతేగాని అన్నం పట్టుకెళ్ళమనకండమ్మా" అనే పనమ్మాయి.

"అయ్యో, అయ్యో, అలా ఆ ప్లాస్టిక్ కవర్లో పెట్టి ఆ అన్నం పడేస్తావేమే, ఆకలన్న వాళ్ళకి పెట్టొచ్చుగా! పోనీ, జీవరాశులైనా తింటాయి గొణుగుతున్న తనతో "చాల్లెందమ్మా! ఆ ముష్టోళ్ళకోసం మూడీదులు తిరిగే టైం లేదు నాకు. జీవరాశులమాట దేవుడెరుగు. ఈ మెతుకులు ఏ ఇంటి ముందయినా రాలితే, ఈ ఎపార్ట్మెంటు వాళ్ళంతా ఏకమై, మీరిక్కడ లేకుండా చేస్తారు. మీరప్పుడు బోల్డు జీవరాశులతో, దూరంగా ఉన్న క్వార్టర్స్ లో ఉండాలి" భళ్ళున నవ్వింది భద్రమ్మ.

★★★

పిల్లలు తినక, ఈయన తినక, ఈపూటవి ఆపూట, ఆపూటవి ఈపూటా తిని, ఆదివారం, లక్ష్మివారం, శనివారమని ఉపవాసాలు చేసి, "అయ్యో, మిగిలిపోతాయి. అసలే అర్ధనాకొచ్చే అర్ధపావు బియ్యం, ఎదురూపాయిలైనాయనే ఆర్థిక ఒత్తిడివల్లనయితేనం, అన్నీ అప్పుడప్పుడూ తిని, అజీర్ణం. ఆయాసం తానే తెచ్చుకుంది" ఆకాశాన్నంటే ధరలు. "అన్నం పరబ్రహ్మ స్వరూపం" అనే రోజులుపోయాయి. అన్నాన్ని నమ్ముకునే రోజులు పోయి అమ్ముకునే రోజులొచ్చాయి.

ఆ అన్నానికే కాస్త మసాలా పొడి తగిలించి, రంగు, రూపం మార్చి ఆ రైస్, ఈ రైసని అందంగా ప్యాక్ చేసి అమ్మితే ఆహా, ఓహో అద్భుతమని అరకేజీ అరవై అన్నా, కొనుక్కు తెచ్చుకుంటున్న కూతురు కుటుంబం ఇండియాలో ఉంది.

★★★

మిగిలిన అన్నాన్ని మెత్తగా రుబ్బి అ అన్నానికి భిన్నమైనవి వేసి, వడియాలుచేసి ఎండలోపెట్టి, జంతికల్లా తిప్పి, పిండివంటలూ నూనెలో వేయించినా, ఓవెన్లో వేడి చేసినా "ఓహో, ఆహా, వాటెన్ అయిడియా" అని ఆస్వాదిస్తూ తినే అపురూప పుత్రుడు, మనూప్ అమెరికాలో ఉన్నాడు.

"ఇప్పుడు అమ్మా లక్ష్మీ, అమెరికా వెళ్ళొచ్చాక అన్నం విలువ తెలిసిందే. అక్కడ మా కోడలు ఆరు రోజులకు సరిపడా ఇడ్లీలు పెట్టేసి, అవే ఆ ఓవెన్లో వేడి చేసి పెడుతున్నా, అన్నం, కూరలు పప్పు, మార్చిమార్చి మూడ్రోజులు పెట్టినా, మారు మాటాడక మింగి వచ్చానanుకో. ఆర్నెల్లుందామనుకున్న వాణ్ణి, అరవై రోజుల్లో వచ్చేసాను" అన్నయ్య మాటలకు నవ్వుకుంది తను.

"మీ అన్నయ్య చెప్పింది నిజం లక్ష్మీ, నీ మేనల్లుడు అదే నా సుపుత్రుడు, ఇక్కడ నా వంట ప్రతీదానికీ వంకలు పెట్టడం, అది రాత్రిది, ఇది పొద్దున్నదని ఈసడించడం. ఎంతో ప్రేమగా చేసి పెడితే, బైట తినొచ్చానని, పడుకుండిపోవడం చేసేవాడా? ఇప్పుడు రాత్రులు నన్ను పడుకోనీకుండా ఫోన్లు. అమ్మా, పూట పూటకి వండుకోలేమే. వేడిచేసుకు తింటున్నాం. అసలు ఆహార పదార్థాలపై మనంత ఖర్చుచేయట్లే. అందుకే వీళ్ళింత అభివృద్ధి చెందారేమో. మిగిలిన ఈ అన్నం ఏం చేయాలి" అని ఫోన్లు. ఒక్కోసారి జాలేసినా, ఒక్కోసారి వెధవాయికి తిండి విలువ తెలిసిందనిపిస్తుంది. వదిన మాటలకి నిజమని వంతపాడి, తన అనుభవాలు అవే కావడం వలన కలబోసుకుంది తను.

ఆహారాన్ని దైవ స్వరూపంగా భావించే రోజులు వెళ్ళిపోయాయి. ఆకలి కోసమే,అవసరం కోసమే మనుషులు అనే భావాలు నాటుకుపోయాయి.

ఏదైనా ఆనాడైనా, ఈనాడైనా అన్నం భిన్న రూపాలు ధరించి అవనిని ఆదుకుంటోంది.

ఆలోచిస్తున్న మహాలక్ష్మి ఆఫీసు నుండి కోడలు ఫోన్ చేయడంతో ఉలిక్కిపడి వెళ్ళి ఫోనందుకుంది.

"ఆంటీ, మిగిలిన అన్నంతో, మీరు కొరియాండర్ రైస్ చేస్తారే. అది చెయ్యరా? అన్నీ తెచ్చి పెట్టాను. ప్లీజ్" అంటుంటే

"అయ్యో, అదేం భాగ్యం అమ్మా, తప్పకుండా చేస్తాను. నాకూ ఏమీ తోచట్లేదు" అని చెప్పి ఆ పరబ్రహ్మస్వరూపాన్ని ప్రేమగా కళ్ళకద్దుకొని, వాషింగ్టన్ డి.సి.లో వంటకు ఉపక్రమించింది మహాలక్ష్మి ఉరఫ్ మిసెస్ మాధవరావు, ఇండియా.

పరంపర

"హాయ్, తాతమ్మా, ఏది మన సైన్యం అంతా? ఎక్కడికెళ్ళారు? వృద్ధ మహారాణి గారిలా నువ్వొక్కత్తివే ఉయ్యాల ఊగుతున్నావే?"

టెన్నిస్ రాకెట్ గిరిగిరా త్రిప్పుకుంటూ వచ్చి, ఆ రాకెట్ ఓ మూలకు గిరాటేసి, ఫ్రిజ్ ఓ పెన్ జేసి గడగడా నీళ్ళు త్రాగేసి బాటిల్ విసిరేసి, "హమ్మయ్య, ఇప్పుడు చెప్పు తాతమ్మా" అని ప్రక్కనే ఉన్న బల్లపై కూర్చుంది ఉజ్వల.

"ఏం లేదురా కన్న తల్లీ, మీ నాన్న స్నేహితుడి తమ్ముడి కొడుకు అమెరికా నుండి వచ్చాడట. అమెరికాలో డాలర్ల మోజులో పడి పెళ్ళి మరచిపోయాడట. ఇప్పుడు పెళ్ళి చేసుకోవాలని సరదా పుట్టిందట.

ఇండియాలో పెళ్ళికూతుళ్ళ కోసం వెతుక్కుంటుంటే, ముదురు పెళ్ళి కొడుక్కి పాతికలో వున్న పసిడి బొమ్మ, పైగా పరదేశీ విద్యల ప్రవేశమున్నది, కత్తిలాంటిది కావాలంటే దొరకలేదంట. మీ నాన్నకి, తాతకి డబ్బు యావగదా! నీకు కుదిర్చేద్దామని, కోట్లతో నిన్ను ముంచేసి గర్వంగా అమెరికా సంబంధం చేసుకోవచ్చని అంగలారుస్తూ పరిగెత్తారు" అన్నారు వర్ధనమ్మగారు.

"ఆహ్, అదా సంగతి మరి చెప్పవేం తాతమ్మా? అయినా, ఇంత గుడ్ న్యూస్ అలా చెప్పావేం, బాధగా?" హుషారుగా అంది ఉజ్వల.

"అదేంటే అమ్ముడూ, బాధ కాదా? నీకా పట్టుమని పాతికెళ్ళన్నా లేవు. పెళ్ళికొడుకు ముచ్చటగా మూడు పదులు మింగేశాడు. అంతేకాదు బట్టతల కూడా వచ్చేసిందట. మీ బామ్మ చాలా బాధపడి ఆ మాటే అంటే మీ తాతా, నాన్నా కొట్టి పారేసారు. మీ అమ్మ అమెరికా మైకంలో ఉంది. వాళ్ళ మాటకు సై అంటోంది." అక్కసుగా అంది ఆమె.

"పో తాతమ్మా! వాడి వయస్సు ఎంతైతే నాకేం? వాడి తలకాయ ఎలా ఉంటే నాకేం?" ఉజ్వల అంది.

"ఆc!" ఆశ్చర్యంగా అని, "చేసుకోబోయే నీకు కాదా!" వర్ధనమ్మ విస్మయంగా అంది.

"అంత ఆశ్చర్యపోవలసినదేముంది. నాకు హాయిగా ఫ్లైట్లో తిరగాలని, అందరికన్నా పెద్ద స్టేటస్ లో ఉండాలని, అమెరికా వెళ్ళాలని, హాయిగా, స్వేచ్చగా ఉండాలని ఎన్నో కోరికలున్నాయి. ఇక్కడెవరిని చేసుకున్నా, మా నాన్న సంపాదించిన దానిలో మూడొంతులు మింగేయడమే గాని నాకంటూ ఓ స్టేటస్ కల్పించలేదు. మొన్న నాన్న చెప్పారు. వాళ్ళకి కట్నకానుకలు పట్టింపు లేదని" ఆనందంగా అంది ఉజ్వల.

"అదికాదే అమ్మాయ్, దేశంగాని దేశంలో ఏదైనా..." ఆమె మాట పూర్తి కాకముందే "చాల్లే తాతమ్మా, అవతలివాడు ఆవారాగాడైతే ప్రక్క వీధిలో ఉన్నా పాట్లు పెడతాడు. మంచి వాడైతే మనకెక్కడున్నా సేఫ్. అదీకాక, నాకేదైనా సమస్య తెచ్చాడా. అమెరికా సంయుక్త రాష్ట్రాలను గడగడలాడించనూ?" వాళ్ళ అమ్మానాన్నలకి సపోర్టిస్తూ ఉజ్వల ఉద్వేగపూరిత ఉపన్యాసం, అభిప్రాయం విని ఆలోచనల్లోకి జారారు వర్ధనమ్మగారు.

తనకు పదమూడేళ్ళప్పుడు నాన్న తన పెళ్ళి మాటల ప్రస్తావన తెచ్చినపుడు అమ్మ అంది.

"ఒసే వర్ధినీ, మానాన్న నా చిన్నప్పుడే పోయారు. అక్కని అమ్మ వాళ్ళన్న కొడుక్కి ఇచ్చుకుంది. ఆర్థికంగా చితికిపోయిన మా కుటుంబంలో అమ్మా, నాయనమ్మ, నేనూను. నాయనమ్మ నన్ను అప్పటికే ఇద్దరు భార్యలు పోయిన పెద్ద జమీందారుకి వారసుడు, భోగం వాళ్ళని కూడా పోషించే వాడు, మీ నాన్న వద్దకు తీసుకొచ్చి, "తమ్ముడూ! నా మనమరాలిని చేసుకో. నాకు నువ్వు తప్ప ఎవరున్నారు?" అందట. మీ నాన్న 'ఇంత చిన్న పిల్లని నేనేం చేసుకోను?' అన్నాడట. ఇప్పుడు దానికి ఐదేళ్ళు. నాకా నాలుగు పదులు దాటిపోయాయి అన్నారట.

"ఆడపిల్ల, అరటిచెట్టు ఎంతకాలంలో పెరుగుతాయిరా తమ్ముడూ, నీకు కాలు, చెయ్యి ఇదే అవుతుంది" అందిట.

మా అమ్మ మాట్లాడబోతే "నువ్వు నోరుముయ్యవే. నా కొడుక్కి, నీకు తలా తలా కొలిచి పెళ్ళి చేసాను. నీకు ఐదవతనం లేక, పెళ్ళయిన పదేళ్ళకే వాడెళ్ళిపోయాడు. నాకు మీ మామ గారికి ఐభై ఏళ్ళు తేడా. ఆయన వందేళ్ళు బ్రతికారు.

నేను నలభైయెదు సంవత్సరాలు పచ్చగా బ్రతికాను. నా మనుమరాలికి పసుపుకుంకాలతో పది కాలాలపాటు బ్రతికే యోగముంటే నా తమ్ముడు నిక్షేపంలా నూరేళ్ళు జీవిస్తాడు. లేదా మహారాణిలా నా మనుమరాలు ఈ జమీందారీని అనుభవిస్తుంద"ని అందిట. ఐదేళ్ళ నేను ఆడుకోడానికి పారిపోతోంటే పట్టితెచ్చి, ఐదు రోజుల పెళ్ళి చేయించిందట నాయినమ్మ. అమ్మ, అప్పుడప్పుడు అక్క దగ్గరకెళ్ళినా శేష

జీవితం నా దగ్గరే గడిపారు. నాకు పదిహేనేళ్ళకే నువ్వు పుట్టావు. మీ నాన్న ఎనభై ఏళ్ళు ఎంచక్కా ఉన్నారు" వర్ధనమ్మగారు అడిగారు. "నన్నేం చెయ్యమంటావమ్మ?" అని.

"అదికాదే, ఆ పిల్లాడికీ నీకూ పదేళ్ళే తేడా. మంచివాళ్ళు. నాన్న వాళ్ళది పెద్ద కుటుంబం. పిల్ల వెనుకా ముందు పది మందితో సందడిగా ఉంటుంది. రేపు మనం పోయినా, మన పిల్లకీ లోటురాదు. వారి విస్తళ్ళలోంచి పది ముద్దలు పెడితే పిల్ల జీవితం వెళ్తుంది అంది అమ్మ. సరే మీ ఇష్టమమ్మా. నాకేం తెలీదు అంది" అదే రోజు తను.

అమ్మా నాన్న చెప్పినట్లు చేసి, ఆపై అత్తవారు ఒక్క ఆశ, ఆలోచన లేని జీవితం గడిపింది. పిల్లలు పెరిగి పెద్దె సంస్కారవంతులూ, ప్రయోజకులైనారు.

ధనానుబంధాలు దట్టంగా అల్లుకున్నాయ్. ఆస్తి తనది కావడం వలన అందరూ తననే అంటి పెట్టుకుందాల్సి వచ్చింది.

తన పిల్ల తనతో చెప్పింది "అమ్మా! అబ్బాయికి ఆస్తి లేకున్నా పర్లేదే. అయిందానికి కానిదానికి అరవకుండా అభిమానంగా చూసుకుంటే చాలని" అయినా దాని మాట చెల్లలేదు. వాళ్ళ నాన్న తెచ్చిన సంబంధం నోరెత్తకుండా చేశాడు.

'అత్తవారు ఆర్థికంగా చితికినవారు కావడంతో అల్లుడు ఇక్కడకే వచ్చేశాడు. అతనుకున్నది చేస్తాడు. అన్నీ సవ్యంగా జరుపుకుని అజమాయిషీలు చేస్తాడు. అల్లుడిల్లరకం వచ్చానని అలుసని అలుగుతుంటాడు. అమ్మాయి అభిప్రాయాలు, ఆశలు, ఆశయాలు ఆమెలోనే అంతరించాయి. స్కూల్ ఫైనల్ పూర్తి చేసింది. కూతురు మంచి స్థితిలో ఉంటే తన కోరిక తీర్చుకోవచ్చని తన కూతురి ఉబలాటం.

తరతరాలుగా ఆడపిల్ల జీవిత భాగస్వామిని ఎన్నుకునే విధానంలో తన ప్రమేయం లేకుండా కొన్ని జరిగిపోతే, తన ఆశలు తీర్చుకుందామనే యత్నంలో రాజీపడాల్సినవి కొన్ని.

నేడు తన మనమరాలు, తను సరదాగా జీవించడానికి స్టేటస్ కోసం, వయస్సు, మనస్సు ఇవేమి చూడకుండా కేవలం డబ్బుంటే చాలనుకుంటోంది. కాకుంటే తమెవ్వరిలోనూ లేని ఆత్మవిశ్వాసం, స్థైర్యం కన్పిస్తున్నాయ్. తను తను రక్షించుకోగలనన్న ధైర్యం కన్పిస్తోంది. మరి తమకు లభించిన ఆర్థిక స్వాతంత్ర్యం పరంపరగా వస్తే, తన కాళ్ళపై తాను నిలబడి నిర్ణయాలు తీసుకుంటోంది. ఆలోచిస్తున్న వర్ధనమ్మ అలా నిద్రలోకి జారుకుంది...

ఆత్మశాంతా?

"మరో గరిటెడు పరమాన్నం వేసుకోండి పంతులుగారూ" అంది అన్నమ్మ ప్రార్థనాపూర్వకంగా అంటున్నట్టు.

"అబ్బే! వద్దమ్మా! నాకేం కావలసినా అడుగుతాను. బలవంత పెట్టకండి" బ్రాహ్మణ్యానికొచ్చిన బ్రహ్మనందం శాస్త్రిగారన్నారు.

"అలా అంటే ఎలాగండి? భోక్తలెంత తృప్తిగా తింటే, మా మామగారికంత ఆత్మశాంతి" అతి భారీకాయాన్ని అటు, ఇటు తిప్పలేక, తిప్పుతూ అంది అన్నమ్మ ఆయాసపడుతూ.

. "అమ్మాయ్, పంతులుగారికి మరో నాలుగు గారెలు, రెండు పూరీలు. గరిటెడు నెయ్యి, కాస్త పప్పు వడ్డించు" ఆజ్ఞాపించిందామె, కూతురు వడ్డిస్తుంటే హెచ్చరిస్తూ.

"అమ్మా! మీ మామగారి ఆత్మశాంతి కోసం నాకు నాలుగు గారెలడ్డిస్తే, గరిటెడు నెయ్యి పోస్తే, పట్టెడు పప్పు వేస్తే, రెండు పూరీలు, నాలుగు నువ్వుండలు, అప్పాలు అన్నీ బలవంతంగా వడ్డిస్తే, మొహమాటానికి నే తింటే, అన్యాయమైపోతుంది నా కుటుంబం" అర్థిస్తున్నట్లన్నారు బ్రహ్మనందంగారు.

"ఊరుకోండి శాస్త్రిగారూ, మీరూ మీ మొహమాటమూనూ!. ఈ ఒక్కరోజు వంటకాలు తింటే, ఒళ్ళు పాడవుతుందా? విచిత్రం కాకపోతే! వడ్డించనివ్వండి.

మా మామగారికి సద్గతులు కలగాలిగా? అయినా రాళ్ళు తిని కరిగించుకొనే వంశం మీది. రావే అమ్మాయి" అంది అన్నమ్మ కూతుర్ని మారు వడ్డనకు పిలుస్తూ.

"తల్లితల్లీ, అలా అనకండి. మీరన్నదే నేనూ అనుకొని, హద్దూ పద్దూ లేకుండా తిని, అవస్థలు పడుతున్నాను. రాళ్ళు అరిగిపోవడం లేదు, పెరిగిపోతున్నాయి మీరన్నట్లు. కాకపోతే, అవి కిడ్నీలో పెరుగుతున్నాయి. ఆ రాళ్ళకు నా సంపాదనంతా తగలేస్తే కరుగుతున్నాయి మందుల్లో.

అందుకే, మొన్న మా అమ్మ కంటతడి పెట్టుకుంది. "నాయనా! కష్టపడి నాలుగు రాళ్ళు వెనకేసుకోరా అంటే, ఇష్టపడి తిని ఇలా కడుపులో నాలుగు రాళ్ళేసుకున్నావా? అని అంది" అన్నారు శాస్త్రి. సహపంక్తిన కూర్చున్న అందరూ ఘొల్లున నవ్వారు.

"భారీగా సంభావన ఇస్తాం. నాలుగు మాత్రలు కాని వేసుకోండి శాస్త్రులుగారూ. శ్రాద్ధకర్మ రోజుల్లో బ్రాహ్మణులు తృప్తిగా తిని, త్రేన్చితేనే స్వర్గం నుండి పిత్రుదేవతలు ఆశీర్వదిస్తారట." అన్నమ్మ ఆయాసపడుతూ అంది.

"అమ్మా! నేను మీ ఇంటి పురోహితుణ్ణి. గ్యాస్ట్రిక్ ప్రాబ్లమ్ వలన ఇందాకట్నుంచి త్రేన్చుతునే ఉన్నాను. ఈపాటికి మీ మామగారు, ఆయన ఏడు తరాలు వాళ్ళు తృప్తి చెంది ఉంటారు లెండి.

అయినా మీ అమ్మగారి, మామగారి, తాతగారి ఆత్మశాంతని, గారెలు తిని గ్యాస్ పెరిగి, నువ్వుండలు, అప్పాలు, పరమాన్నం తిని షుగర్ పెరిగి, ఈ పప్పులు, వేపుళ్ళు తిని ఒంట్లో కొలెస్టాల్ పెరిగి, నేను హరీమంటే, నా పెళ్ళాం పిల్లలకు ఆత్మశాంతి ఉండదమ్మా!" ఆయాసపడుతూ ఆగారు శాస్త్రిగారు.

"అమ్మా! అనకాపల్లి నుండి అత్తయ్య వస్తోంది" అరిచింది అన్నమ్మ కూతురు.

" ఇంతవరకూ ఏ రాచకార్యాలు వెలగబెట్టిందట? భోజనాల వేళప్పుడు సరిగ్గా సిద్ధం అయిపోతుంది. విస్తర్లు తీయడానికి పనికొస్తుందిలే. వీధి వరకు వెళ్ళి స్వాగతం పలకక్కర్లేదు. విసురుగా అంది అన్నమ్మ. "అయినా ఇక్కడ బ్రాహ్మణుల భోజనాలు అవుతున్నాయి. ఏర్పాట్లు అన్ని నేను దగ్గరుండి చూసుకోకపోతే ఎవరు చూసుకుంటారట? ఇంటికి పెద్దకోడలిని కాబట్టి నాకు తప్పదు కదా! అన్నీ నేనే చేసి అఘోరించాలి" అంటూ దండకం అందుకుంది అన్నమ్మ.

అప్పటికే లోపలికి వచ్చేసిన అనకాపల్లి ఆడపడుచు అరవింద చిన్న బుచ్చుకుంటూ అంది "నిన్నటినుండి మా అత్తగారికి అస్సలు బాగోలేదు వదినా. జ్వరంతో పాపం లేవలేక పోతోంది. ఆమెను వదిలేసి ఎలా వచ్చేసేది చెప్పు? ఇప్పుడైనా రాకపోదును. 'నాకు కొంచెం తగ్గిందికదా! పిత్రుకార్యం జరిగాక పిండానికి దండం పెట్టుకోవాలి. వెళ్ళి రా' అని మా అత్తగారు బలవంతం పెడితేనే వచ్చాను. దండం పెట్టుకొని వెళ్ళిపోతానులే" కంట నీరు పెట్టుకుంది అరవింద.

"సమస్యలు ఎవరికి లేవు? ఏమైనా అంటే మామీద పడి ఏడుస్తారు" విసురుగా అంది అన్నమ్మ. "బ్రాహ్మణుల వద్దన చూడండి. తర్వాత గొడవ పడుదురు" అంది ఒక పెద్దావిడ.

ఇంతలో అన్నమ్మ చిన్న కూతురు అరిచింది.

"అమ్మ, అమెరికా నుండి అక్క అత్తగారు వాళ్ళు వచ్చారు" అంతే! అంత వరకూ అడిగడిగి అన్నీ పెడుతూ, ఆత్మ – పరమాత్మ అని మాట్లాడుతున్న అన్నమ్మ, "ఆ, ఆ, వస్తున్నా, వస్తున్నా! ఓసేయ్ శాంతా! వడ్డనలు పూర్తి చెయ్యండి. నే వచ్చి సంభావనల

సంగతి చూస్తాను. మీ మామగారిని, మీ ఆయన్ని ఆ వ్యవహారంలో బుట్ట దూర్చొద్దను. నేను వచ్చి ఇప్పిస్తాన"ని కోడలికి ఆజ్ఞ జారీ చేసి,

"చిన్నమ్మాయి! ఆ ఏసీ ఉన్న పెద్దగదిలో ఉన్న వాళ్ళందరినీ ఖాళీ చెయ్యమను వెంటనే. వాళ్ళు మన వాతావరణానికి తట్టుకోలేరు. అసలే సున్నితం మనుషులు. మనవాళ్ళందరినీ వసారాలో ఎక్కడో కూర్చోమను. అంతదూరం నుండి వస్తున్నారు" అంటూ హడావిడిపడుతూ, అంగలేసుకుంటూ అందరి విస్తళ్ళూ దాటుకుంటూ, వెళ్ళింది అన్నమ్మ.

"దీని మొఖం ఈడ్చా! ఇంటిఆడపిల్ల ఏదో అవసరం అయ్యి, ఆలస్యంగా వచ్చిందని అన్ని మాటలు అంది. ఇప్పుడు అమెరికా నుండి వస్తున్నారని అంగలారుస్తూ వెళ్ళిపోతోంది. ఇలాంటి మనిషిని ఎక్కడా చూడలేదమ్మా! దాని అవసరం బట్టి, మాట్లాడుతుంది. 'ముద్ద మూతికట్టు, డబ్బు సభకట్టు' అని దీనికి బాగా తెలుసు.

దాని దృష్టిలో డబ్బు హోదా ఉంటే చాలు. మిగతా వాళ్ళు ఎవరూ పనికిరారా? చచ్చిపోయినాయన ఉత్తముడు, మంచివాడు కాబట్టి అందరం వచ్చాం కానీ, ఇది చస్తే కుక్కలు కూడా తొంగి చూడవు" ఉక్రోషంగా అంది ముసలావిడ.

"ఊరుకో అమ్మమ్మా! గోడలకు చెవులు ఉంటాయి. ఎవరి కర్మన్ని వాళ్ళే పోతారు. నీకెందుకు నిష్టూరం? ఆమె బుద్ధి మనకు తెలియదా ఏంటి?

ఆమెతో పాటే దాని పిల్లలు అందరూ ఎలా వెళ్ళిపోయారో చూడు. పెద్దవాళ్ళ విస్తర్లు దాటుతున్నమని జ్ఞానం కూడా లేదు. అయినా, తాతగారు బతికున్నంత వరకు నరకం చూపెట్టారు. ఇప్పుడు చనిపోయాక, ఇంత హడావుడి చేస్తున్నారు? నీకు అర్థం అవ్వడం లేదా" అంది అమాయకురాలు అన్నమ్మ కోడలు.

"పిచ్చి పిల్లా! నువ్వు ఇంత అమాయకురాలివి కాబట్టే, దాని పెత్తనం అలా కొనసాగుతోంది. మొగుడిని, కొడుకుని అందరినీ గుప్పిట్లో పెట్టుకుంది" అంది ఆ పెద్దావిడ.

'మామ గారి ఆత్మ శాంతి, ఆత్మ శాంతి అని మనదుంప తెంపింది రా బాబూ... హమ్మయ్య' అనుకాని భోజనం పూర్తి చేసి, భుక్తాయాసం తీర్చుకోడానికి వెళ్ళి పెరట్లో పచార్లు చేస్తున్న శాస్త్రులుగారికి, చెట్ల కింద చేరి మాట్లాడుకునే వారి మాటలు చెవిని పడ్డాయి.

"చూసావే సూరమ్మ, అన్నమ్మ అట్టహాసం! మామగారు బ్రతికుండగా మంచినీళ్ళవ్వడానికి ముక్కి మూలిగేది. చచ్చక శ్రాద్ధకర్మలెలా చేస్తుందో?" అక్కసుగా అంది ఒక గొంతు. "చూడకెమ్మా, చూస్తునే ఉంటేను. మూడు నెలల క్రితం ఆస్తి కలిసొస్తుందనే వరకూ మామగార్ని మనిషిలా చూసిందా?

అతనెప్పుడూ ఆడపిల్ల దగ్గర, లేదంటే ఆ మూల గదిలోనే కదా! ఎంత హీనంగా చూసింది? ఆస్తి కలిసొచ్చాక అతన్ని ఇంట్లోకి మార్చి ఆరురోజులే గదా అయ్యింది. ఆడపిల్లలకేదన్నా ముట్టజెప్పాలమ్మా" అన్నాడు ముసలాయన.

"ఆయన మాట చెల్లనిస్తుందా? ఈ డబ్బు పిశాచికి అభిమానం లేదు,

ఆడపిల్ల లేదు, ఆత్మబంధువులనీ లేదు. ఈ సూరమ్మే, ఆయన చేత సంతకాలు పెట్టించుకుని సర్వం స్వాధీనపరచుకొందిట." "ఆయన చచ్చాక సమారాధన. కోడలి ప్రేమకి మురిసి ముక్కలై, మూడు రోజులలో చచ్చాడు ముసలాయన". ఇంకొక ఆమె అంటోంది

"ఎవరికి తెలుసు? చచ్చాడో, చంపిందో? కూతురు పంపిన టీవీలో సీరియల్స్ అన్నీ చూసి చూసి, ఇది అలాగే విలన్ లాగా తయారయింది. ఆ మొగుడికి, కొడుక్కి నోరే లేదు. అంతా దీని పెత్తనమే.

బ్రతికుండగా పాలచుక్కైనా ఇవ్వలేదుగాని చచ్చాక శ్మశానంలో పాడి ఆవుని కట్టిందట వెనుకటికి దీనిలాటిదే". ఇంకో గొంతు. "దీని కొడుకు కోడలు దీనికి మాత్రం అడుగులకు మడుగులొత్తాలట. అయినా ఇప్పుడీ సమారాధనలు దేనికో" ఒకామె గొంతు. "బ్రతికుండగా వాళ్ళని పెట్టిన బాధలకు, చచ్చిన వాళ్ళు ఆత్మశాంతి నొందుతారో లేదో అని భయం. అందుకు శాంతులు చేయించితే, అవన్నీ సమసిపోతాయి అనుకుంటారు.

అంతరాత్మంటూ ఉంటే వాళ్ళకి ఆత్మశాంతుంటుందా? చచ్చిన వారి ఆత్మ స్వర్గం చేరితే, తాను సుఖంగా ఉండాలని సమారాధనలు, సంతర్పణలు చూడడానికి ఇక్కడే ఉంటుందా? చెయ్యొద్దని అనము.

బ్రతికున్నప్పుడు బాధిస్తే, చచ్చాక వాళ్ళు సాధిస్తారనే భయంతోనే ఈ సమస్త దానాలు" ఇంకో గొంతు. అప్రయత్నంగా వింటున్న శాస్తులుగారు "శాస్తులుగారేరి? సంభావనివ్వాలి" అన్నమ్మ గొంతు విని "మామగారి ఆత్మశాంతి కోసం నా చేత మరొక డజను అరటిపళ్ళు తినిపిస్తుంది కాబోలు" అంటూ భుక్తాయాసంతో లోపలికి నడిచారు శాస్త్రి గారు.

కాంతమ్మ – ధైర్య సాహసే లక్ష్మీ

కానిస్టేబుల్ కాంతమ్మ, సబ్ఇన్స్పెక్టర్ సుబ్బారావుగారితో అంది "సార్, ఈ మధ్య రైళ్ళలో జోరుగా దొంగతనాలు జరుగుతున్నయ్. ప్రజలు రైలెక్కి పెళ్ళికో, పేరంటానికో వెళ్ళాలన్నభయపడి చస్తున్నారు.

పెద్ద పెద్ద ప్లాన్లు వేసినా, ప్రభుత్వం ఒత్తిడి చేస్తున్నా పట్టుకోలేకపోతున్నారు వాళ్ళని. సరియైన పథకం వేసి వాళ్ళని పట్టుకొనే సమర్థులకు సన్మానం, ప్రమోషన్, టివి, క్యాష్ అవార్డ్స్ లాంటివి ఉంటాయా?" అని.

ఎస్ఐ సుబ్బారావు హాస్యమాడాడు. "ఏటి నువ్వుగాని ట్రై చేస్తావేటి? లాకప్పులో పెట్టిన దొంగనే లాగిపెట్టి కొట్టలేని దానివి. తాగి బార్లో పడుకున్న మీ ఆయన్ని పట్టుకొని ఇంట్లో పెట్టుకోలేవు. వాళ్ళని పట్టుకోవడం అంత తేలికనుకుంటున్నావా?

వాళ్ళసలే మారణాయుధాలతో, మంది మార్బలంతో వస్తున్నారట. పట్టుకోవడం మాట దేవుడెరుగు. పోలీసులమని తెలిస్తే, ప్రాణాలే తీస్తారు. పో, పో! పోయి ఫైళ్లు అందించే పని చూసుకో " అన్నాడు సుబ్బారావు.

చిన్నబోయి కదలిన కాంతాన్ని చూసి హెడ్ కానిస్టేబుల్ చంద్రయ్య "అలాగనకండి సార్. ఏ పుట్టలో ఏ పామున్నదో! కాంతమ్మదసలే కంప్యూటర్ బుఱ్ఱ. కర్మ కాలి కానిస్టేబులైందిగాని పెద్దింట్లో పుడితే ప్రైమ్ మినిస్టరై ఉండేది" అన్నాడు.

"అబ్బా, ఆ అమ్మాయిది కంప్యూటర్ బుఱ్ఱ, నీది సేటిలైట్ బుఱ్ఱాను. నాదే పాపం మట్టి బుఱ్ఱ. వచ్చి ఆ అమోఘమైన ఆలోచన చెప్పి అధికారపీఠాన్ని అధిరోహించమను" వెటకారంగా అన్నాడు ఎస్సై సుబ్బారావు.

చంద్రయ్య అన్నాడు "ఆ పిల్ల అలాటిది కాద్సార్. మీకూ తెలుసు. ఆ ఆలోచన అందరం కలిసి అమలు జరిపితే అందరం లబ్ధిపొందొచ్చు. మీరూ సిఐ అవ్వచ్చు.

మీ అనుచరులమేగాని, మేం ప్రత్యేకం కాదుగదా" అన్నాడు చంద్రయ్య, ఎస్సై ప్రమోషన్ పిచ్చి తెల్సుగనక. చంద్రయ్యకు, కాంతం తెలివితేటలపై ఖచ్చితమైన నమ్మకం.

సిఐ అనగానే చిన్న ఆశ కలిగి "సరే, ఆలోచన అద్భుతమై, నాకు నచ్చితే అమ్మలు జరిపే బాధ్యత నాది" అన్నాడు సుబ్బారావు.

★★★

కారాపూర్ దగ్గర రైలోపి కంపార్ట్మెంట్స్ లూటీ చెయ్యడానికి సిద్ధపడిన దొంగల ముఠాని, కారాపూర్ పరిధిలోగల కాంచనపురం పోలీసులు చాకచక్యంతో పట్టుకున్నారు.

దొంగల ముఠాని పట్టుకోవడంలో ప్రత్యేక శ్రద్ధ తీసుకున్న పోలీసు అధికారికి ప్రమోషన్ వచ్చినట్టు ఊహల్లో విహరిస్తున్నాడు. ఆయనను అందరూ అభినందించారు.

దొంగల బృందం నాయకుడు గంగప్పతో భీమన్న అన్నాడు. "మేం అక్కడ మీతో కలసి గలాటాజేసిన తర్వాత, అందరం మాయమౌదాం" అంటూ. అన్న ప్రకారం అయిదు స్టేషన్లముందు ఎక్కిన వాళ్ళకు చివరి మూడు కంపార్ట్మెంట్లలో పెళ్ళిబృందం కన్పించింది.

'పండగే పండగ' అనుకున్నారు. తమని జూచి పెళ్ళికూతురు, పెళ్ళికొడుకుతో ఏదో చెప్పింది. అతగాడు భీమన్నని "కూర్చో" అన్నాడు. కూర్చున్న భీమన్న కంపార్టమెంటు కలయజూస్తే ఆడవాళ్ళు మోటుగా కన్పిస్తున్న మెరిసిపోతున్న నగలతో ఉన్నారు.

'పంట పండిందిరా' అనుకొని, ప్రక్కనున్న వీరిగాడితో అన్నాడు "ఒరే వీరిగా! కారాపూర్ రాగానే అన్నకు కాల్ చెయ్య. వస్తానన్నాడని" కబుర్లు చెప్పుకుంటున్నారు.

పెళ్ళికూతురంది. "మీలాంటి ఖరీదైన కుటుంబంలో పడ్డం నా అదృష్టం. పెళ్ళికి పాతిక తులాల బంగారం పెట్టిన మిమ్మల్ని జూచి కుళ్ళుకుంటున్నారు జనాలు" అని. పెళ్ళికొడుకు "మేం ఏ పెళ్ళైనా బాగా జేస్తాం. చూసావుగా చాలాసార్లు" అని అన్నాడు. "చూసా చూసా. ఇంకా చూస్తాను గూడా" చిన్నగా నవ్వింది పెళ్ళికూతురు.

వీరిగాడు సూరిగాడితో అన్నాడు. "బాబా, మనం అనుకున్న ప్రకారం అన్నీ జరుగుతాయని అన్నకి చెప్తాని" రెండు గంటలప్పుడు లేచాడు. వీరయ్య, సూరిగాడు నల్లని ముసుగులేసుకున్నారు. నాటు కత్తులు తీసారు. పెళ్ళికూతురి దగ్గరకెళ్ళే ఫెదేల్మని తన్నింది.

పెళ్ళికొడుకు ఒళ్ళో పడ్డాడు వీరయ్య. ఒక్కసారిగా కంపార్టమెంట్లో ఉన్న ఖరీదైన నగల వాళ్ళు కళ్ళెట్టజేసారు. అప్పటికే అన్నకి ఫోన్జేసి, అనుకున్న ప్రకారం "చైన్ లాగుతాం. కారాపూర్ వచ్చామన్న" సూరిగాడిని కొట్టింది కళ్ళు మెరిసే నగలతో ఉన్న అమ్మాయి. కళ్ళు బైర్లుగమ్మి, వాడు కళ్ళు తెరిచేసరికి ఖాకీ బట్టలపై ఖరీదైన నగలు మెరుస్తున్నాయి. వీరిగాడినీ, సూరిగాడినీ వెనక్కి రెక్కలు విరిచి కట్టేసారు సంకెళ్ళతో.

కారాపూర్లో చైన్ లాగి, కంపార్ట్మెంట్లోకి ముఠావాళ్ళు చొరబడగానే చుట్టుముట్టారు పోలీసులు. ఈలోగా కొందరు స్లోగా నడుస్తున్న రైల్లోంచి గెంతి, పరిగెడుతూ తుప్పల్లో

దూరిపోయారు. ఎంత వెతికినా దొరకలేదు వాళ్ళు.

"ఒహో, ఆ పెళ్ళికూతురు, పెళ్ళికొడుకు పోలీసాఫీసర్లా? వాళ్ళు చేసే పెళ్ళిదా" అనుకున్నాడు సూరి.

"ఆ పెళ్ళికూతురు పోలీసా, పెళ్ళికొడుకు సబ్ఇన్స్పెక్టరా! వాళ్ళ నుండి తప్పించుకున్న తను, పోలీసుల బారి నుండి తప్పించుకోలేకపోయాడు." పోలీసుల చేతజిక్కి ఆసుపత్రిలో అనుకున్నాడు. ఏమైతేనేం ముఖ్యమైన దొంగల నాయకులందరూ దొరికిపోయారు.

'కారాపురం పోలీసులకు ఘనసన్మానమన్న' వార్త పత్రికలలో చూచి, కాంతం మొగుడు కళ్ళు ఎర్రజేసి కాంతాన్ని కుళ్ళబొడిచాడు.

"నువ్వే కథానాయకివి గదా. ఎంతిచ్చినారేంటి. నాకు తెలీకుండా కామిష్ చేద్దామనే! నీకున్న తెలివితేటలు నాకు లేవా? నీకన్నా తెలివైనోడిని" అని బాదుతుంటే,

వాడి చేతిలోని కర్ర తీసుకొని, ఒక్కసారి తిరగబడి విజృంభించింది కాంతమ్మ.

"దండలేసి దణ్ణాలు పెడుతున్నారుగాని ఏం ఇవ్వట్లేదంటే నమ్మలేరా? అయినా ఇన్నాళ్ళు నువ్వెంత తాగుబోతు, తిరుగుబోతయినా భరించాను. మా అమ్మనాన్న ఆర్థికస్థితి బాగాలేక, అక్క పెళ్ళి వలన అప్పులపాలవ్వడం వలన, మీ అమ్మ కట్నకానుకలొద్దు, కావాల్సింది పిల్లేనని పట్టుబట్టడం వలన, పదో తరగతి ఫస్ట్ క్లాసులో పాసై పాఠశాలకే ఫస్టొచ్చినా, పై చదువులు చదివే స్తోమతలేక, ఆశలు చంపుకొని అమ్మ అయ్య మాటకి కట్టుబడి నిన్ను చేసుకున్నాను.

చేసుకున్నాక నీ చెడు సహవాసాలు, చెడ్డ తిరుగుళ్ళు తెల్సినా, చేసేది లేక అక్క బతుకు, నా తర్వాత చెల్లెలి బ్రతుకులలో అనర్థాలు జరగడంతో అనారోగ్యం పాలైన నాన్న, ఆ బెంగతో మరణించిన అమ్మ, పుట్టింటి కష్టాలు తలుచుకుని భయపడ్డాను.

నా బ్రతుకు నీ ఉచ్చుల్లో ఉక్కిరిబిక్కిరౌతోంది. ఇక ఉద్వాసన చెప్తాను. నేను నీతో కాపురం చేయలేను. కోర్టు నోటీసులు వస్తాయి చూసుకో" ఉద్వేగంతో అనేసి వచ్చేసింది కాంతం.

కన్నీళ్ళ పర్యంతమైన కాంతం కారాపూర్ స్టేషన్లో జరిగిన సంఘటనలో కాలు ఫ్రాక్చరయి, బాగా గాయాలతో ఆసుపత్రి మంచంపై ఉన్న చంద్రం అన్నని చూసింది.

"ఏం బ్రతుకులన్నా మనవి. ఎవరూ విలువీయరు. దినదిన గండం, దీర్ఘాయుష్షున్నా" అంది పేలవంగా నవ్వుతూ. "ప్రత్యేకంగా విలువివ్వక్కర్లేదు. కనీసం మనుషుల్లా చూస్తే చాలు. సరేగానమ్మా. నువ్వెంటలా చిన్నబోయినావు. మళ్ళీ ఆ చందాలపోడీ గొడవా?" ప్రేమగా అడిగేసరికి, కాంతంలో దుఃఖం పెల్లుబికి కన్నీటి వరదతో కొట్టుకుపోతోంది. వెక్కిళ్ళ నడుమ ఉన్నదున్నట్టు చెప్పింది.

గాఢంగా నిట్టూర్చిన చంద్రయ్య "చురుకైన పిల్లవి. నీ సలహాలు విని మన స్టేషన్ ప్రతిష్ట పెరిగింది. పెరటిచెట్టు మందుకి పనికిరాదన్న మాట నిజంలా ఉంది. సరే, విమెన్ ఫోరంలో ఫిర్యాదు చెయ్యి. ఆ జడ్జి మనకు బాగా కావల్సినోళ్ళలే. స్థానిక స్త్రీ సంఘాలవాళ్ళు నీకు సన్మానం చేస్తామంటన్నారుగదా. విమోచన సంఘపోళ్ళకి చెప్పి ఆజ్ఞించి బైటికొచ్చెయ్. నీవల్లే ఈ దొంగల్ని పట్టుకోగలిగామని నే నాలుగు ఛానల్స్‌వళ్ళకీ చెప్తాను. ప్రమోషన్ ఖాయం చేస్తారు.

మీ నాన్నని, చెల్లెల్ని పెట్టుకుని, ఆడికి ఉద్వాసన జెప్పి పోయిగుండు. బాగా చదువుకుని డిపార్టుమెంట్లో మంచి పొజిషన్ కెళ్ళి బ్రతుకు తీర్చిదిద్దుకో" ఆప్యాయంగా చెప్తున్న చంద్రయ్య చేతులు పట్టుకు కళ్ళకద్దుకుంది కాంతం. రుద్ధమైన గొంతుతో "ఆపదలో ఆనాడు ద్రౌపదిని ఆదుకున్న కృష్ణుడి గూర్చి చదివాను. ఈరోజు చూస్తున్నాను.

నువ్వు చెల్లెల్ని ఇంతలాగా అభిమానిస్తున్నందుకైనా నువ్వు తేరుకుని ఇంటికి వెళ్ళే వరకూ, నీకు సేవలు చేసుకుంటాను. ఎవరేమనుకున్నా నాకు అనవసరం. చెల్లికి, నాన్నకి ఇప్పుడే ఫోన్ చేస్తాను. ఆసుపత్రిలో వదినకు సాయంగా నేను ఉంటాను" అంది కాంతం. కొత్త బ్రతుకుకు పునాదులు వేసుకుంటూ......

ముదితల్ నేర్వగరాని విద్యగలదే

"మే ఐ కమిన్ అన్న పిలుపుకి, ఎస్ కమిన్ ,అని తలెత్తిన వాగ్దేవి విస్తుపోయింది".
మేడమ్ నిన్న ఈమెగారి మనుమరాలే, ప్రక్కకూర్చున్న అమ్మాయిని పెన్సిలు ముల్లు విరిగెంత వరకూ గుచ్చింది" అటెందరు అప్పారావు అన్నాడు.

ఏదో చెప్పబోతున్న ఆమెను చేత్తో వారించింది వాగ్దేవి.

"మీరేం మాట్లాడొద్దు. పిల్లలు క్రమశిక్షణగా పెరగడం, పెద్ద వాళ్ళని బట్టి ఉంటుంది. చిన్నప్పుడే పిల్లని వంచండి. మీవారి ముఖం చూచి, ఆ అమ్మాయి అల్లరి భరిస్తున్నాం.

కానీ, ఈ అమ్మాయి హద్దుమీరిన కోపం, మూర్ఖత్వం మిగతా పిల్లలకు ఎఫెక్టిస్తోంది. ఆ పేరెంట్స్ గోలపెడుతున్నారు. ఇదే లాస్టండ్ ఫైనల్ వార్నింగ్. మరోసారి ఇలా చేస్తే టి.సి. ఇచ్చి పంపుతాం. టీచర్లు కూడా తనతో తలనొప్పిగా ఉంది అంటున్నారు. పేరెంట్స్ విపరీతంగా ఫిర్యాదులిస్తున్నారు.

అయినా! మీ అల్లుణ్ణి, కూతుర్ని రమ్మంటే మీరెందుకొచ్చారు? వాళ్ళని పంపండి. మీరు రాకండి. మీరు చాలాసార్లు క్లాస్ టీచర్ని కలిసి, మీ అమ్మాయి మంచిదని, వాళ్ళల్లరి చెయ్యకుండా చూడాల్సిన బాధ్యత టీచర్లు తీసుకోవట్లేదని, ఎవరైనా ఏమైనా అంటే మీ మనుమరాలికి ఇరిటేషన్ అని అన్నారట? అలా పెద్దవాళ్ళే పిల్లల్ని ప్రక్క త్రోవ పెడుతుంటే ఆ పిల్లలింకెలా ఉంటారు? వెళ్ళండి. వెళ్ళి పిల్లని అదుపాజ్ఞల్లో పెంచండి" కోపంగా అంది వాగ్దేవి.

"అదికాదు వాగ్దేవీ!" అని అపర్ణ ఏదో చెప్పబోతుంటే "ఐయామ్ వెరీ సారీ. నాకు తెలీదు. ఇంకా చాలామంది పేరెంట్స్ వెయిటింగ్. మరో మాట. అమ్మాయి ఈ స్కూల్లో కంటిన్యూ అవ్వాలంటే మీరు రావద్దు. పిల్ల తల్లిదండ్రుల్ని పంపండి"అని బెల్ కొట్టి "నెక్స్ట్" అంది వాగ్దేవి. అవమానంతో, ఆగ్రహంగా బయటకొచ్చిన అపర్ణ చరచరా వెళ్ళి ఆటో ఎక్కి కూర్చొని "పద ఇంటికి" అంది ఆటో అబ్బాయిని.

ఆటోలో కూర్చున్న అపర్ణ చెవిలో, అల్లుడి మాటలు రింగుమంటున్నాయి.

"మీ నాన్నగారి పుణ్యమా అని సిటీలో టాప్ స్కూలు అనుకున్న ఈ స్కూల్లో సీటొచ్చింది. చాలా సంతోషించానే. అది కాస్తా మీ అమ్మ పుణ్యమా అని ఊడిపోయేలా ఉంది. అయినా ఆవిడే అలా గారం చేసి చెడగొట్టింది. అది ఇప్పుడెవరి మాటా వినదు" అని ఉదయాన్నే కూతురితో అనడం విన్ది. "డైరీ నిండా రెడ్ మార్కులే. వెళ్ళి ఆ టీచర్లు ముందు తలెత్తుకోలేకపోతున్నాను.

ఆ పిల్లని అలా తయారుచేసినందుకు ఏమనలేకపోతున్నాను. ఆవిణ్ణి కొడుకు దగ్గరికి వెళ్ళమనే బాబూ. ఆవిడ మనల్నేం ఉద్ధరించక్కర్లేదు. ఆ కేర్ హోమ్ లో పెట్టొచ్చు హాయిగా. ఈ రోజే ఆవిణ్ణి వెళ్ళమను, ప్రిన్సిపాల్ ని కలవమను. ఆవిడేమంటారో తెలుస్తుంది. నాకు అర్జెంటు పనుంది. అయినా విన్నీ, ఆ ప్రిన్సిపాల్ చాలా మంచామె.

ప్రతీవాళ్ళూ ఎంత గౌరవిస్తారో తెల్సా? పిల్లలు విద్యావంతులు, వివేకవంతులు కావాలంటే ఆవిడ నీడలో ఉంటే చాలనుకుంటారు. మరి మన ఖర్మమేంటే? అలాటి స్కూల్లో కూడా ఇదిలా బిహేవ్ చేస్తోంది" అరుస్తున్నాడు.

"ఇంకా చిన్నది కదా, నేనిక పూర్తిగా చూసుకుంటాలే. ఈమధ్య నాకు బాగాలేక చూసుకోలేకపోయాను. అమ్మనంటావేం?" అంటోంది కూతురు.

ఇప్పుడు స్కూల్లో ఆ ప్రిన్సిపాల్ వాగ్దేవే కావాలా? నా దరిద్రం కాపోతే, అయినా ఆ సేల్స్ గర్ల్ గా కన్పించిన ఇది ప్రిన్సిపాల్ ఎలా అయిందబ్బా? కాలమెంత క్రూరమైంది. అత్యంత సంపన్నమైన అమ్మా నాన్నలు ఆ రియల్ ఎస్టేట్ వ్యాపారంలో దివాలా తియ్యడంతో, గారంగా పెరిగి అత్యంత ఆత్మాభిమానంగల తను అత్తవారింట అనేకసార్లు అవమానం పొందాననుకుంది.

పేదవాళ్ళు అవసరానికి తగినట్లు, ఆ సమయానికి తగినట్లు ప్రవర్తించడం, తప్పుకాదని, పద్దవాడు చెడ్డవాడు కాదని అత్తగారంటుండేది. నడి మంత్రపు సిరికి మురిసిపోకూడదు అంటూ తనకు నీతులు చెప్పేది.

★★★

ఒకనాడు, మే నెల, మూడు గంటల మండే ఎండలో మంచి నీళ్ళు త్రాగుదామని, ఫ్రిజ్ వద్ద కొచ్చిన తను, అత్తగారు వరండాలో ఎవరితోనో మాట్లాడుతుండం జూచి ఆసక్తిగా వచ్చి చూచి ఆశ్చర్యపోయింది.,.

★★★

చదువుల తల్లి, చక్కని పిల్ల అని అందరిచేత మెప్పుపొందిన తన క్లాస్ మేట్.

పాపం అమ్మాయి ఎండలో వస్తే మజ్జిగ ఇచ్చాను అంది అత్తగారు. తను అత్తగారిచ్చిన మజ్జిగ త్రాగి గ్లాసక్కడ పెట్టి.. అత్తగారిచ్చిన డబ్బులందుకుంటోంది. టీపాయ్ మీద రెండు పెద్ద సాఫ్ట్ టాయిస్, కుక్క, కుందేలు బొమ్మలున్నాయి. "అవన్నీ తనే చేసిందిట. ఎంత బాగున్నాయో చూస్తుంటే" అన్నారు అత్తగారు తనతో. తనను జూచి, ఉలికిపడి, పాలిపోయిన ముఖంతో నిలుచున్న ఆ అమ్మాయిని చూచి వెటకారంగా ...

"అదేంటి? చదువుల తల్లి చంకని బొమ్మలు పెట్టుకొని, అమ్ముకుంటుందా!" అని తను అనడం, అవమానంతో ఆ అమ్మాయి అతివేగంగా వెళ్ళడం, అత్తగారు తనవంక అదోలాచూచి, ఇది మంచిపద్ధతికాదు అని వెళ్ళడం తనకింకా గుర్తే.

★★★

ఒక పదిహేనేళ్ళ క్రితం ఒక ముసలాయన చెయ్యి పట్టుకు రోడ్డు దాటిస్తూ, తన కారు క్రింద పడబోయి, తనచే తిట్లు తింటూ, తిరిగి చూచిన ఆమె, ఈ వాగ్దేవే? ఇదెలా సాధ్యం అయింది? ఆలోచిస్తున్న అప్పల. "అమ్మా! ఇల్లొచ్చింద"ని ఆటో అతనందంతో ఆలోచనలకు స్వస్తి చెప్పి, ఇంట్లోకి నడిచింది.

★★★

"అమ్మా, అందరూ వెళ్ళారు. నే భోజనానికి వెళ్ళేముందు మీకు డ్రింకయినా తెస్తాను త్రాగండమ్మా. భోజనం కూడా చెయ్యనంటున్నారు" అన్న అటెండర్ని చూచి "అలాగే డ్రింక్ తీసుకురా. కానీ అప్పారావ్, ఆఫ్టర్నూన్ ఎవరినీ కలవలేనయ్యా నిస్తాణగా" అంది వాగ్దేవి.

"అలాగే రెస్ట్ తీసుకోండమ్మా! నే చూస్తా, ఎవరూ రాకుండా" అని, డ్రింక్ బాటిల్ పెట్టి, కర్టైన్ వేసి వెళ్ళాడు అప్పారావు.

★★★

కళ్ళు మూసుకొని వెనక్కివాలి, ఆలోచనల్లోకి వెళ్ళిన వాగ్దేవి అలా అలా సంవత్సరాల వెనక్కి జారిపోయింది.

★★★

స్టేట్ సెకెండ్ ర్యాంక్ వస్తే తను చదివిన హైస్కూలు ఆవరణలో పెద్ద సభ పెట్టి, ప్రధానోపాధ్యాయులు మొదలు అందరూ తనని ప్రశంసలతో ముంచెత్తారు. అమ్మా, నాన్న, అక్క, తమ్ముడు, చెల్లి సరేసరి. నాన్నయితే చదువుల తల్లి సరాసరి ఇంట్లో పుట్టింది అని సందడి చేసారు.

అమ్మ మాత్రం బాధపడింది. "అయ్యో, తల్లీ ఆర్థికంగా అన్ని విధాలా అట్టడుగున ఉన్న ఈ ఇంట్లో ఎందుకు పుట్టావే" అని.

అమ్మ ఇంకో మాటంది. "మాకు సెవెంత్ క్లాస్ గ్రీనింక్లో వస్తే గొప్ప. ఆ జిల్లాలన్నిటా నేనే మొదట దాన్నని మా మాష్టార్లెంత మెచ్చుకున్నారో!

పదో తరగతి కూడా చదవ నివ్వకుండా పెద్ద పిల్లయిన వెంటనే మీ నాన్నకిచ్చి కట్టబెట్టారు మావాళ్ళు. మీ తాత దళారి వ్యాపారం దెబ్బతిని, డబ్బు దర్పం పోయి మనం ఇలాగయ్యాము. అయినా నా పిల్లలు ఈ రోజు ఇంత పేరు సంపాదించుకున్నారు అంటే నాకు చాలా ఆనందంగా ఉంది బంగారం" అని తనని ముద్దు పెట్టుకుంది .అమ్మకు ఆనందం ఒక కంట, ఆవేదన ఒక కంటా..

అక్క అసూయపడినా "అనుకున్నది సాధించావే!" అని అభినందించింది.

ఆనందంతో గెంతులేస్తున్న తమ్ముడితో "అక్క నీకు ఆదర్శం. బాగా చదువుకొని పెద్ద ఇంజనీరువి కావాలిరా" పనిలో పనిగా దీవించింది అమ్మ.

ఇంటికి వచ్చి ఎటువంటి ఫీజు కట్టక్కర్లేదని సీటిచ్చి జాయిన్ చేసుకున్నా, మధ్య మధ్య పుస్తకాలు, అదనపు ఫీజులు వసూలు చేసారు కాలేజీ యాజమాన్యం.

ఇంకా పట్టుదలగా చదివి ఇంటర్ ఫస్టియర్ లో 99% మార్కులు సాధించిన తనని చదువుల తల్లి అని, సార్ధక నామధేయురాలని సార్ లందరూ పొగిడేవారు.

కొందరు లెక్చరర్లు ఈ అమ్మాయిని చూచి నేర్చుకోండని, చెయ్యకూడని పోలిక చేసి తనకు శత్రువులు పెరగడానికి కారణమయ్యారు. ఐపి బ్యాచ్లో అగ్రశ్రేణి తనదే. కాలేజ్ కి తనవల్లే పెద్ద పేరొస్తుందని ప్రిన్సిపాల్ తో సహ అందరూ హోప్స్ పెంచుకున్నారు.

అపర్ణ, విరించి, స్వప్న, జ్యోతిక వీళ్ళంతా తన బ్యాచే, కానీ తనపై అకారణ ద్వేషం పెంచుకున్నారు. తన ప్రాణ స్నేహితురాలు పల్లవితో బాగా మాట్లాడేవారు.

అదిగో! సరిగ్గా అలాంటప్పుడే పల్లవి పెద్దమ్మ కొడుకు ప్రకాష్ సెకెండియర్ ఐపి బ్యాచ్లో చేరాడు. అందరితో జోవియల్ గా ఉండి అమ్మకు తెలీకుండా నాన్న, నాన్నకు తెలీకుండా అమ్మ పంపే డబ్బుతో పార్టీలిస్తూ, ఫ్రెండ్స్ తో గడుపుతూ అందరినీ ఆకర్షిస్తూ అతి చనువు ప్రదర్శించాడు.

ఆదిలో అంటీ ముట్టనట్లున్న తను కూడా, అయిదారు రోజుల్లో అతని పట్ల ఆకర్షితురాలైంది. రియల్ ఎస్టేట్ వ్యాపారి తండ్రి అని, తనకి ఎన్నో బిల్డింగులున్నాయని, ఇంజనీర్ ఖచ్చితంగా కావాలనే తండ్రి కోరిక వల్లనే ఇక్కడ చేరానని చెప్పి, కాలేజీ అవ్యగానే కారులో ఫ్రెండ్స్ నేసుకుని బీచ్ కో, పార్క్ కో వెళ్ళేవాడు.

పల్లవి దగ్గర నోట్సు కోసం వెళ్ళిన తను ప్రకాష్ మాటల గారడిలో చిక్కుకొని తరుచు అతన్ని కలుసుకోవడం, అతనితో అమ్మా నాన్నకు ఎగస్ట్రా క్లాసులని చెప్పి, ఎవరికీ

తెలియకుండా ఎక్కడికంటే అక్కడికి వెళ్ళి రావడం, ఫస్ట్ టర్మ్ లో డౌన్ ఫాల్ ప్రారంభమైంది.

దురదృష్టం కొద్దీ నాన్నను ఎద్దు పొడిచి వెన్నెముక దెబ్బతిని మంచం పట్టాడు.

అమ్మ కష్టంతో ఇల్లు గడవడం దుర్భరమైంది. అక్క కట్నం మొత్తం తేలేదని అత్తవారింటి నుండి వెళ్ళగొట్టబడింది. సినిమా కష్టాలు చోటు చేసుకున్నాయి.

ప్రిన్సిపాల్ గారు పిలిచి తనకు వార్నింగిచ్చారు. పిలిచి సీటిచ్చాం, చదువుపై శ్రద్ధ తగ్గింది. నీఫై బోలెడు ఆశలున్నాయి. ఎంటీ మార్కులని ప్రశ్నించారు.

కంగారు పడిన తను ఆ కంగారులో మరిన్ని తప్పులు చేసింది. అంతవరకూ ఆకాశానికెత్తిన లెక్చరర్లు అసహ్యించుకున్నారు. మంచి టైంలో ముంచేస్తున్నావన్నారు. మిగిలిన ర్యాంకుల వాళ్ళంతా ముందుకెళ్ళి పోయారు. తనని పట్టించుకోడం మానేసారు. శత్రువర్గం సంతోషంగా పురోగమించారు.

ప్రకాష్ ప్రలోభపెడుతూనే ఉన్నాడు. ఫైనల్ రిజల్ట్స్ రావడం, ప్రతాప్ ప్యాసవ్వడం, తను ఫస్ట్ క్లాస్ వచ్చినా కాలేజ్ టాపర్స్ లో లేకపోవడం, పురుగులా చూచి తననంతా వెలివేసినట్లు ప్రవర్తించడం జీవితంలో అనుక్షణం గ్రుచ్చుకునే సంఘటనలు.

టీసీ ఇచ్చినప్పుడు. క్లర్క్ అన్న మాటలింకా చెవుల్లో ప్రతిధ్వనిస్తూనే ఉన్నాయి . "కలల ప్రపంచంలో కొట్టుకుపోతూ, వాస్తవాన్ని నిర్లక్ష్యం చేస్తున్నావు. మెలుకువ వచ్చేసరికి జీవితం చిద్రమై, నీకందనంత దూరం వెళ్ళిపోతుంది. నీ బ్రతుకు నేలమీదే ఉంది. నేలమీదే నడవడం నేర్చుకో. గాల్లో తేలావో, గల్లంతయిపోతావు. ఇప్పటికే ఊబిలో దిగి ఉక్కిరి బిక్కిరవుతున్నావు" అని. ఇంజనీరింగ్ ర్యాంక్ ఎంచక్కా మంచిదే వచ్చింది. అమ్మనడిగింది జాయినవుతానని.

ఆ లోన్లు అదీ అంత సులభంగా రావు. మనింటి స్థితి మరీ అధ్వాన్నంగా ఉంది. ఏ చిన్న ఉద్యోగమో చూచుకొని జాయినవ్వు. కుటుంబానికి తోడ్పడు. చిన్న పిల్లవిగాదు అర్థం చేసుకో అంది.

ప్రకాష్ కి ముప్పయివేల పై చిలుకు ర్యాంక్ వచ్చింది. ముఖం మాడ్చుకొని, "మున్ని మనిద్దరం పెళ్ళి చేసుకుందాం. నేను ఏ పేమెంట్ సీట్లోనో చేరుతా. నిన్ను చదివిస్తా .ఇద్దరం జాలీగా చదువుకొని హ్యాపీగా ఇంజనీరింగు చేద్దాం. నన్ను నీవు పెళ్ళి చేసుకుంటే చచ్చినట్టు మా నాన్న నిన్ను చదివిస్తాడు.

ఎటైనా వెళ్ళి ఈ రెండు మూణ్ణెల్లు గడిపి పెళ్ళి చేసుకువద్దాం ఎలా ఉంది నా ప్లాన్" అన్నాడు.

ఎలాగైనా ఇంజనీరింగ్ చేద్దామనుకున్న తను ఎస్ అంది. వచ్చి ఈ విశాఖలో చేరారు.

వచ్చిన నెల్లాళ్ళు హోటళ్ళలో ఉండటం, విలాసాలు, భోగాలు. రెండో నెలలో చిన్నఇల్లు అద్దెకు తీసుకున్నారు. తను ఏం తోచట్లేదని ఫర్ క్లాత్ కొని బొమ్మలు చేయడం మొదలుపెట్టింది. సెకండ్ మంత్ నుండి ప్రకాష్ లో మార్పు రావడం చూసింది. అయిందానికీ, కానిదానికీ అరవడం. త్రాగి వాగడం, చెయ్యి చేసుకోవడం, నీవల్లే నా బ్రతుకు నాశనం అయిందనడం మొదలు పెట్టాడు. "డబ్బులన్నీ అయిపోయాయి, మా నాన్న దమ్మిడీ ఇవ్వడట. నీ వల్ల నాకు ఎలాంటి ప్రయోజనం లేదు. నా బతుకెంత నాశనం అయిపోయింది నేను మా అమ్మ నాన్న దగ్గరికి వెళ్ళిపోతాను.నువ్వు అడుగుపెడితే అమ్మ మీ అందర్నీ అరెస్టు చేయిస్తుందట. మీ వాళ్ళని కూడా. సవ్యంగా బతకనీయదు. అమ్మ అన్నంత పనీ చేస్తుంది. అసలే ఎమ్మెల్యే కూతురు" అంటూ బెదిరించాడు.

తన మేనత్త కొడుకు అంజి కనపడి, పిడుగులాంటి వార్త చెప్పాడు.

తమ చిరునామా తెలుసుకొని ప్రకాష్ తండ్రి పోలీసులను తీసుకొచ్చి, నాన్నా వాళ్ళని నానా మాటలు అన్నాడట. తననెక్కడికి పంపారో చెప్పమని కుళ్ళబొడిచారని, నాన్న చనిపోయాడని, అవమానం భరించలేక అమ్మ ఉరిపోసుకుందని చెప్పాడు..

అక్క, తమ్ముడు భయంతో పారిపోయారని చెప్పాడు.

చివరికి ఒక మాటన్నాడు. చదువుల తల్లివని నువ్వేవో సాధిస్తావని అనుకున్నారు. చదువుల తల్లివి కాదు, శని దేవతవై ఇల్లు స్మశానం చేసావు. ఛీ!" అని వెళ్ళిపోయాడు. ఇంటికొచ్చి ఏడుస్తూ జరిగిందంతా ప్రకాష్ కి చెప్తే "పాపిష్టిదానా! నన్ను పెద్ద ఇంజనీర్ చేద్దామని నాన్న కన్న కలలు నీ వలలో పడి కల్లలయ్యాయి. నిజమే నువ్వు శని దేవతవే.

నేనే తెలుసుకోలేకపోయాను. హైదరాబాద్ లో నాన్న ఫ్రెండ్ కాలేజిలో నాకు సీటు ఇస్తానన్నారు. ఇక నీతో పెళ్ళయినట్లు నీకూ నాకూ తప్ప ఎవరికీ తెలీదు కదా? నయాపైసా ఆదాయం లేని నీతో ఉండి నరకం అనుభవించేకన్నా,అమ్మా నాన్నా మాట విని, హాయిగా లైఫ్ ఎంజాయ్ చేస్తాను. నువ్వు ఎవరికి కంప్లయింటిచ్చినా మా తాత ఎమ్మెల్యే" వెటకారంగా అని తన కర్మానికి తనను వదిలేసి వెళ్ళిపోయాడు ప్రకాష్.

ఆ ఇంటి ఓనర్ మంచి మనిషి కాబట్టి తనకు ఆశ్రయం ఇచ్చింది. ఏదో ఉద్యోగం వచ్చేవరకు ఉండమంది. కాలక్షేపానికి చేసిన బొమ్మలను కడుపు నింపుకునే వృత్తిగా మార్చుకొని కాలం గడిపింది తను.

అదుగో అలాంటి క్లిష్ట పరిస్థితుల్లో వాగ్దేవి ప్రిన్సిపాల్ నారాయణగారింట్లో బొమ్మలు అమ్ముతుండడం, ఒక ప్రాబ్లమ్ సాల్వ్ చెయ్యిలేక సతమతమౌతున్న వారి మనుమరాలిని ఇలా చేస్తే ప్రాబ్లమ్ సాల్వవుతుందని తను చెప్పడం, ప్రాబ్లమ్ సాల్వయి, ఆ పిల్ల సంతోషిస్తూ

ఉంటే, ఆ పెద్దాయన చూసి సంతోషించి, తనను ఆ అమ్మాయికి ట్యూటర్ గా పెట్టడం, జరిగింది. అలా కుదుటపడిన తనను నమ్మకంతో, ఆయన నడిపే ట్యుటోరియల్ కాలేజీలో పార్ట్ టైం గా చదువుకోమని, వాళ్ళింట్లోనే చిన్న గది ఇచ్చి, తనను ఉండమని చెప్పారు. ఆయన కొడుకు కోడలు ఇద్దరూ ఉద్యోగస్తులు కావడంతో సంతోషంగా అంగీకరించారు. తను వాళ్ళింట్లో సొంత మనిషిగా మారిపోయింది. వంట పని కూడా చేసేది.

అనుకోకుండా ఆ శాస్త్రవేత్తలు ఇద్దరికీ అమెరికాలో మంచి ఉద్యోగాలు రావడంతో పిల్లను తీసుకుని వెళ్ళిపోయారు. అమెరికాలో ఉన్న కొడుకూ కోడలు సాయంతో నగరంలో అత్యుత్తమ జూనియర్ కాలేజీగా తీర్చిదిద్దడం జరిగాయి. కాలేజీని డిగ్రీ కాలేజీగా కూడా రూపొందించారు పెద్దాయన. ఆయన బాధ్యత తనకు అప్పగించి వారి పిల్లలు కూడా అమెరికాలో నిశ్చింతగా ఉండేవారు.

మేథ్స్ లో డిగ్రీ, ఎం.ఎస్.సి, పిహెచ్.డి. కూడా పూర్తి చేసిన తను వాళ్ళలో ఒకతిగా మమారింది. పెద్దాయన, పోయాక, స్కూల్ తన పేరన రావడం, పెళ్ళంటే విరక్తి చెందిన తను హాయిగా ఈ కాలేజీ నడుపుకుంటూ ప్రశాంతంగా జీవిస్తోంది. ఎందరో అనాథ పిల్లలకు ఆశ్రయం ఇస్తోంది. తన జీవితాన్ని ఉదాహరణగా చూపెట్టి కౌన్సిలింగ్ చేస్తోంది. అమెరికాలో ఉన్న పెద్దాయన సంతానానికి కూడా తనంటే ఎంతో గౌరవం. తనను ఎన్నోసార్లు అమెరికా తీసుకెళ్ళి చాలా మర్యాదగా చూశారు.

ఇంజనీరింగ్ చదువుతున్న ప్రకాష్ ఎక్సిడెంటై పోయినట్లు, ట్యూటర్ గా ఉన్నప్పుడే తెలిసింది. ఆఖరుకి తప్పిపోయిన అక్క, తమ్ముడు గురించి తీవ్రంగా ప్రయత్నించి వారు కనిపించడంతో సంతోషించింది. అక్క కట్నం బ్యాలెన్సిచ్చి అత్తారింటికి పంపించింది, తమ్ముణ్ణి బాగా చదివించడం, ఈరోజు తమ్ముడు పెద్ద సాఫ్ట్ వేర్ ఇంజనీర్ కావడం తన జీవితం అంతా సినిమా రీళ్ళలా కళ్ళముందు కదిలిపోయాయి. తమ్ముడు పెళ్ళయి, భార్య పిల్లలతో సంతోషంగా ఉన్నాడు. తన దగ్గర ఉండమన్నా, తను మాత్రం ఎక్కడా ఉండదు. కావలసిన వాళ్ళు వచ్చి తనను చూసి వెళ్ళిపోతూ ఉంటారు. ఈ కాలేజీ పిల్లలు, వీళ్ళ అభివృద్ధి ముఖ్యం. విలువలతో తను ఈ సంస్థను నడుపుతోంది. ఎన్ని పెనుమార్పులు. ఎప్పుడూ వెనక్కి చూడలేదు, ఆలోచించలేదు తను. ఈ రోజు ఈ అప్పన్న తారసపడ్డంతో గతం జ్ఞాపకాల గనులు తవ్వాల్సొచ్చింది.

"అమ్మా, అందరూ వెళ్ళిపోయారు. పదండమ్మా" అప్పారావు మాటలతో వర్తమానంలోకి వచ్చింది వాగ్దేవి. అప్పారావు సొంత సోదరుడిలా అండగా నిలబడి తన క్షేమాన్ని కాంక్షిస్తూ ఉంటాడు. అతని కుటుంబం మొత్తం తన అవుట్ హౌస్ లో ఉంటున్నారు.

'కష్టాల కోర్చుకున్నవే సుఖాలు. సంపదలకు మంచి మనసే పెట్టుబడి' అనుకుంటూ ముందుకు సాగింది వాగ్దేవి.

ఆణిముత్యం

పరంధామయ్యగారు అప్పటికి ఓ పదిసార్లన్నా గేటువద్ద నుంచి ఇంట్లోకి, ఇంట్లోంచి గేటువద్దకు తిరిగి ఉంటారు. హడావిడి చేస్తూ.

"అబ్బా, వాళ్ళే వస్తారు లేండి. గేటు వరకూ వచ్చిన వాళ్ళు లోపలికి రాకుండా, ఉంటారా ఏం? అయినా పెళ్ళి చూపులకే ఇంత హడావిడి చేస్తున్నారే? పెళ్ళికి ఇంకెంత హడావిడి చేస్తారో" అన్నారు పార్వతమ్మగారు ముసిముసిగా నవ్వుతూ.

★★★

ఆరోజు పరంధామయ్యగారి మనుమరాలు మైథిలిని చూడడానికి ఆయన స్నేహితుడి మనుమడు వస్తున్నాడు.

పెళ్ళికొడుకు అమెరికాలో సాఫ్ట్‌వేర్ ఇంజనీరు, తండ్రిలేడు. తల్లి, ఈ అబ్బాయి, ఇంకో అబ్బాయిా వారి కుటుంబం.

ఈ అబ్బాయి అమెరికాలో ఉద్యోగం చేస్తుంటే, అప్పుడప్పుడు వెళ్ళి వస్తూంటుంది తల్లి. చిన్న కొడుక్కి ఈ మధ్యన కెనడాలో ఉద్యోగం వచ్చిందట.

తల్లి ఆరేసి నెలలుండి వచ్చేదట. ఇప్పుడు తల్లికి సూపర్ వీసా వచ్చిందట.

పరంధామయ్యగారి స్నేహితుడు అన్నాడు గదా! "ఒరేయ్, పెళ్ళికొడుకు నా తమ్ముడి మనుమడు. బహు యోగ్యుడు. మెరిట్‌లోనే ఇంతగా ఎదిగాడు. పెద్దవాళ్ళన్నా, మన దేశమన్నా భక్తి. ఎలాగూ నక్షత్రాలవీ నప్పాయి గాబట్టి, నీ మనుమరాలితో ఓసారి లాంఛనప్రాయంగా పెళ్ళి చూపులు జరిపించి, వాళ్ళకి నచ్చితే పెళ్ళి జరిపిద్దాం. మా తమ్ముడు ఓ ఆదర్శవాది. ఆ రోజుల్లో మా తండ్రిని ఒప్పించి, పైసా కట్నం లేకుండా మా మరదల్ని చేసుకున్నాడు, వాడు పేరున్న డాక్టరయినా సరే.

కాకపోతే ఓ మాట, మా మరదలు నడమంత్రపు సిరితో, నాగరికత మోజులో, నానా హంగామా చేస్తుంది. చిన్నవాడు తల్లి పోలికలే గాని, పెద్దవాడు మా తమ్ముడి గుణాలు పుణికిపుచ్చుకున్నాడు. పిల్లా, పిల్లాడు ఒప్పుకుంటే మిగతా కథ నేను నడిపిస్తాను" అన్నారు.

మైథిలి ఎమ్.సి.ఎ. చేసింది. మ్యూజిక్ లో డిప్లమా. చాలా సంస్కారవంతురాలు. కుందనపు బొమ్మలా ఉంటుంది. ఆటల పోటీలన్నిట్లో ఫస్టే. అలా ఏదో ఒకటి చదువుతూనో, చేస్తూనో ఉంటుంది. తాతగారు సంబంధం గూర్చి చెప్తే "మీ ఇష్టం తాతగారూ" అన్నది.

పరంధామయ్యగారు భార్యకు, కొడుక్కి, కోడలికి చెప్పారు.

'ఆమెని ఒప్పించేట్లు ప్రవర్తించండి. మన సంప్రదాయపు వంటలూ, అవీ చేసినా, ఆమె కోసం కొన్ని ప్రత్యేకంగా చేయమని. సరే' అన్నారంతా. గేటు పట్టుకొని ఇదంతా ఆలోచిస్తున్న పరంధామయ్యగారు కారు హారన్ విని ఉలికిపడి పక్కకు తప్పుకున్నారు.

★★★

పల్చని షిఫాన్ చీర, పొట్టి చేతుల బ్లౌజు. నడినెత్తిపై ముడి, చేతులనిండా బంగారు గాజులు, నుదుట స్టిక్కరు. మెడలో చాలా హారాలు. చాలా హుందాగా ఉన్నట్లు ప్రదర్శిస్తూ కారు దిగిందొకామె. ఆమె వెనుకే చలాకిగా పొడువుగా చూడగానే సదుద్దేశ్యం గలిగేట్టున్న ఓ యువకుడు, పరంధామయ్యగారి స్నేహితుడు రాజారావుగారు దిగారు. "రామ్మా, రా బాబూ" అంటూ ఆప్యాయంగా ఇంట్లో వాళ్ళంతా సాదరంగా లోపలికి ఆహ్వానించారు.

"ఏరా, నే రానక్కర్లేదా, నవ్వుతున్న రాజారావుగారితో నిన్ను కూడా ఆహ్వానించ్రా" నవ్వారు పరంధామయ్యగారు.

హాలంతా కలయజూసిందామె. అబ్బాయి చూచి 'ఎంత కళాత్మకంగా అమర్చారన్నీ' అనుకొన్నాడు. ఆమె విసుగ్గా ముఖంపెట్టి "హల్లో ఎ.సి. లేదా? అబ్బ, ఎలా ఉండగల్గుతున్నారు. ఎ.సి. లేనిదే ఏడు నిమిషాలు గడవదు నాకు. ఎమ్.సి.ఎ. కూడా పెద్ద క్వాలిఫికేషనా ఈ రోజుల్లో? మిగతావి సంగీతమంటే నాలుగు సి.డి.లు వింటే సరి. ఇంటి పనులు చేయడానికి అన్నీ మిషన్లేగదా. మనవాళ్ళతో చిక్కే ఇది. అమెరికా, అవి ఎంత అభివృద్ధి చెందుతున్నాయి,

మనమెందుకు వెనుకబడి ఉన్నాం? అని ఆలోచించరు. ఎంత ఏక్టివ్ గా ఉండాలి. మూడు కాళ్ళ ముసలమ్మల్లా అలా ముడుచుకు కూర్చోవడం. పూర్ ఇండియన్ గర్ల్స్" వెటకారంగా అందామె.

కళ్ళ వరకు వచ్చిన కోపాన్ని దిగమింగ పెళ్ళికొడుకు వైపు చూసింది మైథిలి "అదేంటి మమ్మీ అలా అంటావు. నాకా కల్చర్, అలా ఉండేవాళ్ళు ఇష్టముండదని తెల్సుగా? ఇంక మాట్లాడకు." విసుగ్గా అన్నదతడు తల్లితో.

"సరే నాకిష్టం లేకపోయినా నీ చాదస్తం వదల్చలేక వచ్చాను" విసురుగా అందామె.

"తీసుకోండి" అని పలహారం ఇస్తే "అబ్బ, ఈ మోటుతిళ్ళు ఎలా తింటారండీ బాబు. నాకివన్నీ అసహ్యం. లైట్ గా రెండు బ్రెడ్ స్లైసులు, బట్టర్తో తిని వచ్చాను. నో, నో" అని తిరస్కరించింది.

"నాకు మన ట్రెడిషనల్ ఫుడ్ అంటే చాలా ఇష్టం" అంటూ అబ్బాయి తిన్నాడు. ఆవిదన్న మాటలకి మనస్సు చివుక్కుమన్నా, నిగ్రహించుకున్నారందరూ.

"ఫరదర్ గా ఇంకేమన్నా కంప్యూటర్ కోర్సులు చేసావా?" రీవిగా ప్రశ్నించిదామె కాలుపై కాలేసుక్కుర్చోని. "ఆ, చేసాను" అంటూ వినయంగా వివరాలు చెప్పింది మైథిలి.

"ఆ అన్ని కోర్సులూ ఇక్కడేగా చేసావు. అబ్రాడ్లో కాదుగా! వీటికి విలువేముంది? ఇండియాలో చేసిన ఈ బ్లడీ కోర్సులకు" హేళనగా అంటుంటే "ఛీ ఛీ ఆపండి. ఈ గడ్డపై జన్మించి, ఈ గాలి పీల్చి, ఈ నీరు త్రాగి, ఈ తిండి తిని, ఈ శరీరాన్ని పెంచి, ఇంత జ్ఞానం పొంది, సంపాదనే ధ్యేయంగా సముద్రాలు దాటి వేరే దేశాలకు వెళ్ళి, అక్కడ ఆర్ష ధర్మాలను, హైందవ సాంప్రదాయలను శిరోధార్యంగా భావించేవారి మోచేతి నీళ్ళు త్రాగుతూ, మన జాతిని సంస్కృతిని గూర్చి ఇంత హీనంగా ఎలా మాట్లాడగల్గుతున్నారు? ఇంతలా విదేశీ సంస్కృతిని పొగుడుతున్న మీరు ఏ విదేశీ అమ్మాయినో మీ అబ్బాయికి చేసుకోక స్వదేశీ అమ్మాయిలకై ఎందుకు వచ్చినట్లు? కల్చరు పేరుతో క్లబ్బుల్లో తిరుగుతూ డేటింగంటూ, బోరింగంటూ పెళ్ళి జరిగిన పది నెలలకే విడాకులిచ్చిపోతే, మీ అత్తగారి పెత్తనానికి ఆహుతవ్వడానికి, మీ అహంకారానికి అడుగులకు మడుగులొత్తి సేవ చేయడానికి ఓ స్వదేశీ అమ్మాయి కావాలనేగా?, స్వదేశీ అమ్మాయయితే మీ సాధింపులకి జడిసి, తాళి బంధానికి దాసోహమై, సంస్కృతి, సంప్రదాయాలు విడనాడక, జీవితాంతం పడి ఉంటుందనేగా!

మీరు నన్ను ఎన్నన్నా నేను నోరు మెదపలేదు. దానికి కారణం మీ డబ్బు, హోదా, అందం కాదు. పెద్దలను ఎదురించకూడదని, మా తల్లిదండ్రులు నేర్పిన సంస్కారం.

ఆ సంస్కారమే, నా దేశాన్ని, కన్నవాళ్ళనీ చిన్నచూపు చూసిన ఎవరినైనా ఎదిరించమని నాకు నేర్పిందిగాబట్టి, అదే పనిగా మాతృదేశాన్ని దూషిస్తున్న మిమ్మల్ని మర్యాద కాదని తెల్సినా మాట విసిరాను, మన్నించండి.

మీకు కావల్సిన అమ్మాయిని నేనుకాను, నా దేశ సంస్కృతి సంప్రదాయం, విజ్ఞానం, నాకు ప్రాణం. మీ అభిరుచులకు తగిన వాళ్ళు అనేకులున్నారు. వాళ్ళని చూసుకోండి" ఆవేశంగా అనేసి లేచిన మైథిలితో "అమ్మా, ప్లీజ్ నువ్వలా మాట్లాడకుండా ఉండాల్సిందికాదు" అంటున్న తండ్రితో "క్షమించండి నాన్నగారూ, మీపై గౌరవంతో ఇంతసేపు కూర్చున్నాను" అని చివాలున లోపలికి వెళ్ళింది మైథిలి.

★★★

పిల్లాడి తల్లి "ఈ అమ్మాయికి బాగా హెడ్ స్ట్రాంగ్ లా ఉంది, పదరా! మనకి ఇంతోటి సంబంధం దొరక్కపోదు" అని వెళ్తున్న తల్లితో,

"క్షమించమ్మా, నీకింతకంటే గొప్ప సంబంధం దొరకొచ్చు. నాకు నచ్చిన, మంచి వ్యక్తిత్వమున్న ఇలాంటి అమ్మాయి నాకు దొరకదు అనుకుంటున్నాను" తల్లితో అని అమ్మాయి వైపు నడిచాడా యువకుడు రఘు.

★★★

"ఇంత చాదస్తుడితో పెళ్ళి చూపులకు వచ్చిన నన్ను నేను తిట్టుకోవాలి. వీడొట్టి ఆర్థోడాక్స్ యూస్ లెస్" అని ఆమె ఎవరు చెప్పినా ఆగక, వెళ్ళి కార్లో కూర్చుంది, డ్రైవర్ని ఎ.సి. ఆన్ చేయమని అబ్బాయి తల్లి.

★★★

"అంకుల్, నాకు మైథిలి అన్ని విధాలా నచ్చింది. నేను ఆమెకూ నచ్చాను. అమ్మకి విదేశాలంటే ఇష్టం కాబట్టి, అంతగా అయితే తమ్ముడి దగ్గరుంటుంది. మాతో ఉంటానన్నా తనకు ఎలాంటి అభ్యంతరం లేదని చక్కగా గౌరవంగా చూస్తానని మైథిలి చెప్పింది. ఆరునెలల్లో నా చదువు వ్యవహారాలన్నీ ముగించుకొని ఇండియా వచ్చేస్తాను.

మైథిలిని తప్పక నేనే పెళ్ళి చేసుకుంటాను. ఆమెకభ్యంతరం లేకుంటే అమ్మ మాతో ఉంటుంది. మీరు దయుంచి అమ్మ అన్నది మనస్సులో పెట్టుకోవద్దు. మమ్మల్ని అర్థం చేసుకొని, మీ అమ్మాయిని నాకు ఇచ్చి పెళ్ళి చెయ్యండి" అంటూ వినయంగా పాదాలకు నమస్కరించాడతడు.

చాలా సంతోషించి, తన స్నేహితుడు చెప్పింది నిజం అనుకుంటూ, విదేశాలలో ఉన్న స్వదేశీ ఆణిముత్యాన్ని పొదివి పట్టుకొని, అక్కున చేర్చుకుని ఆశీర్వదించారు, నిండు మనస్సుతో పరంధామయ్యగారు.

అనుభూతి

అమెరికా నుండి అందమైన ఆ పల్లెలో అడుగుపెట్టిన అనిరుధ్ కి అన్ని అనుమానాలే, ఆశ్చర్యాలే.

'ఈ పల్లె అమ్మ చెప్పినంత అనాగరికంగా లేదు. నాన్న చెప్పినంత నయనానందకరంగా కూడా లేదు. విమానం దిగిన అనిరుధ్ విస్తుపోతూ విమానాశ్రయంలోనే అనుకున్నాడు. అతనికి ఆహ్వానం అంత ఘనంగా ఉంది మరి. పెద్ద పెద్ద బొకేలతో, ఫారిన్ స్టైల్లో కౌగలించుకోవడాలు, కరచాలనాలు చేసిన కజిన్స్.

"అమెరికా నుండి వచ్చిన నీకోసం అన్ని ఏర్పాట్లు" అంటూ, వెస్ట్రన్ లావెట్రీలూ, విశాలమైన ఎ.సి. గదులు, పట్టణంలోని, ఫైవ్ స్టార్ హోటలు నుండి తెప్పించి ఫ్రిజ్లో పెట్టి, అడుగడుగునా అందిస్తున్న బిస్లరీ బాటిల్స్, బీర్ బాటిల్స్, పిజ్జాలు, బర్గర్లు, కట్లెట్లు, కాస్ట్లి ఫుడ్స్, అంతా ఆధునికమే.

అన్నింటికంటే అడుగుపెట్టగానే "అమెరికా నుండి ఏం తెచ్చావ్? ఏం తెచ్చావు?" అన్నవారికి ఎంతో ప్రేమగా వీళ్ళకు నచ్చుతుందని నాన్న కొనిచ్చిన వస్తువుల్ని, నాలుగువైపులా తిప్పిచూచి, వెటకారంగా నవ్వి ప్రక్కన పడేసి, "వీటిని, మేం వాడి వాడి వదిలి, కొత్తగా వస్తున్న ప్రొడక్ట్స్ కానుగోలు జేసాం. నెట్లో చూడలా? ఓల్డ్ ఫ్యాషన్ ఇవి. అమెరికాలో ఉన్నా అఫ్డేటవ్వలేదా? ఈ చాక్లెట్లు షాంప్స్, స్టిక్లు, వాకీటాకీలు అన్నీ మూలన పడేయ్ లేదా? నాన్నమ్మకిచ్చేయ్" అంటుంటే అనిరుధ్ కి అవమానం అన్పించింది. అసహ్యం వేసింది.

ఆవేదనతో తలెత్తి తండ్రి కళ్ళల్లోకి సూటిగా చూసాడు. తన కళ్ళల్లోకి చూడలేక, తలత్రిప్పుకున్న తండ్రి కంట్లో సన్నటి కన్నీటి పొరనూ చూసాడు.

ఆ పొర వెనుక వేవేల భావాలు. తనంత గొప్పగా చెప్పిన ప్రాణప్రదమైన పల్లెటూరి జీవనయానంలోని అనుభవం, పరిహసిస్తున్నట్లు, కొడుకు 'పచ్చి అబద్ధాలు చెప్పావని' పరిహసిస్తున్నట్లు తండ్రి ముఖ కవళికలు కన్పించాయి అనిరుధ్ కి.

అంత అవమానాన్ని మరపిస్తూ ఓ మంచి అనుభూతి.

నాన్నమ్మ "రారా, కన్నా!" అని పిలిచి, ప్రేమగా దగ్గరకు తీసుకుని, నుదుటిపై పెట్టిన ముద్దుకు మురిసిపోయాడు అనిరుధ్.

పెద్దనాన్నలు, చిన్నన్నలు, అత్తలు, పెద్దమ్మలు, పిన్నమ్మలూ అందరూ అనుక్షణం ఆధునికంగా ఉండడానికి ఆంగ్లభాష మాట్లాడ్డానికి, ఆరాటపడుతుంటే ఆశ్చర్యం వేసింది అనిరుధ్ కి.

అదేదో గొప్ప విషయంలా, అనుక్షణం "నాకు ఈ మోటు తిట్లు, పల్లెటూరి తిట్లు, తిరుగుళ్ళు ఇష్టం ఉండదు. అలా తెలుగులో మాట్లాడుతుంటే, తేళ్ళు జెర్రెలూ పాకుతున్నట్లు ఉంటుంది. మీ బాబాయి కలకత్తాలో ఉన్నాడని పెళ్ళి చేసుకున్నాగాని, కలకత్తాలో వ్యాపారం వదిలి ఈ పల్లెటూరికి వస్తాడంటే రాకపోదును" చిన్న పిన్ని చిరాగ్గా చెప్పిన మాటలు

"అమెరికాలో ఉండబట్టే నువ్వింత అందంగా తెలివిగా ఉంటున్నావు. అదే అబ్బాయిని హాస్టలులో పెట్టి చదివిస్తున్నాంగాని, నీలా మాట్లాడలేదు" పెద్దమ్మ బాధపడుతూ అన్న మాటలు.

"అమెరికా నుండి, మీ మమ్మీ, వాళ్ళ అమ్మకు, అక్కలకు, అన్నలకు, ఏం తెచ్చిందిరా?" అంటూ, అత్త ఆరాలు తీస్తుంటే, "అక్కడికేం స్పెషల్ గా లేదు. అందరికీ, ఇలాంటి గిఫ్ట్ లే" అన్నాడు. అలా, ఎందుకందో అర్థంకాక.

"అన్నివిధాల దోచిపెడుతున్నా, అలా ఆరాలు తీస్తాదిరా   బాబూ మీ అత్తయ్య. అత్తారింటిలో ఆర్నెల్లు, ఇక్కడార్నెల్లూ ఉంటాది. మీ నాన్న ఏం తెస్తాడోనని, కాసుక్కూర్చుందిక్కడ. మీనాన్నేం తెస్తాడులే? ఆ చాక్లెట్లు, టార్చ్ లైట్లు తప్ప. మీనాన్న ముందునుండి అంతే. అమెరికాలో అంత పెద్ద ఉద్యోగం చేస్తన్నాడు. ఆదాయం ఎంతో చెప్పడు. మీ పెద్దన్న అమాయకంగా అన్నీ చెప్తాడు" అంది పెద్దమ్మ వెనకచాటుగా.

"దమ్ము కొడుతూ, రమ్ము కోసం తనని కంపెనీకి రమ్మన్న పదమూడు, పద్నాలుగేళ్ళ కజిన్ తో, తప్పుగదా" అన్నాడు ఆశ్చర్యంగా.

"తప్పా? తుప్పా? అసలు నువ్వు అమెరికా నుండి వచ్చావా?" ఆశ్చర్యంగా అన్నారు వాళ్ళు. నెట్ లో వాళ్ళ నెట్వర్క్ చూచి నివ్వెరపోయాడు అనిరుధ్, వాళ్ళ అభిరుచికి.

అసలు ఆ పల్లెలో, అర్ధరాత్రి వరకూ, ఆడవాళ్ళు, వయలెన్స్, సస్పెన్స్ సీరియల్స్, సినిమాలు చూస్తూ పిల్లలు నెట్లో, చాటింగులు, డేటింగ్లు, ఆడపిల్లలు ఇంకా దారుణమైనవి చూస్తూ. హాస్టల్స్ నుండి వచ్చిన కజిన్స్, వాళ్ళనుభవాలు చెప్తుంటే, పబ్ లు, క్లబ్బుల విశేషాలు చెప్తుంటే, విస్మయం అనిరుధ్ కి.

'ఆధునికుల్లా ఉండాలంటే, అడ్డమైన వేషాలు వెయ్యాలా?' అనిరుధ్ సందేహం.

అన్నయ్యల అసహ్యమైన జోక్ లు, అక్కయ్యల అతివయ్యారాలు, పిన్నమ్మలు పగలు పది దాటినా నైటీల్లో నడకలు, పల్చని దుస్తులు, పాచి ముఖంతో బెడ్ కాఫీలు, పగలు రాత్రి, టీవిల దగ్గర కూర్చొని కాలం వృధాగా గడుపుతూ, వచ్చీరాని భాషలో, వయ్యారాలుపోతూ ,అంతా అసహజంగా, అసంతృప్తిగా ఉంది.

నాన్న స్థితి తనలాగే, "ఎంత సంపాదించావు? ఎంత ఇస్తావు? ఎంత ఇన్వెస్ట్ చేస్తావు? రాజకీయాల్లో నేను దిగితే, నీ సాయంకావాలి. నా కొడుకు మెడిసన్లో చేరాడు. మల్టీ స్పెషాలిటీ ఆసుపత్రి కట్టిస్తా, నువ్వు సాయం చేయాలని".

విమానం దిగిన 24 గంటల్లో అనిరుధ్ అన్నాడు."నాన్నా! నా పల్లె, నా జ్ఞాపకాలు, నావాళ్ళు అన్న నీ మాటలు, నిజంకావిప్పుడు. వీళ్ళు డబ్బు మనుషులు. అనుకరణలలో కొట్టుకుపోతూ, అసలు కష్టపడకుండా విలాసాల్లో తేలిపోదాం అనుకుంటున్నారు.

అమెరికాలాంటి అభివృద్ధి చెందిన దేశంలోలా, అన్ని సదుపాయాలతో, హంగులతో ఆర్భాటంగా ఉండాలని ప్రయత్నం చేస్తున్నారు గాని, కష్టపడడం లేదు. అసలు నీవు చెప్పిన పల్లెకు, దీనికి పోలికా?" అన్నాడు అనిరుధ్.

అమ్మ అనేది "చింటూ, ఆ ఊరొక అడవీ అగాధం. అక్కడ కనీస సదుపాయాలు కూడా ఉండవు. ఆ కంపు మట్టి, పేడ యాక్" అంది.

అమ్మ అన్నట్లు లేనేలేదు. తారురోడ్లు, ట్రాక్టర్లు, రొయ్యల చెరువులు, రాజకీయాలూను. పల్లె స్వరూపమే లేదు.

"అసలు అమెరికాలో పుట్టి పెరిగినోడివి, ఆ పిలుపేంటి? పెద్దమ్మా, దద్దమ్మా అని ఒకరు, అత్తమ్మా అని పిల్వడమేంటి? ఆంటీ అనలేవా?" అని ఒకరు అంటుంటే

"అరే అందరిలో, బిగ్ అంకుల్స్, స్మాల్ అంకుల్స్ అన్నా బాబూ. నీకు పుణ్యముంటుంది. పెదనాన్నా, చిన్నాన్నా అని పిలిస్తే పరువుపోతుంది" అనే చిన్నాన్నలు, పెదనాన్నలు "అసలు వీడు అక్కడ బాగా చదువుతున్నాడా? అమెరికా వాడిలా మాట్లాడడు. వ్యవహరించడు. నిజంగా వీడు అమెరికాలో ఉంటున్నాడంటావా? అన్నయ్యా?" అత్త పెద్దనాన్నతో అంటుంటే, "అదేంటే, అమ్మాయి నోటికొచ్చినదంతా మాట్లాడతావు. ఆ మధ్య వీడు, అమెరికాలో అతిపెద్ద యూనివర్సిటిలో భారతీయ విద్యార్థులలో, బహుముఖ ప్రజ్ఞ చూపించిన విద్యార్థిగా, బహుదేశాల ఆచార్యుల ప్రశంసలు, బహుమతులు పొందాడుగదే! భాషాభిమానంతో అలా మాట్లాడుతున్నాడంతే. అయినా నిందుకుండ తొణకదులే" వసుంధరాదేవి విసుగ్గా అంది కూతురితో.

రెండు చేతులూ, నెత్తిమీద పెట్టుకొని, నమస్కరం పెట్టి "అమ్మా భాషా పండితురాలా, నీ పోలికే వచ్చింది, నీ చిన్న కొడుక్కి అనుకున్నం ఇన్నాళ్ళూనూ. ఇప్పుడు, నీ మనుమడు కూడా తోడయ్యాడు" అన్న కూతురితో, కోడలితో, "ఆంధ్రాలో అచ్చమైన పల్లెలో ఉన్న మీరు, భాషనూ, సంప్రదాయాన్ని బంగాళాఖాతంలో కలిపేసి, ఆచార వ్యవహారాలకు తిలోదకాలిచ్చి, అంతరాత్మలు చంపుకు బ్రతుకుతున్నారు" ఆవేశంగా అంది ఆమె.

"సరే, సంప్రదాయాల్ని బ్రతికించి, పోషిస్తున్న మీ బుజ్జిగాడితో వెళ్ళిపోండి. ఇక్కడ మిమ్మల్నెవరూ ఉండిపొమ్మని, ఇబ్బంది పెట్టడంలే" విసుగ్గా అంది పెద్దకోడలు అత్తగారితో. "నా పెన్షన్, నాపేర ఈ ఆస్తి, అమెరికా నుండి వచ్చిన వాడి వాటా, లేకపోతే, ఇబ్బంది పెట్టడం కాదు, ఈడ్చి అవతల పడే సేదానివి" వసుంధరమ్మగారు విసురుగా అన్నారు.

విస్తుపోతూ విన్న అనిరుధ్ కు అసంతృప్తి.

"అమ్మమ్మ ఇంట్లో, హైదరాబాద్ లో, ఉండమన్నా నాన్నమ్మని చూడాలని నా ఊరనే మీ మాటవిని, ఇరవయ్యేళ్ళ తర్వాత ఇండియా వచ్చి చూచిన నాలో అసంతృప్తి పెరిగి ఆవేదన మిగిలింది నాన్నా. అనుభూతి కాదు అసంతృప్తి మిగిలింది. అందుకే అమెరికా వెళ్ళిపోదాం" అంటుంటే అలాగే ,అన్నాడు ధీరజ్ ఆవేదనతో కొడుకుతో.

★★★

మరుసటి రోజు ఉదయాన్నే బ్యాగ్లు సర్దుకుంటున్న ధీరజ్, అనిరుధ్ లతో అంది వసుంధరాదేవి "బాబూ, బుజ్జి, ఆనందపల్లి లో అత్తయ్యని ఓసారి చూసి రారా!, పెద్దదై పోయింది. ఆరోగ్యం కూడా బాగోలేదుట .మామయ్యగారూ ఎన్నోసార్లన్నారు. "మనవాడొస్తే పంపమ్మ అని" అన్నారు వసుంధరాదేవి.

"కార్లో వెళ్ళండిరా, అయినా, అమ్మ చాదస్తం. అసలే సదుపాయాలు లేని ఆ ఊరికి వెళ్ళడం ఎందుకు? అసలే పిల్లాడు అమెరికా నుండి వచ్చాడు.ఆ ఊర్లో గంటైనా ఉండలేడు. అతడ్నిక్కడే వదిలెయ్" అంటున్న అన్న, వదినలతో "అసలు వెళ్ళేదే వాడికి ఆ ఊరు అవీ చూపెట్టడానికి" అని బయల్దేరిన ధీరజ్, వెనుక నుండి వెటకారపు నవ్వులు, మాటలు విని విసవిస నడిచాడు కొడుకుతో. ముందు వీడికే చాదస్తం అంటే, కొడుకుని ఇంకా చాదస్తంగా తయారుచేసాడనే మాట ధీరజ్ చెవినిబడింది.

★★★

ఉదయాన్నే, సూర్యకిరణాల్లా వచ్చి ముంగిల్లో నిలిచిన మేనల్లుడిని, అతని కొడుకుని చూచి ఉబ్బితబ్బిబ్బయింది రేణుక. ఆమె భర్త జమదగ్ని "నువ్వు చూస్తున్నది నిజమే! వెళ్ళు,

వెళ్ళి దిష్టి తీసే ఏర్పాట్లు చెయ్యి" అన్న భర్త మాటవిని, "అలాగే, అలాగే" అని ఆఘమేఘాల మీద వెళ్ళి,

వసంతం నీళ్ళు, ఓ పళ్ళెంలో హారతి తెచ్చి, దిష్టి తీసి, హారతిచ్చి లోపలికి తీసుకెళ్తున్న ఆమెను ఆశ్చర్యానందాలతో అలా చూస్తూ ఉండిపోయాడు అనిరుధ్.

"అమ్మమ్మ, తాతగార్లకి నమస్కారం పెట్టు నానీ" అని తండ్రంటే, నమస్కరించి, తాతగారికి హోండ్ స్టిక్, అమ్మమ్మకి శాలువ అందిస్తే, "నువ్వు నన్ను నడిపిస్తున్నట్టు, హత్తుకున్నట్టు ఉంటుందని" వాళ్ళిద్దరూ అంటే ఆశ్చర్యపోయాడు.

వెల్లవేసిన తెల్లని గోడలతో తీర్చిదిద్దినట్టున్న పెంకుటిల్లు, వెనుక పెద్ద పెరడు, ముందు పూల మొక్కలు, ప్రశాంతంగా హాయిగా, ఆనందంగా చూస్తున్న అనిరుధ్ ఎదురుగా,

మతం వేసుక్కూర్చొని"మీ నాన్నకూ ఇలా పాలు చల్లార పెట్టి ఇచ్చేదాన్ని"ని, ఓ పెద్ద గ్లాసులో పాలు, ఇంకో గ్లాసులోకి చల్లార పోస్తూ, నురుగుతో పాలిచ్చి, "తాగరా కన్నా!" అంటున్న ఆమెను, "అమ్మమ్మగారూ!" అంటుంటే,

"ఒరే తాతా! గారూ లేదు, గీరూ లేదు, అమ్మమ్మ అను" అన్నారు జమదగ్ని. మళ్ళీ ఆయనే "ధీరజ్ మనూరి అబ్బాయి మీ ఊరెళ్తున్నాడు. అమ్మని కూడా సాయంత్రానికి తీసుకురమ్మంటాను ఆనందంగా గడపొచ్చు" అంటున్న మామయ్యగారితో "అలాగే" అన్నాడు ధీరజ్ హాయిగా ఊపిరి పిల్చుకుని.

అనిరుధ్ చే పాలు త్రాగించి, తెల్లని తువ్వాలుతో మూతి తుడిచింది.

"అత్తా, వాడికి అప్పుడే 20 ఏళ్ళు దాటాయి. చంటిపాపాయి కాదు కదా" అన్న మేనల్లుడితో, "ఆగరా బుజ్జి, నీకు చేసినట్లు వీడికి చేసి, ముచ్చట తీర్చుకోనీ" అంది. అంతలోనే వేడి వేడి జీడిపప్పు, ఉప్మా చేసి విసనకర్రతో విసురుతూ,

"నువ్వు అమెరికా నుండి వచ్చావు నాన్నా! ఎ.సి.లు అవీ లేవు. ఇంట్లో కూలరన్నా లేదు. ఆ ఫేన్లు తప్ప" అన్నారు బాధపడుతూ,

"వాటిన్నిటితో విసిగిపోయానమ్మమ్మా, ఇలాతే, నే విసురుకుంటాను" అని విసినకట్టతో విసురుకుంటున్న అనిరుధ్ తలపై చెయ్యివేసి, నిమురుతూ,

"తాతగార్ని, నన్ను చూడడానికి నువ్వు రావడం ఎంత ఆనందంగా ఉందో, మాటల్లో వర్ణించలేను" అన్నారామె నీళ్ళు నిండిన కళ్ళతో. అలా అంటున్న ఆమెతో "ఎందుకు రాడతా! నీ ఆప్యాయత చూపెట్టకుండా నే తీసుకెళ్తానా?" అన్నాడు ధీరజ్.

"ఆప్యాయత, అనురాగం తప్ప అందించేందుకు అత్త దగ్గరేమున్నాయిరా?" అన్న ఆనందరావుతో "అంతకంటే కావలసినవి, ఇంకేం ఉన్నాయి మామయ్య?" అంటూ,

"సన్నీ, అసలైన నా బాల్యపు అడుగుజాడలు, ముద్రలు, నీకిక్కడ చూపించగలన్నా" ఆనందంగా అన్నాడు ధీరజ్.

"నిజం నాన్నా! నాకిక్కడెంతో హాయిగా ఉంది. తెచ్చి పెట్టుకున్న ఆప్యాయతలూ, పెదవులపై మెరిపించే ఆ నవ్వుల వెనుక, నాపై అసూయలు, మెప్పుకోసం చేసిన ఏర్పాట్లు చూపిస్తుంటే మొహం మొత్తింది నాన్నా!

ఇక్కడ హాయిగా ఉంది, అమ్మమ్మ దగ్గరికి నాన్నమ్మ కూడా వచ్చేస్తే, నలుగురం నాలుగురోజులు సరదాగా గడుపుదాం" అన్నాడు అనిరుధ్ నవ్వుతూ.

★★★

"అబ్బాయి ఉన్న నాల్రోజులకూ, అద్దెకైనా ఆ కూలర్ తేవచ్చుగా?" రహస్యంగా భర్తతో చెప్పగా విని ఆమెతో "వద్దమ్మమ్మా, హాయిగా ఆరుబయట ఆ టేబుల్ ఫ్యాన్ తల దగ్గర పెట్టుకొని ఆ తారలను చూస్తూ, నిద్రపోతే ఆ మజాయే వేరు. కదా నాన్నా!" అనిరుధ్, అంటుంటే, "అమ్మదొంగా! అన్నీ నాన్నా చెప్పాడా?" అని,

"అచ్చంగా అమెరికాలో పుట్టి పెరిగిన నువ్వు, స్వచ్ఛమైన తెలుగు మాట్లాడుతుంటే ఎంతో సంతోషంగా ఉంది నాన్నా" అన్నారు రేణుక.

"ఇక్కడున్న వాళ్ళు మాత్రం ఇంగ్లీషులోనే మాట్లాడుతున్నారు, దూరమైన కొలదీ పెరుగును అనురాగం అని అన్నట్లుంది వ్యవహారం" అన్నారు ఆనందరావు నవ్వుతూ.

★★★

"ఒరే తాతా! మీ అమ్మమ్మ చీల్చిపెట్టిన చెఱకుగడలు, తీసిపెట్టిన తాటిముంజల రుచికన్నా, నీ చేత్తో నువ్వు తాటి ముంజుల్లో వేళ్ళు దూర్చి తిను, ఆ రుచే వేరని" అనిరుధ్ తింటుంటే, ఆట పట్టించారు తాతగారు.

అరిటాకుల్లో అన్నం పెట్టి, అప్పుడే కాచిన నెయ్యి వేసి ముద్దలు చేసిపెడుతున్న నాన్నమ్మ ముఖంలోకి చూస్తూ, ముచ్చట్లు వింటున్న అనిరుధ్ కి ఆనందం, ఆ ప్రశాంత వాతావరణంలో అచ్చమైన ఆ పల్లెలో అడిగిన వారికీ, అడగని వారికీ

"మా అన్నయ్య మనుమడు అనిరుధ్ అమెరికాలో ఉంటున్నాడు" అని గొప్పగా చెప్పుకునే అమ్మమ్మ, తాతల్ని

"బాబూ అమెరికాలో అన్నం తింటారా? అమెరికా మనుషులు అమ్మ కడుపులోంచే పుడతారా? కార్లలోనే తిరుగుతారుగదా? కాలు పెట్టడానికి నేలుంటుందా?"

ఇలాంటి ప్రశ్నలకు ఓపిగ్గా జవాబిచ్చే ధీరజ్ ను చూస్తూ ఉత్సాహంగా అనిరుధ్ ఉప్పొంగాడు. తండ్రి ఆనందం చూచి తృప్తిగా నిట్టూర్చాడు.

"బామ్మ, తాతగారు నేను ప్రతియేటా వచ్చి మీ దగ్గర గడిపి వెళతాను.

నేను, మా నాన్న మీకోసం ఇచ్చిన ఈ గిఫ్ట్, మా ఇంటికి మేము వెళ్ళే వరకు మీరు ఓపెన్ చేయకూడదు. అలా ఓపెన్ చేయం అని ప్రామిస్ చెయ్యండి" అంటూ చెయ్యి ముందుకు చాపాడు.

"ఇదేంటి రా నాయనా! విషయం చెప్పకుండా మాట తీసుకుంటున్నావు.?"కంగారుగా అన్నారామె.

"మరి ప్రామిస్ చేశావు. జాగ్రత్త నువ్వు గాని ఇప్పుడు ఓపెన్ చేస్తే నాకు మంచిది కాదు అమ్మమ్మ!" అన్నాడు కొంటెగా అనిరుధ్.

"సరేలే" అన్నారు అమ్మమ్మ. తాతను చూసి నవ్వాడు. "మీరూ తెరవకూడదు" అన్నాడు అనిరుధ్. గొప్ప ఇరకాటంలో పెట్టావు కదరా ఆంటూ, రకరకాల పిండి వంటలు, పచ్చళ్లు ప్యాక్ చేసి, తనకు, అమ్మకు, నాన్నకు బట్టలు కూడా ఎంత వద్దంటున్నా వినకుండా ప్యాక్ చేసి పెట్టింది అమ్మమ్మ. తాతగారు తప్పక తీసుకెళ్ళాలని బలవంతం చేశారు.

★ ★ ★

అమెరికా వెళ్ళి ఫోన్ చేస్తూ "అమ్మమ్మ, తాతగారూ" ఇప్పుడు ఆ కవర్ ఓపెన్ చేయండి." అన్నాడు.

అది తీసి అందులో పదిలక్షల చెక్కు చూసి నిశ్చేష్టులయ్యారు ఆ దంపతులు. "ఇదేంట్రా బాబు, ఇది నువ్వు మా ఇంట్లో ఉన్న దానికి వెలకట్టి ఇచ్చావా? మీ రాకతో మేమెంత ఆనందం పొందేమో తెలుసా?" గొంతు వణుకుతూ ఉంటే అన్నారు ధీరజ్ మేనత్త రేణుక.

"ఛ ఛ, ఊరుకో అత్తా!, నా జీవితం మొత్తం ఊడిగం చేసినా నీ రుణం తీర్చుకోగలనా? చెప్పు. ఆ మధ్య నీకు ఏదో ఆరోగ్య సమస్య వచ్చింది. డాక్టర్లు అన్ని టెస్టులు చేయమన్నారు. స్టంట్ లు అవి వేయడానికి ఖర్చువుతుంది అని అమ్మ చెప్పింది.

ఏదో నాకు తోచిన విధంగా నిన్ను కాపాడాలని కోరిక తప్ప. నాకేం సంబంధం లేదు.

అమ్మదే ఇదంతా. నాన్న తరపునట. నీకు బాగాలేదని అమ్మ చాలా కంగారు పడుతోంది. అంతేగాని, నీ ప్రేమకు, అభిమానానికి వెలకట్టగలమా?

అయినా! మళ్ళీ వచ్చే సెలవులకి నీ మనవడు వచ్చేసరికి, నువ్వు ఆరోగ్యంగా చక్కగా వాడితో కబుర్లు, కథలు, చెప్పి వాడికి అన్నీ చేసి పెట్టాలిగా? దానికోసం ముందు తేరుకోవాలిగా. అలా ఉండాలంటే ముందు ఆపరేషన్ జరగాలిగా? మామయ్య చెయ్యరని కాదు. నాకు తోచినది చేసాను" అన్నాడు ధీరజ్ .

"నీ అభిమానానికి నేనేం చెప్పగలం రా నాయనా? ఇంతకంటే. నిజం చెప్తున్నాను. నా మనవడు ఆరోజు ఆ ఒట్టు వేయించుకోకపోతే ఆ రోజే చూసి తిరిగి ఇచ్చేసే దాన్ని" అన్నారామె.

"నీ సంగతి నాకు తెలియదా అత్తా! ఇలా చేస్తావని ముందు వాడితో చెప్తేనే, వాడు అలా ఒట్టు పెట్టాడు" అని పకపకా నవ్వాడు ధీరజ్.

"కేవలం నీతో మాట్లాడుతున్నప్పుడు మాత్రమే మా నాన్న ఇంత సంతోషంగా ఉంటాడమ్మమ్మా" అన్నాడు అనిరుధ్.

"మీ ఆనందం కంటే నాకింకేం కావాలి రా బాబూ!" అన్నారామె ఆశీర్వదిస్తూ.

విచక్షణ

ఆఫీసు నుండి వస్తూనే అలసటగా సోఫాలో వాలిపోయింది వర్షిణి, వాలెట్ బేగ్ టీపాయ్ పై పడేసి.

కప్పుతో టీ తెచ్చి అందించిన ఆమె భర్త వినయ్, "ఏయ్ వర్షా, ఆ టీ తాగేసి, ఫ్రెష్ అయి వచ్చి వంట మొదలు పెట్టు. అమ్మా, నాన్నా, అన్నయ్య పిల్లలూ వచ్చారు. అలా పార్కులో కూర్చొని వస్తానని వెళ్ళారు" అన్నాడు.

"వస్తే రానీ, నాకసలు ఒంట్లో బాగాలేదు. తల పగిలిపోయే నొప్పి. తప్పనిసరి వర్క్ పూర్తి చేయవలసి వచ్చింది. ఆ మేనేజర్ పోరు పడలేక ఉండాల్సి వచ్చింది. అసలు మధ్యాహ్నం నుంచీ మరీ ఎక్కువైంది" అంది వర్ష విసుగ్గా.

"అదికాదు, అమ్మ నాన్న వచ్చేసరికి, ఇలా ఉంటే ఎలా? మాత్ర వేసుకొని, వంట చెయ్యి" రిక్వస్టింగ్ గా అన్నాడు వినయ్. "సారీ, భయంకరంగా తలనొప్పెడుతోంది. హోటలు నుండి తెచ్చేయ్. రేపటి నుండి చూద్దాం" అంది వర్షిణి.

"అమ్మా, నాన్నలకి బయట తిళ్ళు పడవు. అన్నయ్య పిల్లలు చిన్నవాళ్ళు. బయట తిండి వద్దు" వినయ్ మాట పూర్తికాకముందే విసుగ్గా, "అబ్బ, ఆ కుక్కరేదో నువ్వు పెట్టేసి, కూరలు, సాంబారూ తెచ్చేయ్" లేచి నిల్చుంది వర్షిణి. "వాళ్ళు వచ్చాక, నే వండితే ఏం బాగుంటుంది. నువ్వు ఎలాగోలా చెయ్యి. నే హెల్ప్ చేస్తా" అన్నాడు వినయ్ విసురుగా.

వర్షిణి బ్యాగ్ చేతిలోకి తీసుకొని, "నే చెప్పాగా! ఈరోజు నే చెయ్యలేనని, మీ అమ్మగారికి హెల్ప్ చెయ్, ఆమె చేస్తారు. తన గదివైపు దారితీస్తూ" అంది వర్షిణి.

"ఇలా రాగానే అలా స్టా దగ్గరకి పంపాలా? అయినా నీ పేరెంట్స్ వస్తే ఇలాగే చేస్తావా? అత్తగారూ, మామగారని అలా సాకులు చెప్తున్నావు" కోపంగా అన్నాడు వినయ్.

"సాకులు చెప్తున్నానా? ఎంత చస్తున్నానో, నీకేం తెలుస్తుంది. నాకంత ఖర్మ పట్టలే. నీకూ అలా సాకులు చెప్పే అలవాటుంది గాబట్టి అన్పిస్తోంది. నేను నా వాళ్ళయినా ఇంతే" అంది వర్షిణి నిటారుగా నిల్చుని కోపంగా. "ఇంతేం కాదు, ఎంతో నే చూస్తున్నాగా!" వెటకారంగా అన్నాడు వినయ్. "అత్తగారింటిపై గౌరవం లేదనీ" అన్నాడు.

“నువ్వేలగైనా అనుకో, అది నీ సంస్కారం. చచ్చి చెడి, నాల్గు బస్సులు మారి ఇంటికొచ్చి, నా కర్మానికి నే నిద్ర పోదామన్నా, వెధవ బ్రతుకు వీలుపడదు” విసురుగా అంది వర్ణిని వెనక్కు తిరిగి.

“నీదికాదు, నాది వెధవ బ్రతుకు. విద్యాధికురాలు, నీకు విలువనీయదని చెప్పినా, వినక చేసుకున్నాను. అనుభవిస్తున్నాను” ఆక్రోశం వెళ్ళగక్కాడు వినయ్ అక్కసుగా.

“నన్నూ అన్నారు. తనకన్నా భార్య, చదువులోను, అందంలోను, అన్నిటిలో ఉన్నతంగా ఉంటే ఓర్చుకోలేరు. నువ్వు ఒప్పుకోవద్దని. నా ఖర్మ కాలి ఒప్పుకొని అనుభవిస్తున్నాను” విసురుగా అంది వర్ణిని.

“నువ్వు టీమ్ లీడర్ అయ్యింది మొదలు పొగరు పెరిగింది. నా మాట లెక్కలేకుండా పోయింది” అరిచాడు వినయ్. “నువ్వు టి.ఎల్. అవ్వలేదు. నేను తొందరగా అయ్యానని నీకు అసూయ. అప్పటి నుండి అలా రగిలిపోతున్నావు” అంది వర్ణ. “నాకింకా ఫ్యూచరుంది. ఇంకా ప్రమోషన్స్ వస్తాయి. నువ్వే చెప్పావుగా హైలీ క్వాలిఫైడ్ అని!” వర్ణిని వెటకారంగా అంది.

“నువ్వు ఎడ్యుకేటెడ్ బ్రూట్ వి. నీకు పొగరెక్కువ. నా వాళ్ళోస్తే ఒకటి, నీవాళ్ళు వస్తే ఒకటీ చేస్తావు” వినయ్ అరిచాడు.

“ఆ బ్రూట్ వి, స్కౌండ్రల్ వి నువ్వే. ఇంత ఎడ్యుకేటెడ్ నైనా, ఏ మాత్రం జాలి, దయ లేకుండా, మా నాన్నగారి నుండి మొత్తం నలభై లక్షలు నొక్కేసి, ఈ ఫ్లాట్ కొనిపించావు. కానీ, వాళ్ళు అమెరికా వెళ్తూ, వచ్చి ఆరు రోజులు ఆగినా ఆముదం తాగినట్టు ముఖం పెట్టి, అన్ని వాళ్ళచేత ఖర్చు పెట్టిస్తావు. అదే మీ అమ్మానాన్న వస్తే అడుగులకు మడుగులొత్తి, సతాయిస్తావు నీలా చేయమని” అంది వర్ణిని.

“అదే అంటున్నా, అత్తగారికంతలా చేసేదానివైతే, ఇంత రాద్ధాంతం ఎందుకు? ఎడ్జస్ట్ అవ్వొచ్చుగా?” అన్నాడు. ఆమె “ఏం నా వాళ్ళయితే అయ్యో! పిల్లకి బాగాలేదని అడ్జస్టవ్వరూ? నీ వాళ్ళయితే నువ్వెడ్జస్ట్ చేయించలేవా?” వర్ణిని విసురుగానే వదుల్తోంది మాటలు. “నువ్వు మాటలు నేర్చిన కుక్కవి” వినయ్ అరిచాడు. “నువ్వు కుక్క, పంది అంటే పడేవాళ్ళెవరు లేరిక్కడ. మర్యాదగా మాట్లాడు. లేదా మాట్లాడకు” అరిచింది వర్ణిని.

“పడకపోతే ఏం చేస్తావు? పోతావా? ఫో, నీకోసం పడి చచ్చేవాళ్ళు లేరిక్కడ.” పౌరుషంగా అన్నాడు వినయ్. “పడి చచ్చేవాళ్ళున్న దగ్గరకే ఫో. ఈ ఇల్లు నాది. నా దగ్గర పొగరు చూపకు. నాకూ పౌరుషముంది” అరిచింది వర్ణిని. “అదే కదా, నీ అహంకారం.

అలాగే పోతా! ఈ ఒక్కరోజు ఎలాగో గడిపి, రేపు అమ్మ వాళ్ళని పంపించి, అలాగే పోతాను.

నీలాటి మొగుడు లెక్కలేని దానితో ఉండేకన్నా..." అని ఆగాడు వినయ్.

"ఆగావేం? అనాలనుకున్నదను. ఇంకెవత్తెనో చేసుకుంటావా? చేసుకో. నువ్వంటే పడిచచ్చి, కోరి, వెంటబడి చేసుకోబట్టే గదా చులకనయ్యాను?

ఈ రాత్రేం, మొత్తం నువ్వే ఉండు. నేనే పోతా! ఇలా, నీలా భార్యకి ఆరోగ్యం బాగా లేకపోయినా అర్థం చేసుకోలేని వాడితో ఉండేకంటే, ఏ హాస్టల్లోనైనా ఉండడం బెటరు" అని వెళ్ళి ఒక బ్యాగ్ లో నాలుగు చీరలు పెట్టి తెచ్చుకుని, వీధి డోర్ తీసింది వర్షిణి.

అంతే, విస్తుపోయింది. తలుపు దగ్గరే నిల్చున్నారు వర్షిణి మామగారు విశ్వనాథంగారు, అత్తగారు అమ్మాజీ.

"లోపలికి పదమ్మా" అన్న విశ్వనాథం గారితో "అదికాదు. మామయ్యగారూ" అనబోతున్న ఆమెను, "నువ్వు లోపలికి నడమ్మా, పెద్దవాణ్ణి. నా మాటపై గౌరవం ఉంటే" అన్నారాయన. గంభీరంగా తలుపుకడ్డుగా నిలబడి. లోపలికి వచ్చిన వర్షను కూర్చోమని, ఏదో అనబోతున్న మామగారితో,

"అదికాదండి, అసలు మీ అబ్బాయి....." "ఏమన్నదీ అంతా విన్నాం కదా?" ఆవేశంగా అంటున్న అత్తగారితో "ఆహా, అంతా విన్నారా? ఆయనది తప్పులేదా? తప్పంతా నాదేనా? మీరు వారి తల్లిదండ్రులు కదా? ఇంకెలా మాట్లాడతారు?" కూర్చున్న వర్ష లేచి నిలబడింది విసురుగా. "అమ్మాజీ, అసలు నువ్వు ఏం మాట్లాడుతున్నావో, అర్థమౌతోందా?

అమ్మాయి స్థితి అర్థం చేసుకోకుండా, అన్నమాట, అయిపోవాలని, అడ్డమైన మాటలు ఆడే వాడిది తప్పుకాదా? అసలే తలనొప్పి అంటున్న అమ్మాయి వాడి మాటలకు సమాధానమివ్వడమే, నీకు బాధగా ఉందా? నీ కూతురైతే ఇలాగే మాట్లాడతావా?" అని "అమ్మాయా, అలా కూర్చో" ఆవేశం తగ్గించుకో అన్నారు.

"అదికాదు నాన్నగారూ," అనబోయే కొడుకుతో, "అమ్మాయి కన్నా అర్హతలు కావాలంటే సంపాదించుకోరా. గౌరవం పొందాలనుకుంటే సంస్కారిగా ప్రవర్తించు. ఆమె కూడా సంపాదించాలంటే, సహకరించు. అంతేగాని అనవసరంగా మాటా మాటా పారేసుకొని, మూర్ఖునిలా ప్రవర్తించకు. మనస్పర్ధలు పెంపొందించకు.

అమ్మాయా, ఇష్టపడి పెళ్ళి చేసుకున్నారిద్దరూను. ఈమాత్రం అవగాహన లేని మీ ప్రేమ, పెళ్ళి ఎన్నాళ్ళు నిలుస్తుంది? రేపు పిల్లలు పుడితే, మీ ఇద్దరికీ ప్రశ్నార్థకాలుగా మారి, వారి ప్రవర్తన చెడగొట్టే వారవుతారా?

ప్రేమాభిమానాల్లేక, పిచ్చి పిచ్చి విషయాలకు ప్రేలాపిస్తూ, ప్రకోపిస్తూ, పేచీలు పెడుతూ రెచ్చిపోవడంతో తెగిపోవా బంధాలు? అంత పటిష్టమైన వివాహ వ్యవస్థను, మీ ఇంటికి చుట్టాలొచ్చారనో, మీవాళ్ళు ఇల్లు రాసిచ్చారనో, మీ అత్తగారు ఆరళ్ళు పెట్టిందనో, తెంచేస్తారా? అమ్మా, ఆలోచించు.

చదువుకున్న మీ సంస్కారాలింతేనా? కర్రీపాయింట్ కెళ్ళలేదని వర్రీ అయ్యో, కొనమన్న కారు కొనలేదనో, క్లాస్మేట్ ని భోజనానికి పిలవలేదనో తెగిపోవాలా? ఇది విదేశీ సంస్కృతిగాదు గదమ్మా! విసుగొచ్చినప్పుడల్లా విడిగా బ్రతకడానికి. విలువలు ఉన్నాయిగా మనకి” అంటూ విశ్వనాథంగారు చెప్తుంటే విస్తుపోయారిద్దరూ. “నిజమే మామగారూ, నాదీ తప్పే, నన్ను కించపరుస్తూ నాకు లేని పొగరు ఆపాదిస్తూ, లేని భేదభావాలు అంటగడుతుంటే, భరించలేక పోయాను” అంది వర్ణిని.

“నిన్ను అణగిమణిగి ఉండి, అడుగులకు మడుగులొత్తమనలేదమ్మా, అర్థం చేసుకొని హాయిగా బ్రతకమంటున్నాను. ఆడదాన్ని, అతగాడినెలాగైనా నా చెప్పు చేతల్లో ఉంచుకుంటాను. అందరి అండదండలుంటాయని అహం నీకు పనికిరాదు.”

“మగాడ్ని నాకేంటి? నేనెలాగైనా మాటాడతా, ఏం చేస్తారో, చూస్తాననే అహం, ఇతడికి ఉండరాదు. అసలు దాంపత్యంలోనే, అహాలు, అనుమానాలు. అపోహలు ఉండకూడదు. అలా ఉంటే కుటుంబం నరకమే” అంటుంటే “క్షమించండి నాన్నగారూ. నాదీ తప్పే” వినయ్ వచ్చి అన్నాడు.

“నేను క్షమించడం కాదర్రా! మీకు మీరుగా ఆలోచించుకోండి. ఈ రోజుల్లో పెద్దల మాటకు విలువివ్వకుండా, పెళ్ళిళ్ళెంత తొందరగా చేసుకుంటున్నారో, చిన్నచిన్న వాటికి గొడవలు పడి, చికాకులు తెచ్చుకుంటూ తొందరపాటుతో విడిపోతున్నారు. చిత్రంగా ఉంటోందంతా. మీరలా కాకూడదని చెప్పాను. మీఇష్టం ఆపైన” అన్న విశ్వనాథంగారి పాదాలకి నమస్కరించారిద్దరూ.

“మీరు ఇంకెప్పుడూ పోట్లాడుకోమని మాట ఇస్తే నేను దీవిస్తాను” అని దీవిస్తున్న విశ్వనాథం గారి దీవెన పూర్తికాకముందే పరిగెత్తుకుని వెళ్ళి భళ్ళుమని వాంతి చేసుకుంది. అలా నిలబడి చూస్తావేమే, అమ్మాయికి బాగాలేదుగా, వెళ్ళి చూడు” కంగారుగా అన్నారు విశ్వనాథం.

వెళ్ళి ఒక పది నిమిషాల్లో తిరిగి వచ్చిన ఆమె నవ్వుతూ “కంగారు పడాల్సిందేమీ లేదు. మీరు తాత కాబోతున్నారు. నేను అన్నీ వివరంగా అడిగితే, ఇప్పుడే అమ్మాయి చెప్పింది. ఏం పిల్లలో ఏంటో? ఈ ఉద్యోగాలు, గొడవల్లో పడి దేన్నీగమనించే స్థితిలో లేరు.

మనవాడు అసలే మహామేధావి. వివరంగా చెప్తే గాని అర్థం కాదు" అన్నారు. "శుభం తల్లీ" ఆశీర్వదించారు విశ్వనాథం. "సారీ వర్ణా! నేనే గుర్తించలేకపోయాను. కంగ్రాచ్యులేషన్స్" ఆనందంగా అన్నాడు వినయ్.

"ఉండండి. అందరికీ నేను తెచ్చిన స్వీట్లు పెడతాను" అని లోపలికి వెళ్లారు వినయ్ తల్లి.

"ఆ కుక్కర్ లో అన్నంపెట్టు, చారు కాచు చాలు. వెళ్ళి మేము తెచ్చిన పొడులు, పచ్చళ్ళు ప్యాకెట్లు ఓపెన్ చేయరా అబ్బాయి. నేను వెళ్ళి సెల్లారులో ఆడుతున్న పిల్లల్ని తెస్తాను. అమ్మాయో! నీవు స్నానం చేసి నిద్రపో" అన్నారు విశ్వనాథంగారు. ఎవరి పనిపై వారెళ్ళిపోయారు.

★ ★ ★

తన గదిలోకి వెళ్ళి, తలుపు వేసి పడుకున్న వర్ణిని, వర్షం వెలిసిన వాతావరణం కల్పించిన మామగారికి, ప్రొక్కుకుంది.

"మలేషియా ట్రిప్ కి తీసుకెళ్ళలేదని, గొడవ పడి విడిపోయిన తన కొలీగ్ త్రివేణి గుర్తొచ్చింది.

ఏదైనా ఈ న్యూక్లియర్ ఫామిలీస్ వచ్చి నిర్ణయాధికారాలు పెరిగిపోయి, కుటుంబాలు విచ్చిన్నమౌతున్నాయి. భార్యా భర్త విడిపోతే విపరీతమైన వేదన చెందుతూ వారిరువురి నిర్లక్ష్యానికి గురై విలవిలలాడుతున్న పిల్లలెందరో తనకు తెలుసు.

ఇలా బుద్ధులు చెప్పే పెద్దలున్న ఏ ఇల్లు విడిపోతుంది?" అనుకుంది వర్ణిని విశ్రాంతి తీసుకుంటూ, తనకు పుట్టబోయే బిడ్డల భవిష్యత్తు కోసం అత్తగార్ని, మామగార్ని అలా తన దగ్గరే ఉంచుకోవాలనుకుంది వర్ణిని.

న్యాయపక్షం

బాల్కనీలో కూర్చొని భానుమతి పరిపరివిధాల ఆలోచిస్తోంది. పొద్దున చూసిన ఆ సంఘటన పలు ఆలోచనలకు దారితీస్తోంది.

"ఏం చెయ్యాలి? ఈ విపరీతం ఎలా ఆపాలి? ఎంత నమ్మకంతో పిల్లని తన దగ్గర వదిలివెళ్ళింది సింహాద్రి? తను మాటిచ్చి తప్పుచేసిందా? ఛ ఛ, ఆపద అని అడిగిన ఒక అభాగ్యురాలిని ఆదుకోవడం తప్పా?

అయినా, సామాజికమైన మార్పులు అధిగమించి తన, పర భేదం లేకుండా సవ్యమైన దిశలో సమాజాన్ని నడిపించేలా చేస్తానని, న్యాయాన్ని కాపాడుతానని ప్రతిజ్ఞచేసి, న్యాయవాదిగా పేరున్న తను, ఆందోళనతో సహాయం అర్థించిన సింహాద్రికి మాటిచ్చింది"

తన చిన్న గుడిసెలో ఈ పిల్లకు భద్రత ఉండదని, తనని సహాయం అర్థించింది సింహాద్రి. అలాంటి పిల్లకు ఆశ్రయము ఇవ్వడం..., అది తప్పేలా అవుతుంది?

మరి నేడు? ఏ సమస్యకు భయపడి పిల్లని సింహాద్రి తనకప్పగించిందో, అదే సమస్య అక్కడ ఉత్పన్నమైతే? అమ్మాయి జీవితం నాశనం అయితే?

ఆ సమస్యను తను పరిష్కరించలేకపోతే?" తను జీవితాంతం ఆ విషయంలో బాధపడుతూ ఉండాలి.

అసహనంగా అటూ ఇటూ కదులుతున్న భానుమతి కళ్ళు, కాంపౌండ్లో కోడిపెట్ట కెక్కమని అనడంతో దృష్టి మళ్ళి, అసంకల్పితంగా అటు చూసింది.

రెక్కలు పూర్తిగా విప్పి చిన్నచిన్న కోడిపిల్లల్ని రెక్కల క్రింద దాచేస్తోంది.

పైన గ్రద్ద ఎలాగైనా తన్నుకుపోదామని పట్టుదలగా తిరుగుతోంది. పరిగెత్తు కెళ్ళి పెద్ద కర్రతో గ్రద్దను తరిమికొడుతూ అక్కడే నిలబడింది భానుమతి.

గునగున నడుస్తూ కోడిపెట్ట గూళ్ళోకి వెళ్ళాక వచ్చి కూర్చున్న భానుమతి ఒక నిశ్చయానికి వచ్చి, అన్నా వదినలకు ఫోన్ చేయడానికి సిద్ధమైంది.

అసలు ఎందుకు ఫోన్ అంటే, ఈరోజు సాయంత్రానికి వస్తానని కోర్టుకి వెళ్ళిన తను తలనొప్పిగా ఉందని మధ్యలో ఇంటికొచ్చింది. తనకన్నా ముందే సాయంత్రం వరకూ రానని చెప్పి వెళ్ళిన రతన్, గొంతువిని ఉలిక్కిపడింది.

"ప్లీజ్ సార్. నేను అలాంటమ్మాయిని కాను. నాకు బాగా చదువుకొని మంచి పొజిషన్లోనికి రావడం తప్ప, మరో ఆలోచనలేదు. అయామ్ వెరీ సారీసర్.

అదేంటి సర్. మీద మీద కొస్తారు? చాలా అసహ్యంగా ఉంది. అలా మాట్లాడుతున్నారేంటి? అమ్మగారితో చెప్తాను.

అయ్యో!, వదలండి సార్ ప్లీజ్" గట్టిగా పట్టుకొని మీద పడుతున్న వీడ్నింది విడిపించుకోడానికి ఏడుస్తూ విశ్వప్రయత్నం చేస్తోంది మాలతి.

కిటికీ కర్టైన్ తీసి చూసి నిర్ఘాంతపోయింది తను. అదేపనిగా కాలింగ్ బెల్ నొక్కి, అసహనంగా వచ్చి తలుపు తీసిన రతన్ ని చూసి, లోపలికి పరిగెత్తి మాలతిని దగ్గరకు తీసుకుంది. నిర్లక్ష్యంగా అక్కడే నిలబడిన అన్న కొడుకు రతన్ ను లాగిపెట్టి నాలుగు లెంపకాయలిచ్చి బ్యాగ్ తో బయటకు తోసింది.

పెనుగాలికి అల్లాడిపోయిన చిరుతీగలా తననల్లుకు పోయిన మాలతి వెన్ను నిమురుతూ ఉండిపోయింది.

"అతను మీ మేనల్లుడటమ్మగారూ. నాకోసం అతనితో విరోధపడ్డారు. మీరతనేం చేసినా ఏమనరట. చాలా అసహ్యంగా మాటాడేదమ్మా. ఆ డైలాగ్స్ వింటే కంపరం పుట్టింది. నా అదృష్టం బాగుంది మీరొచ్చారు. అయినా, మీరెన్నళ్ళు నన్నిలా కంటికి రెప్పలా కాపాడతారమ్మా? నేను ఉమెన్స్ హాస్టల్ లో ఉంటాను.

మీ చక్కని పెంపకంలో నన్ను నేను కాపాడుకునే పద్ధతి నేర్చుకుంటా. అమ్మా, మీరంగీకరిస్తే నే బి.ఎడ్.చేస్తా. రాబోయే తరాల పిల్లలకి విలువలు నేర్పిస్తాను. మగపిల్లలిలా చెడ్డ త్రోవలు పట్టిపోకుండా మంచి చెప్తాను" నిశ్చయంగా అంది మాలతి.

అలాగే చేద్దాం లే. ముందు నన్ను ఆలోచించుకోనీ అంది. ఇప్పుడు దృఢంగా నిశ్చయించుకుని లోపలికి నడిచింది.

అన్నావదినలకు ఫోన్ చేసింది భానుమతి. జరిగిందంతా చెప్పింది. చాలా నిర్లక్ష్యంగా, నిర్లజ్జగా మాట్లాడారు.

"అయినా అలగా దానికోసం సొంత మేనల్లుడిని పట్టుకుని కొడతావా?" అని తిట్టింది వదిన.

"నా కొడుకుని నీ ఇంట్లో పెట్టడం నా పొరపాటు. పెళ్ళి, పెటాకులు, పిల్లలు, మమకారం లేని దానివి అని నీ దగ్గర పెట్టాను. నువ్వు పరాయి వాళ్ళని వెనకేసికొచ్చి సొంత

వాళ్ళని అవమాన పరుస్తావా?" అని అరిచింది. కోపం వచ్చి తను గట్టిగానే సమాధానం చెప్పింది

"అందరూ నా వాళ్ళని అభిమానిస్తాను. నాకు ఆ హోదాలొద్దు, అయినా పెంచిన నా ప్రేమా గొప్పదే. ఆలోచించుకోవడానికి అన్ని మార్గాలు చెప్పాను. ఆలోచించుకొని మీకేది మంచిదయితే అది చెయ్యండి.

ఆఖరుగా ఒక్కమాట. ఆత్మీయంగా అమ్మాయిని ఆదరించలేని మీరు, అబ్బాయిగాబట్టి వాడెవరితో తిరిగినా చెల్లుతుందన్న భావంతో అయినింట్లో అడుగుపెట్టేది సంపన్నురాలైతే చాలని, అనేకమంది ఆడపిల్లల ఉసురు పోసుకానే ఉత్సాహాన్ని వాడికి నింపుతున్నారు.

మీలా చాలామంది పిల్లల్ని పెంచబట్టే వాళ్ళు చెలరేగి విలువలు లేక విఱ్ఱివీగుతున్నారు. పిల్లల్ని ప్రేమతో పెంచండి. ధృతరాష్ట్ర ప్రేమగాదు." కోపంగా ఫోన్ పెట్టేసింది భానుమతి ఆవేశంతో ఊగిపోతోంది.

'అన్నయ్య కూడా అంతేగదా, అప్పట్లో అంట్లు తోమే అప్పయమ్మ కూతురు కనకతో గ్రంథం నడిపితే, నాన్నకు తెలిసి నడుం విరిగేలా కొట్టి, నాన్న పినతల్లి కూతురైన ప్రమీల కూతురు ప్రగతితో పెళ్ళి నిశ్చయం చేసారు.

అప్పయ్యమ్మని పిల్చి ఆప్యాయత పొంగిపోతున్నట్లు మాట్లాడి, కనక పెళ్ళి ఖర్చంతా తనే భరిస్తానని చెప్పి, కాకినాడలో ఉన్న దాని మేమమామ కొడుకుతో పెళ్ళి జరిపించేసారు. అన్నని అస్సాంలో తెలిసిన ప్రొఫెసర్ దగ్గర పి.హెచ్.డి.కి పంపాడు.

ఆ తర్వాత అంతా మామూలే. వదినకి ఒంటినిండా నగలు, పర్స్ నిండా డబ్బా ఉంటే చాలు. పద్ధతులు ప్రేమాభిమానాలు ఏం అక్కర్లే. డబ్బు తెచ్చిన మదం ఎక్కువ. ఈ రోజు మేనల్లుడు ఎమ్మెస్సీ చేయడానికి యూనివర్సిటీలో జాయినయి, తనింట్లో చేరి ఈరోజు తనకి తలనొప్పయ్యాడు' అనుకుంది భానుమతి.

"అదేంటి భానూ. నీకు మతిగాని పోయిందా? ఆఫ్టరాల్ ఓ అంట్లు తోముకునే దాని కూతురితో నా కొడుకు పెళ్ళి చెయ్యమంటావా?" ఆవేశంగా అరుస్తున్నారు అన్నా వదిన మళ్ళీ ఫోన్ చేసి.

"అయితే, అబ్బాయిని అర్జంటుగా తీసుకెళ్ళి, అక్కడే ఏదైనా హాస్టల్లో జాయిన్ చెయ్యండి లేదా చదువుకి స్వస్తి చెప్పమనండి" ఖచ్చితంగా అంది భానుమతి.

"ఓహో, రక్తసంబంధం కన్నా నీకా అంట్లవాళ్ళే అయినవాళ్ళయినారా?" అన్న ఆగ్రహం.

"పెళ్ళా, పెటాకులా! పిల్లలుంటే ప్రేమ తెలిసేది?" అంది వ్యంగ్యంగా వదిన. ఒళ్ళు మండిపోయింది భానుమతికి.

"అన్నిసార్లు అంటలవాళ్యనకన్నయ్యా! మీ అవసరాలు తీర్చడానికి పనికొచ్చే అంటలవాళ్ళు, మీరు చాటు మాటుగా సాగించే వ్యవహారాలకి పనికొచ్చే అంటలవాళ్ళు, పబ్లిక్ గా పెళ్ళి పీటల మీద కూర్చోడానికి అర్హులు కారా?

పోనీ నా ఆస్తంతా అమ్మాయికి రాసిస్తా. అలా పనికొస్తుందా? అయినా, అమ్మాయి కాళ్ళు వేళ్ళూ పట్టుకు తన కామాన్ని తీర్చమనే నీ కొడుక్కి, తాళి కట్టు అంటే కోపం వచ్చిందంటే ఏంటో అనుకున్నాను. ఓహో తల్లీ, తండ్రి భావాలు పుణికి పుచ్చుకున్నాడు గదా!"

"వదిన నాకు పెళ్ళి పెటాకులు లేవంటోంది కానీ, పెళ్ళి చేసుకొని పిల్లల్ని కని, పెడదారుల్లో పయనిస్తుంటే గాంధారిలా గంతలు కట్టుకుని, సమాజానికి చీడపురుగుల్లాటి సంతానాన్ని కనే ఆమెకంటే, సామాజిక హోదా కోసమే పెళ్ళి చేసుకొని, చెప్పుకింద తేల్లా మొగుణ్ణి నొక్కిపట్టి చిన్నా పెద్దా తేడాలు చూస్తూ, స్వార్థంతో స్వేచ్చ పేరుతో స్వైరవిహారం చేసే వదినలాటి వాళ్ళకన్నా, మమకారాలు మానవత్వం మర్చిపోయి, మనీ కళ్ళబడితే చాలు ఇంకేమీ మాకొద్దనుకునే మీకంటే, పెళ్ళిపెటాకులు లేకున్నా ప్రశాంతంగా బ్రతుకు తున్నాను.

ఎవరికీ అన్యాయం చెయ్యను. న్యాయవృత్తిని చేపట్టిన నేను, న్యాయదేవత కళ్ళకు కట్టిన గంతల్ని విప్పి నిజాన్ని నిరూపిస్తాను. న్యాయవాద వృత్తిని చేపట్టిన రోజే న్యాయం పక్షాన ఉంటానని మా నాన్నకి ప్రమాణం చేసాను" ఆవేశంగా అని ఫోన్ పెట్టేసింది భానుమతి.

మాలతి జీవితం తన నీడలో సాగడానికి రూపకల్పనజేస్తూ.

హైటెక్కు

అనూష, పూర్వాశ్రమంలో అప్పలకొండ. ఆమె ఆదినారాయణ, ఆదిలక్ష్మిల ఏకైక కూతురు. ఆదినారాయణ ఒకపల్లెటూరిలో పెద్దకామందైన ఆదికేశవుల దగ్గర పెద్ద పాలేరు. ఆదిలక్ష్మి పిడకల వ్యాపారంతో పేరు పొందింది. పక్కూరి హైస్కూల్లో పదో తరగతి ఫెయిలైన అప్పలకొండ, ఆదికేశవుల తోటలో బంగళా కట్టడానికొచ్చిన కాంట్రాక్టరు కామేశంతో లవ్ స్టోరీ నడిపి, ఆ బంగళా గృహప్రవేశం నాడే జెండా ఎత్తేసి మద్రాసు చేరింది.

కాంట్రాక్టులపై సంపాదించిన లాభాలన్నీ ఖర్చయిపోయి, కొత్త కాంట్రాక్టులు దొరక్క, కామేశం దివాళా తీసాక, కామేశం పార్ట్నర్ అయిన కుంజిరామన్ ని పట్టి మద్రాసులో స్థిరపడిపోయింది అనూష ఉరఫ్ అప్పలకొండ. విలాసాలకు, అలవాటుపడి ఉన్న ఊరిని, కన్నతల్లిని మరచిపోయింది.

ఖరీదైన జీవితంలో మునిగిపోయింది. తల్లీదండ్రీ, చనిపోయారని తెల్సినా మట్టికంపు, పేదవాసన అని ఆ ఊరు వెళ్ళలేదు. అలాటి అప్పలకొండ, ఉరఫ్ అనూష కూతుర్ని, అల్లుణ్ణి చూడ్డానికని వచ్చింది. 'స్టేషన్ కి కారు పంపుతానన్న అల్లుడు అతని ఫ్రెండ్సెవరో వస్తున్నారని అరుకు పంపాడండి' స్టేషన్లో బస్సు ఆగుతుంది బస్సెక్కి వచ్చేయమ్మా, చిన్నపిల్లవి కాదుకదా ?

గాజువాక బస్ ఎక్కి వచ్చేయమంది అమ్మాయి.

అమ్మాయికి 'ఎంతో బంగారం పెట్టింది. అరవై లక్షల కట్నం ఇచ్చినా అల్లుడి ఆశకు అంతులేదు.

కుంజిరామన్ కేన్సర్తో బాధపడుతున్నాడు. భాష, వ్యాపారం నేర్చుకొని తనే చక్రం తిప్పి, ఎంత పెట్టినా అల్లుడికీ, కూతురికీ ఆశ చావదు' ఆలోచిస్తోంది చిరాకుగా అనూష.

తప్పనిసరియై బస్సెక్కింది.

కడిగిన ముత్యంలాంటి ఒక పల్లెటూరు అమ్మాయి, "రండమ్మా, నాప్రక్కన ప్లేసుంది" అంది ఆత్మీయంగా.

లంగా,వోణీ, అంచు రంగు జాకెట్టు, మట్టిగాజులు, పెద్దజడ, తలలో పువ్వులతో, పెద్దకళ్ళతో బెదురు చూపులతో ఉంది. ఆ అమ్మాయినే పరిశీలనగా చూస్తున్న,

అనూషతో అంది "ఎవులయినా మొగోళ్ళు కూర్చుండి పోకుండా , మీరే కూర్చోండి" అంది.

చిరాకుగా చూసి, వెళ్ళి ఒక కాలేజీ అమ్మాయి పక్కన కూర్చుంది అనూష.

స్ప్రే, లిప్‌స్టిక్, మేకప్, గాగుల్స్, వ్యానిటీ బ్యాగ్ వేసుకుని హెడ్‌ఫోన్లో ఏదో వింటున్న అనూషని చూసింది ప్రక్కన కూర్చోగానే ఆ అమ్మాయి.

కండక్టర్‌కి డబ్బులిచ్చి టికెట్ తీసుకోవడం కోసం పర్స్ తీసిన ఆమెను చూసిన కాలేజీ అమ్మాయి కళ్ళు జిగేల్మన్నాయి. కరెన్సీ కట్టలు, క్రెడిట్ కార్డు, వగైరా చాలా ఉన్నాయి.

పరిచయం పెంచుకుందుకు అనూషకు దగ్గరగా జరిగింది.

"మీ కలర్ కాంబినేషన్ చాలా బాగుంది ఆంటీ. స్ప్రే ఎంత సువాసనో? మీది బెస్ట్ టేస్ట్ ఆంటీ" అంటూ దగ్గరకు జరిగిందా అమ్మాయి.

"యా! యూ నో, బై బర్త్ నేను అంతే. వాటార్యూ డూయింగ్" వచ్చీరాని ఇంగ్లీషు ఒత్తి పలుకుతూ అంది అనూష ఆ అమ్మాయితో.

"గాజువాకలో ఎమ్.సి.ఎ. చేస్తున్నానాంటీ. ఈరోజు ముందుగా ఓ ఫ్రెండ్ని కలిసి కాలేజీ కెళ్ళాలి" అందా అమ్మాయి.

కాళ్ళపైకి స్కర్ట్, పొట్టి టాప్, బాబ్డ్ హెయిర్, హై హీల్స్ వేసుకుంది ఆ అమ్మాయి. ముందు సీట్లో పల్లెటూరమ్మాయి, ఒక ముసలమ్మను తనప్రక్కన కూర్చోమంది. ఆ ముసలమ్మ మురిసిపోయి దీవించింది. ఆ ముసలమ్మ అంది "చూడు బంగారం ఆ ముదనష్టపోల్లు. అంత డబ్బున్నా, ఒళ్ళు కప్పుకునేందుకు గుడ్డలేనేవా? ఒళ్లంతా కనబడుతూ ఆ గుడ్డలేమిటి" అంది.

"పోనీ మామ్మా! మనకేల?" అంటూనే ఆ అమ్మాయి, అనూషని పైనుండి కిందకు చూసి కిసుక్కున నవ్వింది.

పల్లెటూరి మామ్మ బోసినోట్లో ఉన్న పళ్ళన్నీ కప్పించేలా భళ్ళున నవ్వుతూ అనూషను చూస్తూ "ఆదినారాయణ గోడని మా మేనల్లుడి కూతురది. తాపీమేస్త్రీతో మద్రాసు లేచిపోనాది. చాలా రోజుల క్రితం మద్దిమద్దిన దాన్ని చూసినోళ్ళంతా, మహా మారిపోనాది. సినిమా దానినాగున్నాది, సిన్న గుడ్డ ముక్కలేసుకు తిరగతన్నాద"న్నారు.

"ఎనక సీట్లో కూరుసున్నమ్మను సూసినావా? బుట్టకు రంగదే ఏసినాదిగాని, దాని సిన్నప్పుడు ఆల్లమ్మ కొరకంచిసిరేస్తే కాలిన మచ్చ అలాగానే ఉంది సూడు. అడుగుదామన్నా సెప్తాదో సెప్పదో ?" గొణిగింది.

ముసల్ది పక్కనున్నమ్మాయితో అంటున్న మాటలు అనూషకు విన్పించింది.

"మనకు లేనిపోని విషయాలెందుకు?   మామ్మా వల్లకుండు" అంటూనే, ఒసారి అనూషని ఆసక్తిగా చూసింది ఆ అమ్మాయి.

"వెనక్కి తిరిగి. కంట్రీబ్రూట్స్ ఖరీదైన నగలు, మనుషుల్ని చూస్తే చాలు కళ్ళు కుట్టుకుంటారు లేకి మనుషులు, లేకి బుద్దులు" అంది గతాన్ని కప్పే ప్రయత్నం చేస్తూ అనూష.

"ఎస్, ఎస్. ఎలా కళ్ళప్పగించి చూస్తున్నారో. కాస్ట్లీ లుక్స్ చూడ్డానికి ఆళ్ళ కళ్ళకదృష్టం కావాలిగా" అంది ఆ అమ్మాయి అనూషతో. "ఎస్, ఎస్, సెంట్ పర్సంట్ కరక్టంటూ" బ్యాగ్ తీసి, సెంట్ బాటిల్ గిఫ్ట్ ఇచ్చి,

రెండు ఫారిన్ చాక్లెట్స్ తీసి, ఒకటి ఆ అమ్మాయికిచ్చి, ఒకటి తను నోట్లో వేసుకాని, గర్వంగా వాళ్ళ వేపు చూసింది.

"ధ్యాంక్యూ మేమ్" అని, ఆ పిల్ల "బై మేమ్" అని బస్ ఆగీ ఆగడంతో తుర్రుమనడం క్షణాల్లో జరిగాయి.

అక్కసుగా ఆ మామ్మని, పల్లె పడుచుని చూస్తున్న అనూష అప్రయత్నంగా, బ్యాగ్ లో చెయ్యి పెట్టి అవాక్కయింది.

అది ఖాళీ బ్యాగ్, క్యాష్, క్రెడిట్ కార్డ్స్, కవర్లో ఆర్నమెంట్స్ ఖాళీ అయ్యాయి.

కళ్ళు జిగ్గుమన్న అనూష, అరవడం అందరూ గుమిగూడ్డం, పోలీసు కంప్లెంటిమ్మని సలహాలు, బుఱ్ఱ హీటెక్కిన అనూష అల్లుడితో చెప్పింది ఫోన్ చేసి.

ఆ పని నే జేస్తానని ఆటో ఎక్కి ఇంటికి వచ్చేయమన్నాడు.

ఆటో స్టాండ్ కెళ్ళింది. అరవైయేళ్ళ ముసలాడు "అమ్మా వస్తావా? ఆ కాలనీలో దింపేస్తాను, ఆ బాబుగారిల్లు తెల్సు" అని అడిగాడు ,

అతణ్ణి ఎగాదిగా చూసి, "అఖ్ఖర్లేదు" అని "ఏయ్ అబ్బాయి వస్తావా?" అని,

ఓ పద్దెనిమిదేళ్ళ పిల్లాణ్ణి పిల్చి "అలేఖ్య కాలనీకి పోనీ" అన్ని ఎక్కి, కలచివేసిన మనస్సుతో కళ్ళు మూసి తలవెనక్కి వాల్చిన అనూషకి . మధ్యలో స్లో చేసొడు. వాడు, నా ఫ్రెండు మేడం జంక్షన్లో దిగిపోతాడు అన్నాడు. తర్వాతేమైందో తెలీదు అనూషకి. ఏదో ముక్కు దగ్గర పెట్టడం లీలగా అన్పించింది.

మరుసటి రోజు టీవీ9 లో 'గాజువాక తుప్పల్లో పోలీసులకు దొరికిన శవం అని, ఒంటిమీద బంగారమంతా ఒలిచేసారని, ఆమె పెద్ద కాంట్రాక్టర్ రమేశన్ అత్తగారని, అప్పటికే బస్సులో ఆమె పర్స్ క్రెడిట్ కార్డు ఎవరో కాట్టేసారని, కంటిన్యూ లైవ్ ఇస్తుంటే,

చూసిన పల్లెటూరి అమ్మాయి అయ్యో అని ఏడ్చింది. పాపం అనుకుంది జాలిగా. భర్తకు చెప్పింది.

"నా పక్కన కూర్చోమన్నాను. నన్ను పురుగులా చూసి పట్నంపిల్ల పక్క కూర్చుంటే అది కళ్ళు జిగ్గుమనేలా ఉందనుకుంది. కూర్చుంది, చెళ్ళుమన్పించింది. ఆ పిల్ల వేషం చేసిన మోసానికి వెళ్ళి బలైంది " అంది బావతో.

'అనూషలా, ఆర్భాటాలకు ఆడంబరాలకు అధిక ప్రాధాన్యం ఇచ్చేవారే ఆహుతి జేస్తారను'కున్నాడు. నువ్వెక్కడా మాట్లాడకు. పోలీసులు, కేసులు మనకేల ? అనాదోళ్ళమంటే మనల్ని ఇరికిస్తారన్నాడతడు.

అసలైన ఆస్తి

ఆ రోజుకి అంజనమ్మ చనిపోయి ఆరోజులైంది.

అంజనమ్మ ఆఖరి కూతురు అపర్ణ, తల్లి గదిలో దూరి అలమారాలు, పెట్టెలు, పాత పేపర్లూ, చీరలూ అన్నీ తీసి చూస్తోంది. మధ్యమధ్యలో కళ్ళొత్తుకుంటోంది.

ఉబ్బిన కళ్ళతో, ఏవేవో పేపర్లన్నీ పోగుచేసి దొంతర్లు పెడుతోంది.

అమ్మ అల్లిన అల్లిక గుడ్డలు, ఆమె చేసిన బొమ్మలు, రాసిన కవితలు, అట్టడుగున పెట్టెల్లో పడి ఉన్న అపురూప జ్ఞాపకాలు. అవి త్రవ్వి తీస్తూ తలచుకుని మురిసిపోతోంది. మైమరచిపోతోంది. మళ్ళీ తల్లిని తలుచుకుని ఏడుస్తోంది.

అదుగో, అప్పుడే ప్రవేశించింది అంజనమ్మ కోడలు కామాక్షి. అనుమానంగా, ఆడబిడ్డ వంక చూసింది.

ఆ కాగితాలు పెట్టెలు అన్నీ చూస్తే ఆమెకు అనుమానమొచ్చింది.

'అందులో ఏవైనా దస్తావేజులున్నాయా? ఆస్తి వివరాలున్నాయా? ఆ పాత బట్టల్లో అడుగున పరాకుగా తనొదిలిన విలువైనవేమైనా ఉన్నాయా?' అని అర్జంటుగా వెళ్ళి వాళ్ళ ఆయన్తో చెప్పింది. అతగాడు తిట్టాడు "అమ్మ బ్రతికుండగానే అన్నీ దోచేసి, ఆమె అక్ఖర్లేదని పెట్టెనీ, ఆవిణ్ణి ఆ గదిలో పడేసావుగా! ఇంకా ఏంటి అనుమానం? ఆ గదిలో ప్రతి మూల సోదించావు కదా! ఛీ నీ అనుమానం, నువ్వు" చీదరించుకున్నాడు అంజనమ్మ కొడుకు.

అపర్ణ అక్క అనుపమ, అత్తగారు ఆండాళ్ళు అంజనమ్మ గదిలో అపర్ణను చూసి, కోడల్ని కసురుకుంది. "నువ్వూ ఉన్నావు ఎందుకు? అది చూడు. మీ అమ్మ ఆస్తి పేపర్లకై ఎంతలా వెతుకులాడుతోందో!" అని, "అలా అనకండత్తయ్యా. అమ్మ బంగారం ఇద్దరికీ సమంగా ఇస్తే, తనకు అక్ఖర్లేదని అక్కకి ఇచ్చేయమందది. దానికి కవిత్వం పిచ్చి కదా! అవేవో వెతుకుతోంది" అంది అనుపమ. అంతే, కోడల్ని నిందించింది అనుపమ అత్తగారు. అంజనమ్మ చిన్న కోడలు పెద్ద కోడలు దగ్గరికి వెళ్ళి "చూశావా అక్కా! ఏం చేస్తుందో?

అత్తగారి గదిలో అన్ని వెతికేస్తోంది. ఏవో విలువైన కాగితాల కోసం అని చాడీలు చెప్పింది. కోడళ్ళిద్దరూ కొడుకుల చెవులు కొరికారు. నాలుగు కళ్ళు అత్తగారి గది పై వేసి చూస్తున్నారు.

కొడకులన్నారు గదా! "అమ్మ దగ్గరేం మిగిలిందే? ఆ పెట్టెలు మీరేనాడో సోదాలు చేసేసి, ఆ పాడు గుడ్డలు, పాత పాటలు, ఆమె పద్యకవిత్వాలు మాకెందుకని, ఆ పెట్టెలతో పాటు ఆమెని ఆ మూలగదిలోకి తోసేసారుగా. ఇంకెంటున్నాయి మాచెల్లి దోచుకోడానికి?

మీకంత అనుమానమైతే బల్లల్లా గోడలకు అతుక్కుపోండి. అమ్మ ఉన్నంత వరకూ, ఆమెని ఆర్నెల్లు ఆ చెల్లింట్లోనే ఉంచేవారు. చివరికేదో స్వంతగడ్డపై మోహంతో వచ్చి చచ్చారుకుంది.

ఆమె దగ్గర ఉన్నప్పుడూ, లేనప్పుడూ ఆమె ఎవరికేమిస్తుందో?, ఏం తెచ్చిందో?అని శల్య పరీక్షలే. మీరు గదిలోకెడితే మర్యాదగా ఉండదు. కావలిస్తే బయటనుండే చూసుకోండి" అని వార్నింగ్ ఇచ్చారు గట్టిగా.

మూతులు మూడొంకర్లు తిప్పి "ఇదేదో మిస్టరీ లాగుంది. ఆ ముసల్ది కూతురి దగ్గరున్నప్పుడు, ఎందులో ఏం దాచిందో చెప్పిందో ఏంటో? ఎందుకన్నా మంచిది, ఒక చెవ్వ, ఒక కన్ను, ఆ గదిలోకి పడేద్దామని" కోడళ్ళు ఆ ప్రయత్నంలో మునిగిపోయారు.

అంతవరకూ మాటలతో సందడిగా ఉండే మందువాలో నిశ్శబ్దం అలముకోవడం, మంచినీళ్ళ కోసం మందువాలోకొచ్చిన విశ్వేశ్వరయ్యగారు గమనించి, గోడలకతుక్కుపోయిన కోడళ్ళను, వియ్యపురాలిని చూసి విస్మయంతో భార్య గదిలోకి తొంగి చూశారు.

చుట్టూ పేపర్లు, పుస్తకాలు, అల్లిక గుడ్డలు, పూసల బొమ్మలు వంటివి, పరచుకొని, శూన్యంలోకి చూస్తున్న కూతుర్ని చూసి గుండె పిండినట్లయి, గదిలోకి వెళ్ళి కూతురి ప్రక్కనే కూర్చొని తల నిమురుతూ "ఏరా తల్లీ! ఏంటిదంతా?" అన్నారు ప్రేమగా. తండ్రి ఒళ్ళో వాలి వెక్కివెక్కి ఏడ్చింది అపర్ణ.

"అమ్మ నాతో అనేక సార్లు చెప్పింది నాన్నా! తన అనుభవాలను కథలుగా, గీతాలుగా, భావాలను పద్యాలుగా వ్రాసుకుని భద్రపరచుకున్నానని. బంగారు తల్లీ! వాటిని నీకు వీలైతే పుస్తకరూపంలో తెమ్మని చెప్పింది. భవిష్యత్ తరాలకు చాలా పనికొస్తుందంట నాన్నా. ఇదిగో ఆ కాగితాలు ఆ పుస్తకాలన్నీ దొరికాయి.

ఇప్పుడు ఈ ఆస్తి తీసుకెళ్ళి, అమ్మ ఆశయం నెరవేర్చాలనుకుంటున్నాను నాన్నా!. అందుకే ఎంత శ్రమయినా, ఖర్చయినా, వీటిని పుస్తకాల రూపంలో తీసుకు రావాలనుకుంటున్నాను నాన్నా" అంది అపర్ణ.

"పిచ్చి తల్లీ! నా ఆర్థిక పరిస్థితులు సహకరింపక నేను దాని కోరిక నెరవేర్చలేకపోయాను రా! ఇప్పుడు అదొక దగ్గర నేను ఒక దగ్గర వెళ్ళిపోయిన తర్వాత, అది ఫోన్లో పంపుతున్న ఈ కవిత్వంతోటే నేను కాలక్షేపం చేస్తున్నాను. ఇప్పుడు అదే నన్ను వదిలేసి మొత్తం వెళ్ళిపోయింది. ఇంకా నేనేం చేయగలను చెప్పు?

ఈ కవిత్వం చాలా విలువైనది అమ్మా. ఈ లలిత కళలు భగవత్ప్రసాదం. అందరికీ అబ్బవు. నీకు మీ అమ్మ పోలిక వచ్చి, ఈ లలిత కళలపై ఆసక్తి ఉండబట్టి, ఈ ఆస్తి కోసం వెతుక్కుంటున్నావు. సరే! మీ అమ్మ కోరికను తీర్చుతా అంటే అంతకన్నా కావాల్సిందేం ఉందిరా? అలాగే చెయ్యి" అన్నారు ప్రేమగా అపర్ణ తలనిమురుతూ తండ్రి.

ఆ సరికే అక్కడకు వచ్చి పెళ్ళాల ప్రక్క నిలబడిన కొడుకులూ, అత్తగారి ప్రక్క నిలబడ్డ అపర్ణ అక్కను చాలా అసహ్యంగా చూసారు ఆయన.

అక్కడే కాసేపు ఉంటే, ఆ పుస్తకాలు వెలుగులోకి తీసుకురాదానికి అయ్యే ఖర్చు నెత్తిమీద పడుతుందేమోనని కోడళ్ళు, అవి ఆస్తి కాగితాలు కావని తెలిసి అపర్ణ అక్క అత్తగారు, అక్కణ్ణించి చల్లగా జారుకున్నారు.

"అమ్మ అస్తమానం అనేది నాన్నా! నాది అనే ఆస్తి నాకిదే" అని.

నాకు ఈ ఆస్తి మాత్రమే కావాలి నాన్నా" అంటున్న అపర్ణను ఆప్యాయంగా పొదివి పట్టుకుని "అలాగేరా కన్నా" అంటున్న తండ్రితో పాటు, "అమ్మకి అసలైన కూతురివి, అసలైన వారసురాలివి నువ్వే చెల్లీ"అంటూ వచ్చిన అక్క, అన్నదమ్ములు అంటుంటే చూసి ఆనందభరితురాలైంది అపర్ణ. అసలైన ఆస్తినంతా పొదివి పట్టుకుని గుండెలకు హత్తుకుంది అపర్ణ.

దొందుకు దొందే

చీటీపాటల శ్రీలక్ష్మి కొడుకు వెంకీ కి, కాంట్రాక్టర్ కామరాజు కూతురు చిట్టి తల్లి ఉరఫ్ శ్రీజకు, ఏడు చుక్కల హోటల్లో ఎంతో వైభవంగా మేచ్ ఫిక్సింగ్ జరిగింది. సారీ, మేరేజ్ సెటిల్మెంట్ కమ్ నిశ్చితార్థం జరిగింది. ఎంగేజ్మెంట్ కి ఇరుపక్షాలవారూ, సారీ! ఇరు కుటుంబాలవారు ఇంతో అంతో పరువు ప్రతిష్ఠ, పరపతి, పదవి ఉన్నవారినే పిలిచారు. వారు కూడా వారి అవసరాలు, గుర్తించే వచ్చారనుకోండి. అయినా, ఆ ఏర్పాట్లు విందు, వీడియో, వీళ్ళ పొందు, పొగరు, నగా–నత్రా, కార్లు గట్రా చూసి, కళ్ళు కుట్టుకున్నరు. వీడియోలో కన్పడిపోతుందని బుగ్గలు నొక్కుకోలేదుగాని, చెవులు కొరుక్కున్నారు మెల్లగా వీడియో కవరేజ్ లేనిచోట. వాళ్ళ వాళ్ళ అవకాశాలను బట్టి వీళ్ళ లీలా విలాసాల గురించి, పిల్లల, చాటుమాటు వ్యవహారాలు, దొంగ సంపాదనల గుర్చి కామెంట్స్ చేస్తూ, కనుదిష్టి పెడుతూనే ఉన్నారు.

శ్రీలక్ష్మి కోడలికి కాలు చిటికిన వేలు నుండి శిరస్సు దాకా బంగారంతో సింగారించింది. కామరాజు భార్య వరలక్ష్మి నగల షాపులా నడిచి వస్తున్న శ్రీజని చూసి సంతోషపడింది.

శ్రీలక్ష్మి పావలావడ్డీ దొరికాక తన పవరు తగ్గి పాపరయినా, తన భర్త లీడరు కావడంవల్ల కుటిల నీతితో కాపురాన్ని లాక్కొస్తోంది. ఘనంగా ఇప్పుడీ పుత్తడిబొమ్మ, పోకిరి కొడుక్కి పెళ్ళాం తెచ్చిన ఆస్తితో పెద్ద బిజినెస్ పెట్టించి పరువు నిల్పుకోవచ్చు అని

"ప్రజకోసం పెద్దయ్యగారు చస్తే ఈడవలేక ఇంటందరూ చచ్చారన్నట్టు" ప్రదర్శన కోసం పాతికవేలు హోటలు బిల్లే కట్టింది. హోలుకి డెకరేషన్కి ఇంక తిండికి, ట్రాన్స్పోర్టుకి ఏభైవేలయ్యాయి. "పైసా మీరు పెట్టొద్దొదిన పిల్లకి పెట్టు, ఎం పెట్టాలనుకున్నా, నాకయితే పైసా అక్కర్లే. ఈ బంగారుబొమ్మ చాలు. మాకున్న కోట్లాస్తికి వారసుడొక్కడే కదా!" అంది.

అల్లుడికి అక్కయ్యపాలెంలో రెండు ఫ్లాట్లు అప్పటికప్పుడే రాసిచ్చాడు కామరాజు. మురిసిపోయింది శ్రీలక్ష్మి.

"నాకయితే సింపులుగా ఉండాలన్పిస్తాది. అందుకే ఏదీ పెట్టుకోను, కట్టుకోను. అందరూ మనోళ్ళే అయినా అందరి కళ్ళూ మనమీదే గదా. పిల్లల ముచ్చటని గ్రాండ్ గా చేయిస్తానంది" వరలక్ష్మి.

"నిజం వదినా! నే కష్టపడి నాలుగు డబ్బులు దాచుకొందరా, సీట్లేసుకొందరా" అని చక్కగా నీతులు చెప్పి, సిన్నా పెద్ద, బీదా బిక్కి, పేదా రోదా అని లేక అందరినీ సీటిలేయిస్తే, ఆ విశ్వాసం నేకుండా, ఇదిగో! ఇవన్నీ ఆల్ల బాబుగాడి సొమ్ముల్లా బాధపడిపోతారు. చీటీలు పోటల వాళ్ళది వేరు, పనోళ్ళది వేరు, పురుషులది వేరు, స్త్రీలది వేరు, సీనియర్స్ వేరు, చిన్న ఉద్యోగుల్ది వేరు, పెద్దద్యోగుల్ది వేరు. డబ్బు కూడా శ్లాబులు పది రూపాయలు మొదలు పదివేల వరకూ చీటిలేస్తుంది. వాళ్ళనుద్ధరించడానికే ఇన్ని చేస్తున్న, అర్థం చేసుకోరు

శ్రీలక్ష్మి మొగుడు శ్రీహరి చిన్నప్పుడు చిల్లరదొంగ. శ్రీలక్ష్మిని పెళ్ళాడాకా సీనియర్ రౌడీ. చిన్నా చితకా రౌడీలు చుట్టా తిరుగుతా ఉంటారు. శ్రీలక్ష్మి వ్యాపార దక్షతకి మురిసిపోతూ, ఉడతాభక్తిగా వ్యాపార రక్షణ బాధ్యత భుజాలపై మోస్తాడు. శ్రీలక్ష్మి నిర్వహించే చిల్లర వ్యాపారాలు, వడ్డీ వసూళ్ళు, స్ట్రిక్ట్ గా, చేస్తూ చిద్విలాసంగా గడుపుతాడు. ఇక శ్రీలక్ష్మి కొడుకు వెంకి సినిమా యాక్టర్ కావాలని స్విమ్మింగ్, జాగింగ్, డాన్సింగ్, ఎంకరింగు చేస్తాడు.

ఒక్క రీడింగ్ తప్ప అన్నీ చేస్తాడు. శ్రీలక్ష్మి కట్టిన ఫీజుతో కార్పొరేట్ కాలేజీలో ఇంటర్ అయ్యిందనిపించి, డొనేషన్ తో సీటు కొనుక్కొని, ఎవరికీ అక్కరలేని బ్రాంచిలో, ఇంజనీరింగ్ చదివేస్తూ, ఒక్క సబ్జక్ట్ అవ్వకున్నా ఎలాగో ఇంజనీరింగ్ ఫైనలియర్ కి వచ్చేసాడు.

బ్రహ్మండమైన బైక్, బోలెడు మంది ఫ్రెండ్సుతో భలేగా తిరుగుతాడు. శ్రీజ కార్పొరేట్ కాలేజీలో ఇంటర్ ఇన్స్టాల్మెంట్సులో పూర్తి చేసి, ఇంజనీరింగ్ ఇంట్రస్ట్ లేదంటూ కంప్యూటర్ కోర్సుల్లో చేరింది.

ఒకే కాలేజీ డిగ్రీ చేస్తున్నారు. అక్కడ అదుగో శ్రీజకు, వెంకితో పరిచయం ఏర్పడి, హీరోలా ఉన్న వెంకి ఎక్స్ప్రషన్ని ఎంజాయ్ చేస్తూ, వాడ్ని ఎంటర్టైన్ చేస్తూ, వాలంటైన్స్ డే రోజున 'ఓకే' చెప్పేసింది.

అన్న వరసైన అనంతరావు అబూధాబీ నుండి వచ్చాడని తెల్సి ఆహ్వానించి, అతిధి మర్యాదలు జరిపిన ఆనందంలో అతగాడున్నప్పుడు, మేనల్లుడికి మీ దేశంలో మంచి ఉద్యోగం "వెతికి పెట్టన్నయ్యా. నీ మేలు మరచిపోనంద/ి" శ్రీలక్ష్మి.

శ్రీలక్ష్మి సిరిసంపదల గూర్చి తెలిసిన అనంతరావు, "అది సరే. ఆ దేశం రావాలంటే ముందు ఖర్చులూ అవీను. అక్కడెలాగూ ఆఫీసర్ని చేస్తానుకో" అని నసిగాడు. "అవన్నీ నాకొదిలేయన్నయ్యా. ఆ ఖర్చంతా ఎన్ని లక్షలయినా నే భరిస్తాను.

ఆ దేశాల్లో నా కొడుకు ఆఫీసరైతే అదే చాలని ఫిక్సయింది శ్రీలక్ష్మి. పాస్ పోర్టు ఆఫీసర్ని పట్టుకొని, మెల్లగా మేనేజ్ చేసి, తర్వాత ఆర్నెల్లలో వీసా తెప్పించి, వెంట తీసుకెళ్తానన్నాడు" అనంతరావు. అరులక్షల పైగా తీసుకొని ఉద్యోగం చూసాడు.

'సింగపూర్ శిరోమణి ఇల్లు కాంట్రాక్ట్ చేసాక కలిసొచ్చిందని, ఇల్లు కడుతుంటే గోడలో గుప్తధనం దొరికిందని కొందరు అంటారు. కాదు షిప్లో వెళ్ళి తిరిగిరాని పెనిమిటిని వదిలించి, కామరాజుని పట్టుకొన్నది శిరోమణి వల్లేనని' కొందరు కథలు చెప్తారు.

'ఏది ఏమైనా పంచాయతీ పెసిడెంటు పాపారావు కూతుర్ని పెళ్ళాడబట్టి ఆ పరపతి వలన నాలుగు కాంట్రాక్టులు కలిసొచ్చాయంటారు' కొందరు. 'కాదు కాదు. పెళ్ళి, పెళ్ళాం కామాక్షి, కూతురు కమల పుట్టినాకే కలిసొచ్చిందంటారు.

'ఇంకొందరు వడ్డీలవరలక్ష్మి కూతురు పుట్టాకే కలిసొచ్చింది అందుకే ఈ పిల్లంటే ప్రాణం. ఇంత ఘనంగా అందుకే చేస్తున్నాడంటున్నారు కొందరు.

ఎవరి వాదనెలా ఉన్నా, ఏ ప్రభుత్వం పాలనలో ఉంటే, ఆ ప్రభుత్వంలో కలిసిపోయి పబ్బం గడుపుకునే కామరాజు పప్పులు ఈ ప్రభుత్వం ఉడకనివ్వడం లేదు. అయినా, వేసిన రోడ్లు ఎన్నిసార్లు కొట్టుకుపోతున్నా, కట్టిన బిల్డింగులు కళ్ళెదుటే మూడుసార్లు కూలినా, కేబినెట్ మినిష్టర్ల నుండి కార్పొరేటర్ వరకు తనకున్న పలుకుబడితో మేనేజ్ చేసి,

"మసిబూసి మారేడుకాయజేసి "కాలం గడుపుతున్న కామరాజుకి శ్రీజ అంటే ప్రాణం. శ్రీజకు కారుల్లో తిరగడమన్నా, కాస్ట్లీ లైఫ్ గడపడమన్నా, కుర్రోళ్ళను వెర్రెత్తించేలా తయారవ్వడమన్నా, తండ్రి సంపాదిస్తున్న డబ్బుతో తలపొగరుగా మెలగడమన్నా ఇష్టం.

తల్లి కూతురితో "అలా ఉండకూడద"న్నా రాజు "మా బేబీకేటే బంగారుతల్లి, అది మా లచ్చిందేవి. దానికెలా నచ్చితే అలా సెయ్యనియ్యి. పల్లెటూరిదానివి. పట్నంలో మెలగడం నీకేటి తెల్సు?" అంటూ కూతుర్ని వెనకేసుకొస్తాడు.

అదుగో, అప్పుడే వెంకి అన్న మాటలు తండ్రికి చెప్పి ఒప్పించింది శ్రీజ. "వెంకి అన్నాడు "నే ఫారిన్ వెళ్తున్నా! మరి మన పెళ్ళి మాటేంటని? మీ నాన్ననడుగుతానని" అది. కామరాజుకి చెప్పింది శ్రీజ. శ్రీలక్ష్మి సిరిసంపద గూర్చి విన్న రాజు,

'చీఫ్ మినిష్టరు నే చెప్పింది వింటారని, ప్రైమ్ మినిష్టర్ నాకు పర్మిషన్ లేకుండా పిల్చి మాట్లాడుతారని చెప్పి, మీ పిల్లాడి ఫ్యూచర్ నాదని', శ్రీలక్ష్మిని పెళ్ళికి ఒప్పించాడు.

శ్రీలక్ష్మి సిన్నపిసరు బెట్టు చేసినా, ప్రభుత్వం పావలా వడ్డీలివ్వడం వలన, ద్వాక్రాలు, పొదుపు పథకాలు, బ్యాంక్ బుణాల షేర్లు తగ్గిపోవడం వలన, తన బిజెనెస్ డల్లయ్యిందని బయటకు చెప్పుకోలేక, కళ్ళు చెదిరే ఆభరణాలతో, ఖరీదైన కార్లలో తిరిగే బొమ్మలాటి శ్రీజను, కొడుక్కి భార్యగా చేసుకోడానికి ఒప్పుకుంది.

మంచి పలుకుబడున్న వియ్యంకుడు. రౌడీలను రాపాడిస్తున్న అధికారుల, పోలీసుల బారినుండి తన భర్తను రక్షిస్తాడని కూడా భావించి, ఎలాగైతేనేం ఒప్పుకుంది. ఎంతో అట్టహాసంగా, వైభవోపేతంగా పెళ్ళి జరిగిపోయింది.

పలుకుబడితో ఇద్దరికీ పాస్పోర్ట్ లు చేయించి, వీసా ఇప్పించి, విదేశానికి పంపాడు కామరాజు. వీడ్కోలు పలకడానికి విమానాశ్రయానికి పెద్దపెద్ద టాటా సుమోలలో వచ్చిన వారంతా ఒకరిని పట్టుకుని ఒకరు 'ఓ' అనుకుని ఏడ్చి, ఎక్కిళ్ళు పెట్టి, మేకప్పులు చెరిగిపోకుండా జాగ్రత్తగా ముఖాలు తుడుచుకుని,

అల్లవాళ్ళతో నా కొడుకుని గురించి, నన్ను గురించి అలాగన్నారట అని శ్రీలక్ష్మి,

ఇదుగో వీళ్ళతో, మాఅమ్మాయి గురించి, మా గురించి చాలా తప్పుగా మాట్లాడావట కదా? అని కామరాజు, కలహించుకుని, మా కర్మ అంటే మా కర్మ అని నుదురుకొట్టుకుని, పిల్లలు ఫ్లైట్ ఎక్కి వెళ్ళిపోయాక, "ఎడ ముఖం పెడ ముఖంగా" ఎవరిళ్ళకు వాళ్ళు వెళ్ళిపోయారు.

వెంకి శ్రీజలను అనంతరావు అన్నమాట ప్రకారం అబుదాబి తీసుకొచ్చాడు.

"ఆఫీసరు పోస్టు కాదు. అటెండర్సు పై సూపర్వైజర్. ఒళ్ళొంచి పనిచెయ్యాలి. రోజుకూలి లెక్క. నీకు ఉద్యోగం ఇస్తానని డబ్బు తీసుకున్న వాడు ఏదో కేసులో ఇరుక్కుని, ఇండోనేషియా పారిపోయాడు. నేనేం చేసేది?

ఈ దేశం కాని దేశంలో, కంప్లైంట్ ఇచ్చేమంటే నువ్వెందుకు లంచం ఇచ్చావని నన్ను ముందు జైల్లో పడేస్తారు. ఇంతకు మునుపు కొందరికి ఉద్యోగం ఇచ్చాడు కదా! అని వాడిని నమ్మాను. ఇవన్నీ మీ అమ్మకు తెలిస్తే బాధపడుతుంది.

ఎంతో ఖర్చు పెట్టి ఈదేశం వచ్చారు. ఉద్యోగం లేదని తిరిగి వెళ్ళిపోతే పరువు పోతుంది. మీరు చదివిన చదువులకి మన దేశంలో మీకేం ఉద్యోగాలు వచ్చేవు. ఎలాగూ వచ్చావు కాబట్టి చిన్నదో, పెద్దదో ఏదో ఉద్యోగం చేసుకుని స్థిరపడండి. కుదురుగా ఉంటే ఇక్కడ బాగానే ఉంటుంది.

అక్కడ మీవాళ్ళ పరిస్థితులు బాగోలేవు. ఏదో ఒక ఉద్యోగంలో దూరిపోయి, అగ్రిమెంటు చేసుకో" అనిబుద్ధి చెప్పి, ఓ ఆయిల్ కంపెనీలో చూసి చేర్పించాడు

అనంతరావు. సూపర్ వైజర్ గా చేరిన వెంకిని బ్రతుకు వెక్కిరించింది. కలలు కరిగి, రాజాలాటి అతని జీవితానికి బూజు పట్టింది.

ఇష్ట రాజ్యాంగా తిరిగే శ్రీజ స్వేచ్చగా తిరగలేక పోతోంది. అందరూ జాగ్రత్తలు చెప్తూ ఉంటే చిరాకేసి, అసలే వెంకీ ఉద్యోగ పరిస్థితులు వెక్కిరిస్తుంటే, ఓరి దేవుడో! "కుడితిలో పడ్డ ఎలక" లాగా అయిపోయింది నా పరిస్థితి, వీడు పొద్దున్న పోతే రాత్రికి గాని రావడం లేదు.అనవసరంగా వీడితో పెళ్ళికి కమిట్ అయిపోయాను. ఎలాగైనా ఇండియా వెళ్ళిపోతాను. స్వేచ్చగా బతుకుతాను అనుకుంది శ్రీజ.

మనం తెచ్చిన డబ్బు అంతా అయిపోయింది ఇండియా నుండి కూడా డబ్బులు రావడం లేదు. తిరిగి మనల్ని పంపమని అడుగుతున్నారు మా అమ్మ వాళ్ళు, నీకు మా అమ్మ పెట్టిన నగలు తాకట్టు పెట్టి, పెద్ద ఉద్యోగం రాగానే విడిపించి ఇస్తాను ఇమ్మని అడిగాడు వెంకి. "నగలివ్వనని మొండికేసింది" శ్రీజ. వెంకికి తెలీయకుండా నగలు అమ్ముదామని తీసుకెళ్ళిన శ్రీజకు షాపువాడు చెప్పిన మాటలు విని "కాళ్ళకింద భూమి కదలిపోయినట్లయి", వాడు చీటింగ్ కేసు పెడతానంటే కాళ్ళు, వేళ్ళు పట్టి బతిమాలి బయటపడింది

అవన్నీ కోటింగ్ అంటే ఇమిటేషన్ నగలట. బంగారు పూత పూసిన నగలట.

ఆ నగలు అమ్ముకుని ఇండియాకు వెళ్ళిపోదాం అనుకున్న శ్రీజ కలలు కల్లలు అయ్యాయి. వెంకీ తో గొడవలకు కారణమయ్యింది. ఇద్దరూ భయంకరంగా గొడవపడ్డారు.

శ్రీజ ఆలోచనలన్నీ తలకిందులయ్యాయి. స్వేచ్చగా ఎగిరే పక్షికి రెక్కలు విరిచి పెట్టినట్టుంది. శ్రీజ నిలదీసింది వెంకిని, కంప్లెంటు ఇచ్చి నిన్ను, మీ అమ్మని జైల్లో పెట్టిస్తాను. అంది. నన్ను మోసం చేసారు గృహహింస కేసు పెడతానంది.

"మానాన్న సంగతి నీకు తెలీదు. ఆఫీసర్ని నమ్మించి పెళ్ళాడి అవస్థల పాల్జేస్తావా?" అంది శ్రీజ ఆవేశంగా.

"నువ్వా, మీ బాబూ తక్కువ తిన్నారా? అప్పటికే ఇద్దరికీ అమ్మిన ఆ రెండు ప్లాట్లు పెద్ద గొప్పగా ఎంగేజ్మెంట్ లోనే నా పేర రాసి ఇచ్చాడు. ఆ పాపం ఊరికే పోతుందా?

మీబాబు కట్టిన బ్రిడ్జ్ కూలిపోయిందని, కటకటాల్లో తోసారట" కోపంగా అన్నాడు శ్రీలక్ష్మి కొడుకు."చీటీపాటల్లో మోసం చేసిన మీ అమ్మని, అడిగినోళ్ళని చితగ్గొట్టిన మీ నాన్నని జాయింటుగా జైల్లో పెట్టారంట" కఠినంగా అంది శ్రీజ.

అటుగా వచ్చిన అనంతరావు ఆ గోలంతా విని "మీ ఇద్దరూ దొందుకు దొందే"

నా మాటవిని అడ్డస్టయి పొందరా. ఇద్దరూ ఒకలాటివారే. మీ వాళ్ళు మీకు మించినోళ్ళు. ఒకర్ని ఆక్షేపించే అర్హతింకొకరికి లేదు. "నలుగురూ వింటే నవ్వుతారు" .అయినా ఇక్కడ కేసులు, పోలీసులు, పద్ధతులు వేరు.

అమ్మాయా! వాడిని వదిలేస్తే నిన్ను ఏ సేటయినా ఎత్తుకెళ్ళిపోతాడు. ఆడు పదిమంది భార్యలలో నిన్ను ఒకతిగా చేస్తాడు" అన్నాడు.

వెంకితో "ఒరే! ఇది ఆంధ్రా కాదు అబూధాబీ. నీవు అతితెలివికి పోతే, ఏ నూనె బావిలోనో పడేసి మరిగిస్తారు వాళ్ళకి అగ్రిమెంట్ రాసి ఇచ్చావు. ఏమైనా తేడాలు చూపెడితే తోలు తీస్తారు. మీరిద్దరూ రాజీపడి హాయిగా బ్రతకండి. లేకపోతే ఇద్దరి బతుకు అధ్వాన్నమైపోతుందని హెచ్చరించి, నాకు ఇంకొక చోటికి బదిలీ అయిపోయింది. నాపై ఆశలు పెట్టుకోకండి" అని చెప్పి అంతర్ధానమైపోయాడు అనంతరావు.

నిధి చాలా సుఖమా?

మబ్బుచాటు ఎండ మరింత తాపాన్ని పెంచుతోంది.

శ్రమైక జీవన ప్రతిబింబాల వంటి శ్రామికులు పాటలు పాడుతూ నాట్లు వేస్తూ పనిలో నిమగ్నమయ్యారు.

పొలంలో వరి నాట్లు పనిలో మునిగిన వీరభద్రం, కూలీల మధ్య తిరుగుతూ, మధ్య మధ్య ఆడ కూలీలు అవసరానికి అటూ ఇటూ వెళ్తే సాయం చేస్తూ, నారు కట్టలందిస్తూ, ఉత్సాహపరుస్తూ హుషారుగా తిరుగుతున్నాడు. సంస్కారవంతుడైన చక్కని రైతు వీరభద్రం.

సరిగ్గా అప్పుడే పక్కింటి ప్రసాద్ పరిగెత్తుకుంటూ వచ్చి చెప్పాడు "భద్రం మామా. మీ ఇంటికి పడవంత కారు వచ్చింది.

అత్త స్నేహితురాలుట, అత్తని వెతుక్కుంటూ వచ్చింది" ఆయాసపడుతూ చెప్పాడు.

"అత్త నా చేత షావుకారు కొట్టుమీద డ్రింకులు తెప్పించింది. అవిదేమీ తాగలేదనుకో. కానీ. అత్త తెగ హైరానా పడింది. అత్త ఆవిడను నీవు వచ్చేవరకు ఉండమన్నారు. ఆవిడ పక్క ఊరిలో పెళ్ళికి వచ్చి అత్తను చూడాలని వచ్చాను అన్నది.

ఆవిడ ఒంటి నిండా నగలు. చూడడానికి బాగా ధనవంతురాలి లాగానే ఉంది. కారులో ఇద్దరున్నారు గాని వాళ్ళు ఇంట్లోకి రాలేదు. మీ ఇంట్లోకి ఆమె ఒక్కతే వచ్చింది" అని గుక్క తిప్పుకోకుండా చెప్పాడు ప్రసాద్.

"చివరిగా అన్నారు, సరిగా వినపడలేదు గాని, మామా! మీ అమ్మాయి గురించి ఆవిడ ఎక్కువ మాట్లాడింది" అనుమానంగా అన్నారు ప్రసాద్.

"సరిలే. పని పూర్తయితే గాని రాలేను. ఇంటికి వెళ్ళాక చూద్దాం. మీ అత్త ఎలాగూ హూసగుచ్చినట్లు చెప్తుంది. దానికసలే డబ్బు పేరు విన్నా, డబ్బున్నవారిని చూసినా మైకం వస్తుంది. డబ్బున్నోళ్ళని చూస్తే ప్రేమ, మమకారం పొంగిపోతాయి" అన్నాడు వీరభద్రం

పని పూర్తి చేసుకుని ఇంటికి వెళ్ళాడు.

ఇంటికి వెళ్ళిన వీరభద్రంకు మంచినీళ్ళయినా ఇవ్వకుండా "ఏమండీ !"అదృష్ట దేవత మన ఇల్లు వెతుక్కుంటూ వచ్చింది.

నా చిన్ననాటి స్నేహితురాలు కాంట్రాక్టర్ కామరాజు గారి భార్య, కార్పొరేటర్ కనకదుర్గ వచ్చింది.పక్క ఊరిలో పెళ్ళికి వచ్చిందిట.

ఈ మధ్య మన అమ్మాయి హైదరాబాద్ స్నేహితురాలి పెళ్ళికి వెళ్ళింది కదా! ఆ పెళ్ళిలోనే మనమ్మాయిని దుర్గ చూసిందిట. దాని తీరు, చదువు, అందం నచ్చాయట. అందువలన అంత గొప్ప స్థితిలో ఉండి కూడా వచ్చిందిట.

"ఆడపిల్లకు తండ్రి పోలిక వస్తే అదృష్టం అంటారు" మీ పోలిక, అందం వలన, మన పిల్లకు ఇంత అదృష్టం పట్టింది. వాళ్ళ ఆస్తిపాస్తులు, హోదా చూసి ఎందరో పిల్లను ఇస్తామని వాళ్ళ ఇంటి చుట్టూ తిరుగుతూ ఉన్నారట. కానీ, నా స్నేహాన్ని గుర్తు పెట్టుకుని, మన అమ్మాయిని చేసుకుంటానని, మన ఇంటికి వచ్చి మరీ చెప్పి వెళ్ళింది.

ఈ విషయం ఇంత వేగంగా ఎవరికీ చెప్పొద్దు అన్నది. ఎందుకంటే! వాళ్ళ వాళ్ళందరికీ కోపాలు వస్తాయట. మన ఇద్దరినీ మాత్రమే ఎల్లుండి ఒకసారి వచ్చి, వాళ్ళ ఇల్లు వాకిలి చూడండి అన్నది. చూస్తే నిశ్చయం చేసుకుని అందరికీ చెప్పేద్దాం, పెళ్ళిచేద్దాం అన్నది. ఎంగేజ్మెంట్ పెద్ద హోటల్ లో పెట్టి భారీ ఎత్తున జరిపించుతుందట. ఇప్పటినుండి చెప్తే అందరూ ఏడుస్తారు. ఈ సంబంధం కుదరనీ అంది.

మాకు పైసా కట్నం అక్కర్లేదు. మాకే కోట్ల ఆస్తులు మూలుగుతున్నాయి. మా వాడు పెద్ద బిజినెస్ మేన్. మా వారు నీకు తెలుసు కదా! పెద్ద కాంట్రాక్టరు. నేను కార్పొరేటర్ ని.

నీ కూతురు చదువుకుంటాను అంటే చదువుకోనిస్తాను. ఉద్యోగం చేస్తానంటే చేసుకోవచ్చు.

మా ఇంట్లో తనకు పూర్తి స్వేచ్ఛ, స్వాతంత్ర్యాలు ఉంటాయి అంది. నాకు ఆడపిల్లలు లేరు. ఆ ఒక్క కొడుకే. నాకు కూతురైనా, కోడలైనా నీ కూతురే అంది. నా కొడుకు అంటే నాకు ప్రాణం. వాడు ఏది అడిగినా నేను కాదనను. అందుకే ఇంత దూరం నీ కూతుర్ని వెతుక్కుంటూ వచ్చాను. కాళ్ళ దగ్గరకు వచ్చిన అదృష్టం కాదనరని నా నమ్మకం అంది. నువ్వు నా స్నేహితురాలవు, గానీ! మీ ఆయనకి, కూతురికి చెప్పు.

నేను మా చుట్టాలు ద్వారా విన్నాను. మీ కూతుర్ని మీ ఆడపడుచు కొడుకు ఇష్టపడుతున్నాడట. అతను కాలేజీ లెక్చరర్ అట కదా! నేను అన్నీ తెలుసుకునే వచ్చాను అంది"

అని గుక్కతిప్పుకోకుండా, ఇంట్లో అడుగు పెట్టిన వీరభద్రానికి మొత్తం సమాచారం చెప్పింది కళ్యాణి.

"అబ్బా! ఆవిడ కారులో వచ్చి కంగారు పెట్టేస్తే, వెంటనే పెళ్ళి చేస్తానంటే? పిల్ల అభిప్రాయం కూడా అడగాలి కదా! అంత డబ్బున్నావిడ మనమ్మాయిని ఎన్నుకోవలసిన అవసరమేంటి?" అన్నాడు నిదానంగా వీరభద్రం.

"మీకన్నీ అనుమానాలే! సిరి రాకుండా మోకాళ్ళుడ్డం పెట్టకండి.

అయ్యో! చిన్నపిల్ల దానికేం తెలుసు? దాని మంచి చెడూ మనకు తెలియవా? తల్లిని నేను. దాని సుఖం నాకంటే ఎవరికి కావాలి? వాళ్ళ ముగ్గురికి మూడు కార్లుట. పెద్ద బంగళా, చాకర్లు, నౌకర్లు, పనివాళ్ళ జీతాలు నెలకు 50 వేల వరకూ ఇస్తుందిట. హాయిగా పిల్ల సుఖపడుతుందండీ. మనకి ఉన్నది ఒక్కగానొక్క ఆడపిల్ల. ఎంతో సిరి సంపదలతో తులతూగుతుంది. ఆమె కారు, నగలు, హోదా మనం జీవితాంతం కష్టపడినా వస్తాయా?

మీ చెల్లెలుకి ఏముంది? మూడు ఎకరాల పొలం. ముత్తాతల నాటి ఇల్లు. మీ మేనల్లుడు మాత్రం 40,000 తెస్తున్నాడంతే. గవర్నమెంట్ కాలేజీలో. దానికి మీరు చెప్తారా? నన్ను గట్టిగా చెప్పమంటారా? మీ ఇష్టం. కానీ! కచ్చితంగా ఈ సంబంధం చేసుకోవలసిందే" కోపంగా అరిచింది కళ్యాణి.

"అబ్బా! నువ్వు ఎవరి మాట వినిపించుకోవు. అమ్మా! నేను బావని తప్ప ఎవరిని చేసుకోను అని మీకు ఎన్ని సార్లు చెప్పాలి?వాళ్ళకు ఎంత ఆస్తి ఉన్నా నాకు అనవసరం. నాన్న బుర్ర కూడా పాడు చేస్తావ్ ఎందుకు?

అయినా ముక్కు మొహం తెలియని వాళ్ళు ఎవరో వచ్చి, నన్ను ఎక్కడో చూసాను అంటే, వాడికి ఇచ్చి పెళ్ళి చేస్తావా? నేను చేసుకోను గాక చేసుకోను. ఆవిడ ఎవరు మన గురించి అన్ని ఎంక్వయిరీ చేయడానికి? ముందు వాళ్ళ గురించి ఎంక్వయిరీ చేయండి" అప్పుడే యూనివర్సిటీ నుంచి వచ్చిన వీరభద్రం కూతురు విద్య అరిచింది.

"నువ్వు నోరుముయ్యి. ఈ సంబధం కాదంటే నేను చస్తాను" అరిచింది కళ్యాణి..

"నువ్వా సంబంధమే చేస్తానంటే నేను చస్తాను" అరిచింది విద్య.

"నిండింట్లో అసుర సంధ్య వేళ అనకూడని మాటలు, గోల ఏంటి? విద్యా నేను చూస్తాను. నువ్వు ఇక్కడినుండి వెళ్ళు" అన్నాడు భద్రం.

"మీరు దాని మాట నెగ్గించడంకోసం నామాట వినకపోతే నేను అన్నంతపనీ చేస్తాను. మీరు రేపు పూజారి గారి దగ్గరికి వెళ్ళి అర్జంటుగా అక్కడికి వెళ్ళడానికి ముహూర్తం అడిగి వస్తారా, లేదా?" కళ్యాణి అరిచింది. "తల్లీ! నేను నమ్ముకున్న అమ్మవారు నాకు తోవ చూపుతుంది. నువ్వు పోయి చదువుకో. నేను చూసుకుంటాను. అన్నివిధాలా నచ్చాలి కదా! డబ్బుంటే సరిపోతుందా? కుటుంబం, మంచిచెడ్డలూ చూడొద్దా? నేను అన్నీ చూసే నిర్ణయిస్తాను. అమ్మ మాట కూడా గౌరవించు" అని కూతురుకి నచ్చ చెప్పి,

"ముందు నన్ను ఆలోచించుకోనీ, అని పూజారి గారి ఇంటకి వెళ్ళాడు వీరభద్రం.

ఇలా ఇంట్లో అడుగు పెట్టేసరికి "ఏంటి, వీరభద్రం? పక్క ఊరి పెద్దిరెడ్డి మేనకోడలు కనకదుర్గ మీ ఇంటికి వచ్చిందట కదా! ఏంటి సంగతి? మా బావమరిది వాళ్ళింటికి పురోహితమే. వాళ్ళ కుటుంబం అంత మంచిది కాదు అన్నారు.

నీ కూతుర్ని తన కొడుక్కి చేసుకోవడానికి అడగడానికి వచ్చిందట?

వాళ్ళ సంపన్నులు కానీ స్వార్థపరులు. ధనవంతులే గాని దయ, జాలి లేని వారు. అసలు అంత పెద్ద సొసైటీలో ఉన్న ఆవిడ పనికట్టుకుని నీ కూతుర్ని చూడడానికి వచ్చిందంటే ఇందులో ఏదో కీలకం ఉండి ఉండాలి. ఆలోచించి అడుగు వేయి" అన్నారు పూజారి గారు.

ఇంకో మాట కూడా అన్నారు "మీ ఆవిడకి అంతస్తులు, హోదాలు కావాలి. నీ కూతురి దేమో నీ పోలిక. ప్రశాంతంగా జీవిస్తే చాలు అనుకుంటుంది. ఆ పిల్ల ఆ ఇంట్లో ఇమడగలదా?

నాకు ఇదంతా ఎలా తెలిసింది అనుకుంటున్నావా? మా ఆవిడ మీ ఆవిడ స్నేహితులు.

ఇప్పుడే ఫోన్లో మాట్లాడుకుంటూ ఉంటే విన్నాను. మీ అన్నయ్య అక్కడే ఉంటారు గదా, వాళ్ళ గురించి కనుక్కో. ఎవరికి చెప్పొద్దు అంది. అందుకే మీరూ ఎవరికీ చెప్పకండి. నేను మీ ఒక్కరికీ చెప్తున్నాను అని నాతో చెప్పింది. నేను ఎవరికీ చెప్పను లే. కానీ! మీ శ్రేయస్సు కోరే మిమ్మల్ని హెచ్చరిస్తున్నాను" అన్నాడాయన.

అప్పుడు జరిగిన విషయం అంతా చెప్పి "ఆవిడ ఎల్లుండి మంచిది, మమ్మల్ని చూడడానికి రమ్మని చెప్పిందట" అన్నాడు. వీరభద్రం.

పూజారి గారు అన్నారు "భద్రం, మీ శ్రేయస్సు కోరే వాడిని. రేపు మంచిదే. నువ్వు ముందు ఒక్కడివి చెప్పకుండా అక్కడికి వెళ్ళు. ఆ ఇంటి పరిస్థితులు అన్ని నిదానంగా గమనించు.

నీ మనసుకు నచ్చి, అన్ని విధాలా మంచి వాళ్ళు అని ధృవీకరించుకుంటే, పిల్లకు నచ్చజెప్పి దాని మనస్సు మార్చవచ్చు. ఆ తర్వాత మిగతా విషయాలు ఆలోచించవచ్చు. లేదా! నీకు వాళ్ళ ప్రవర్తనలో తేడా కనబడితే, మీ ఆవిడ బుద్ధి మార్చుకో" అని చెప్పారు పూజారి గారు.

పూజారి గారికి నమస్కరించి, "మీరు చెప్పినట్లు ఎవరికీ చెప్పకుండా రేపే బయలుదేరుతాను. వచ్చాక మిమ్మల్ని కలుస్తాను" అని సెలవు తీసుకున్నాడు వీరభద్రం.

★★★

కాంట్రాక్టర్ కామరాజు బంగళాలో అడుగుపెట్టిన భద్రంకి తల తిరిగిపోయింది.

పుట్టి బుద్దెరిగి అతను అంత పెద్దఇల్లు చూడలేదు.

తన భార్య చెప్పినట్లు ఏకంగా ఎకరం పొలంలో ఇల్లు కట్టారు.

ఎన్ని కోట్లు ఖర్చయింది? తన కూతురు అదృష్టవంతురాలవుతుంది. వీళ్ళు కోరి పిల్లని కోడలిగా చేసుకుంటామని వచ్చారు. బస్సు రిపేర్ వచ్చి, రావడం ఆలస్యమయింది. లోపలికి పంపడానికి గూర్ఖా ఎంత అల్లరి పెట్టాడు? పెడుతున్నాడు?

'తోటపని చేస్తున్న పెద్దాయన వచ్చి చెప్పబట్టి సరిపోయింది. అప్పుడు వాచ్మెన్ లోపలికి వదిలాడు.

ఇంద్రభవనం లాంటి ఈ ఇల్లు, అందమైన తోట, అన్ని చోట్లా ఇంటివారి దర్పాన్ని చాటుతున్న అలంకరణ, ముట్టుకుంటే మాసిపోతాయి అన్నట్లున్నగోడలు, కట్టేసి ఉన్న బలమైన కుక్కలు, అందమైన పరదాలు, 'ఆహ్! ఏమి వైభవం' అనుకున్నాడు వీరభద్రం.

'కూర్చుంటే దిగిపోయేలాంటి కుషన్ సోఫాలో కూర్చున్న భద్రానికి, టీపాయిపై ఒక ట్రేలో తెచ్చిపెట్టిన మంచి నీళ్ళ గ్లాసు అందిస్తూ,

"ఇంకా! ఖద్దరు పంచలు లాల్చీ కడతున్నారు? మీరు ఊరినుండి వచ్చారా బాబూ?" అడిగింది పెద్దామె.

"అవునమ్మా!" అనేలోగా, సుడిగాలిలా వచ్చిన, చురకత్తిలాటి పిల్ల ఆమెతో "మీకి ఎంక్వయిరీలెందుకు?అమ్మగారు మిమ్మల్ని బయటకు రావద్దన్నారుగదా? వెళ్ళండి. వెళ్ళి వంటపని చూసుకోండి. ఇవన్నీ నే చూసుకుంటాను. నేనెక్కడికి వెళ్ళిపోలేదు. చిన్న బాబు ఫ్రెండ్స్‌తో లోపల పార్టీ చేసుకుంటున్నారు. షోడాలు ఏవో కావాలని పిలిస్తే వెళ్ళేను. ఇదే సమయమని మీరు వచ్చారు. మీకెంత చెప్పినా వినరు" అని పెద్దావిడను కసిరింది. ఆమె చిన్నబుచ్చుకొని వెళ్ళి పోయారు

ఆ అమ్మాయి భద్రంతో "మీకేమి కావాలండి? కాఫీ, టీ, డ్రింక్" స్టయిల్ గా,వయ్యారంగా అంది. అవేవీ ఈ సమయంలో నాకలవాటు లేదమ్మా! మంచి నీళ్ళిచ్చారామె చాలు" అంటుంటే వింతమృగాన్ని చూసినట్లు చూసి, సాఫ్ట్ డ్రింకులు గురించే మిమ్మల్ని అడిగింది అంది. "ఏడింకు నాకు వద్దమ్మా! ఆమె ఎవర"ని? అడిగిన భద్రం ప్రశ్నకు నిర్లక్ష్యంగా

"మా పెదబాబుగారి తల్లి. ముసలావిడ మూలను పడి ఉండదు. అమ్మగారు లేకపోతే ఇల్లంతా చుట్టబెడుతుంది. "ఇంతకీ! మీరెవరండీ? ఏమి పనిమీద వచ్చారు" అందా అమ్మాయి.

"వాళ్ళ బంధువుని. మీ అమ్మగారు, అయ్యగారు ఏరమ్మా? అడిగాడు భద్రం.

"అయ్యగారు ఏదో కేసు గొడవలో బెయిలు తెచ్చుకోడానికి లాయరు దగ్గరకెళ్ళారండీ. అమ్మగారు ఎప్పటిలా ఈవినింగ్ క్లబ్బుకెళ్ళారండి. రెండు రౌండ్లెయ్యక పోతే నిద్ర పట్టదు ఆమెకు. పేకాటే లెండి" పకపకా నవ్వుతూ అంది.

భద్రానికి పెద్దావిడని ఆ అమ్మాయి అలా అనడం యజమానుల గురించి జోక్ చెయ్యడం నచ్చలేదు.

"మీరు పొలం డబ్బులు తెస్తే, నాకు ఇచ్చేయండి. ఎవరు డబ్బులు తెచ్చినా, నన్ను తీసుకోమంటారు అమ్మగారు. నేను వాళ్ళింటి మనుషుల కన్న ఎక్కువ. అమ్మగారికి నేనెంత చెప్తే అంతే! వరసకు మేనకోడలుని అవుతాను"వయ్యారంగా మెలికలు తిరిగిపోతూ అందా అమ్మాయి.

"ఓహో! మంచిదమ్మా! నేను పొలం మనిషిని కాను. ఒక పనిమీద వచ్చాను. సరే గానీ, వాచ్‌మన్ రానియ్యైక పోతే తోట పని చేస్తున్న పెద్దాయన చెప్పరు. ఆ పెద్దాయన ఎవరమ్మా?" అనుమానంగా అన్నాడు భద్రం.

"ఆయన మా అయ్యగారి తండ్రి. అయినా వాళ్ళ గురించి ఇన్నిఎన్క్వయిరీలు చేస్తున్నారు ? మీరెవరండీ? ఆ అమ్మాయంటుంటే ప్రక్క గదిలోంచి. నవ్వులు కేకలు వినిపించేయ్.

"అనితా ! అర్జెంటుగా. షోడాలు తీసుకురా!" అని పిలుపు .

"వస్తున్నాను చినబాబూ! అని ఆ అమ్మాయి వెంటనే పరుగెత్తుతూ వెళ్ళింది.

"ఒరేయ్ కృష్ణా! రేపు నీకు పిల్లనివ్వడానికి ఎవరో వస్తున్నారంట? ఇక మన పార్టీలకు, నీ స్వేచ్ఛ కి పులిస్టాప్పేనోయ్" అంది ఒక గొంతు.

"ఏడిసావ్ ! నేనెప్పుడూ, నా స్వేచ్ఛకు భంగం కలగనివ్వను. ఆ పల్లెటూరి బైతు చదువుకున్నదట. అందంగా ఉందిట. మా అమ్మ ఫ్రెండు కూతురుట. అలాంటి పల్లెటూరి పిల్లయితే పరువు కోసం పడుంటుంది. మనకెలాంటి సమస్యా ఉండదని,హితబోధ చేసింది మా అమ్మ. ఆమె కష్టపడి ఆ ఊరెళ్ళి ఆ అమ్మాయిని చూసి నాకు నిర్ణయించింది. నీకు తెలుసుగా! ఈఇంట్లో నిర్ణయాధికారాలన్నీ మా అమ్మవే. అందుకే ఒప్పుకున్నాను. మా మమ్మీకి నా ఆనందమే ముఖ్యం. అందుకోసం ఎంత దూరమైనా వెళ్తుంది. ఏమైనా చేస్తుంది" ముద్దగా ఒక గొంతు. 'వాడే ! పెళ్ళి కొడుకు కాబోలు'.

"నిజమేరా! మీ అమ్మ గ్రేటేరా... లేకపోతే ఇంటర్ ఇన్నాళ్ళెంట్లో పాసయి, ఇంజనీరింగ్ సబ్జెక్ట్లు ఇంకా పూర్తి చెయ్యని నీకు, ఎమ్మెస్సీ గొల్లెడలిస్తు, పి. హెచ్ .డి చేస్తున్న పిల్లని సెట్ చేసింది" ఇంకోకడు అంటున్నాడు..

"మీ అమ్మ రాటు దేలిన రాజకీయ నాయకులకే చుక్కలు చూపిస్తోంది. ఆ పల్లెటూరి అమాయకురాలో లెక్కా!" మరొక గొంతు.వింటున్న వీరభద్రానికి కాళ్ళక్రింద భూమి కంపించి పోయింది.

కళ్ళు తిరుగుతున్నాయి. భార్యకు చూపెట్టడానికి మెల్లగా కర్టెన్ జరిపి సెల్లులో వీడియో రికార్డు చేయడం కొనసాగించాడు.

ఇంతలో నలుగురు అమ్మాయిలు నవ్వుతూ, తుళ్ళుతూ వచ్చారు .

"అప్పుడే పార్టీ స్టార్ట్ చేశారా మా గురువులు? మేము రాకుండానే" అంటూ. వాళ్ళ డ్రెస్సులు, వ్యవహారాలు చూస్తే భద్రానికి భూమి కంపిస్తున్నట్లపించింది.

'అమ్మో! అత్యాశ పరుడైన ఈ అబ్బాయి తల్లి వంటి వారి వలన,తన భార్య వలే ఆడంబరానికి పోయే అతి గొప్పల మనస్తత్వం వలన, కార్పోరేటర్ ధనాశ వలన, అంధ ప్రేమ వలన, తల్లిదండ్రులను పనివాళ్ళుగా మార్చేసిన పిల్లవాడి తండ్రి లాంటి వారి వలన,విలువలు వదిలి విశృంఖలంగా తిరిగే తల్లిదండ్రుల వలన, స్వేచ్ఛ పేరుతో స్వైర విహారం చేస్తూ, వ్యసన పరులైన అబ్బాయి లాంటి పిల్లల వలన ,ఆకర్షణలకు లోనవుతున్న అమ్మాయిల వల్ల, ఎందరో అమ్మాయిలు జీవితాలు నాశనమవుతున్నాయి .

వివాహ వ్యవస్థ విచ్చిన్న మాతోంది. కుటుంబ వ్యవస్థ కూలిపోతోంది.నేర ప్రవృత్తి పెరిగి, స్వచ్ఛమైన మన సంస్కృతి పై మచ్చ పడుతోంది . మనిషి పట్టుదల, విధి పాత్ర, అదృష్టం, అనుభవజ్ఞుల సలహాలు, డబ్బు విలువ, అనుభవాలు, పిల్లలకు పెద్దలు పంచకపోవడం వలన నేటి సమాజం విలువలు లేకుండా తయారవుతోంది. భగవంతుడా! ఇంత మోసమా?' తన కూతురికి ఎంత ప్రమాదం తప్పింది?'చెమటలు పడుతుంటే శక్తిని కోల్పోయిన వీరభద్రం, మెల్లగా లేచి నిల్చున్నాడు.

అయ్యగారికి మీరెవరు అని చెప్పమంటారు?" అంటున్న ఆ అమ్మాయి మాటకి "పెను ప్రమాదం నుండి తప్పించుకున్న పెద్ద అదృష్టవంతుడని చెప్పమ్మా" అని పరుగులాంటి నడకతో బయటకు వచ్చేసాడు వీరభద్రం.

తన కూతురు ఎంతగానో ఇష్ట పడిన, తన మేనల్లుడితోనే ఆమె పెళ్ళి చేద్దామని ధృడ నిశ్చయం తో ముందుకు సాగాడు వీరభద్రం.

స్ఫూర్తిప్రదాత

"ఓరేయ్, రంగా! జాగ్రత్త నాయనా, ఆ చెట్టు పైకి పాములా పాకేస్తున్నావు జాగ్రత్త రా నాయనా. మీ అయ్య కొబ్బరి కాయలు దింపడానికి వస్తాడనుకుంటే నువ్వెందు కొచ్చావురా ? అసలే నువ్వు చిన్నపిల్లాడివి. ఎలాగూ ఎక్కిపోయావు గాబట్టి, ఈ ఒక్కచెట్టు నుండి నాలుగు కాయలూ ఎలాగోలా దింపి జాగ్రత్తగా దిగిపోరా బాబూ. నిన్ను బతిమాలుతాను.

కాళ్ళకు బంధమైనా వేసుకోకుండా, అంత పెద్ద కొబ్బరి చెట్టు పైకి చాలా తొందరగా ప్రాకుతున్న రంగడిని చూసి భయపడుతూ అన్నారు అన్నపూర్ణమ్మ.

రంగడు ఎంత తొందరగా ఎక్కాడో, అంత తొందరగా బోండాలు తెంపి, కింద పడేస్తూ ఉంటే, కంగారు పడుతూ మళ్ళీ అన్నారు "దిగిపో. చాలు నాయనా. వీలయినప్పుడే, మీ అయ్యను రమ్మను. ఇప్పుడు దిగిపో" అన్నారు అన్నపూర్ణమ్మగారు. ఆమె కంగారు చూసి నవ్వుకున్నాడు రంగడు.

చెట్టు దిగొచ్చి అన్నాడు "మా అయ్య మొన్న సంతకెల్లొచ్చింది మొదలు శానా తేడాగా ఉంటున్నాడమ్మా. ఏమయిందంటే చెప్పడు. దిగాలుగా ఉన్నాడమ్మా. "రంగా! నేసచ్చిపోతే మీ యమ్మని బాగా సూసుకో. పెద్ద పంతులు గారి ఇల్లు మాత్రం వదలకురా" అని అనేక అప్పగింతలెడతండు. భయమేస్తందమ్మా. అమ్మకు సెప్పొద్దట. తాను డాక్టర్ దగ్గరి కెళ్ళమంటే ఇనడు. అయినా! నేనేమీ చిన్నోడిని గానమ్మా. మా అయ్యకి పెద్ద కొడుకుని. నాకు పదిహేనేళ్ళు వచ్చాయి. మీ చిన్న మనుమడి తోటోడిననీ మీరేగా సెప్పినారు.

చూడండమ్మా! నాకూ మీసాలు వచ్చేసాయి" అని ఆచెట్టు బోండాలున్నాయని రంగడు "రంగా రంగా! అని అన్నపూర్ణమ్మగారు అరిచేలోగా, ఇంకో చెట్టుపైకి ఉడతలా పాకేసాడు రంగడు.

రెండు చెట్ల కొబ్బరి కాయలూ దింపాక చెట్టు దిగి, తలపాగా దులుపుకుని, ఆ కాయలన్నీ పోగుచేసి, పెరటి వసారాలో పెట్టి "పశువులు తోలుకు పోవాలమ్మ! నేను

వెళతాను. అయ్యని మీ కాడకు పంపుతాను. ఆడి బాదేటో మీరే కనుక్కని కాస్త మందలించడమ్మ. బెంగగా ఉంటున్నాడు.

మీ మాటంటే మా అయ్యకు గురి. మీ మాట ఇంటాడు. చెప్పండమ్మ. అయినా! నేనుట్టినే దించేసి ఎల్లిపోతానేటి? మీసెత్తో సేసిన ఆ కజ్జికాయలు నాలుగిస్తే కరకరా నముల్కుంటూ వెళ్ళి పశువులు మేపుకోస్తాను. ఆలస్యం అయిపోతాది"అన్నాడు. అన్నపూర్ణమ్మ నవ్వుకుంటూ కజ్జికాయలిస్తే దండాలు పెడుతూ, గెంతుకుంటూ వెళ్ళిపోయాడు రంగడు. 'వెర్రి నాగన్న. కజ్జికాయలు ఇస్తానంటే కాశీలో ఉన్న వస్తువునైనా తీసుకొచ్చి ఇస్తాడు' అనుకుంది.

అన్నపూర్ణ ఒకటో తరగతి చదువుతున్నప్పుడే తండ్రి చనిపోతే, ఆమె బామ్మ ఆ పసిపిల్లను తన తమ్ముడి ఇంటికి తీసుకొచ్చి అప్పటికే ఇద్దరుభార్యలు చనిపోయి, ఇంట్లో ఆడదిక్కు లేని తన తమ్ముడింట్లో చేరి పెద్దదిక్కయ్యింది. ఆ జమిందారీ, పరాయి వారి పాలవ్వకూడదని.నాలుగు పదులు నిండిన ఆ తమ్ముడిని, ఈ ఆరేళ్ళ పసిపిల్లను పెళ్ళి చేసుకోమంది. "ఆ పసిపిల్లతో నాకు పెళ్ళేంటి అక్కయ్యా!?" అంటే, "లోకంలో ఎందరు అలా చేసుకోవడం లేదు? నువ్వేమైనా ముసలాడివా ముదగవాడివా? రేపొద్దున్న నువ్వ ముసలివాడివైతే ఎవరు నిన్ను చూసుకుంటారు? నీ ఆస్తి చూసి అందరూ నీ పక్కన చేరినా, చివరి కాలంలో నిన్ను అభిమానించి చేసిన వాళ్ళు ఎవరూ ఉండరు. మరో 10 ఏళ్ళకు పిల్ల పెద్దది అయిపోతుంది. నువ్వ నిండు నూరేళ్ళు బతుకుతావు. నీ కడుపున పుట్టిన పిల్లలతో చల్లగా ఉంటావ"ని ఆశలు రేకెత్తించింది.

ఆ తమ్ముడు వద్దన్నా, పసిపిల్లకు అతడితో పెళ్ళేంటని? పిల్ల తల్లి అత్తగారి దగ్గర గోలపెట్టినా వినక "ఆడపిల్ల అరటిచెట్టు ఎంతకాలంలో ఎదగాలి. నేను దాన్ని పెంచి పెద్ద చేస్తాన"ని పట్టిన పట్టు విడవకుండా పెళ్ళి ముహూర్తాలు పెట్టించింది.

మూడు పదులు నిండకుండానే భర్తను కోల్పోయి, ఆర్థిక పరిస్థితి బాగోలేక, అత్త గారితో పాటు ఉంటున్న కోడలు, మాట చెల్లక మౌనంగా ఉండిపోయింది.

తమ్ముడితో "పేరుకు పెళ్ళి చేసుకో. అది పెద్దయ్యాక కాపురం చేద్దువ"ని బలవంతంగా పెళ్ళి చేసింది బామ్మ. తాత వరస వాడితో పెళ్ళి. ఆ పసిపిల్లకవి తెలీదు. ఐదారేళ్ళ పిల్ల పెళ్ళి పీటల నుంచి పారిపోతుంటే, అరిసెలు, చక్కిలాలు ఇచ్చి మరిపించి, పెళ్ళి చేసింది బామ్మ. ఆ పిల్లే ఈ అన్నపూర్ణమ్మ.

అతని గురువుగారు ఇంటికి వచ్చి పురాణాలు, శాస్త్రాలు అన్ని నేర్పించాడు.అన్నపూర్ణ ఆడుతూ పాడుతూ ఇంటికొచ్చిన గురువువద్ద విద్యభ్యాసం చేసింది. పురాణ ఇతిహాసాలు పుక్కిట పట్టింది.

అన్నపూర్ణకు పదహారేళ్ళకు కూతురు పుట్టింది. ఆ అమ్మాయికి 14 ఏళ్ళకే, కూతురు కంటే మూడేళ్ళు పెద్దవాడిని ఎంచి తెచ్చి, ఏరికోరి పెళ్ళి చేసాడు. నలభై ఏళ్ళకు అన్నపూర్ణ భర్త చనిపోయాడు.

అప్పటి నుండి కూతురు, అల్లుడు ,పిల్లలతో ధైర్యంగా జీవితాన్ని నెట్టుకొస్తోంది. ఆకలన్నవారికి అన్నం పెట్టడం, రోగమన్నవారికి వైద్యం చేయించడం, మంచి చెడు చెపుతూ ఉండడం, మానవత్యంతో తల్లిలా అందరినీ ఆదుకోవడం, తన మాటలు, చేతలు ద్వారా, పెట్టు పోతల ద్వారా, పేదవారికి సహాయం చేయడం, వాళ్ళ కష్టసుఖాలు అన్నీ ఓపికగా విని వాళ్ళలో ఆత్మ విశ్వాసం కల్గించి ఆదుకోవడం ఆమె నిత్యకృత్యాలు.

60 ఏళ్ళ అన్నపూర్ణమ్మ గారు, ఆ చుట్టుపక్కల అన్ని గ్రామాల వారికి అమ్మే.

ఆ మరుసటి రోజు సాయింత్రం తులసికోట దగ్గర కూర్చుని ఒత్తులు చేసుకుంటున్న అన్నపూర్ణమ్మగారు, అల్లంత దూరంలో నిలబడి "దండాలమ్మ!" అన్న రాముడిని చూసారు. "నువ్వా రాముడూ? దా అలా కూర్చో.

అదేంటి! "నక్కులాంటి మనిషివి, కుక్కిన పేనులా కూడుకుపోయున్నావు?" ఏమయిందిరా? నీవిలా ఉంటే నీ కొడుకు, మీ ఆవిడ బెంగ పెట్టుకుంటున్నారు. నీ తల్లి లాంటి దాన్ని అంటావు కదా? ఎందుకలా దిగాలుగా ఉన్నావు? నాతో చెప్పరా నాయనా! ఏమయింది?" అన్నారు అన్నపూర్ణమ్మ.

రాముడు ఆలోచిస్తూ అలా ఉండిపోయాడు. అన్నపూర్ణమ్మగారు ఆశ్చర్యపోయారు. రాముడుని అలా చూడడం ఆవిడకు ఇదే మొదటిసారి . రాముడు గజ ఈతగాడు.

పాతాళంలో పడిపోయిన వస్తువునైనా పట్టుకొని నీటిపై తేలి పోతాడు. పాకుడు రాళ్ళను మోచేతి ముదుకుతో పగలగొడతాడు. కర్ర గిరగిరా తిప్పి సాము జేస్తే, గ్రామంలో కొమ్ములు తిరిగిన మొనగాళ్ళైనా దుమ్ము కొట్టుకు పోయేలా చేస్తాడు. చేతినిండా నువ్వులు పోసుకుని గట్టిగా పిండి, ఆ నూనె అన్నంలో పోసుకుని పిప్పి ప్రక్కన పడేస్తాడు. అంత బలవంతుడు. పెద్ద పాచి చెట్ల పైకైనా పాములా పాకేస్తాడు. మొండివాడు. ఎవ్వరినీ ఖాతరు చెయ్యడు. ఎవరినీ యాచించడు . కాకపోతే, చిన్న చిల్లర బుద్ధి, దొంగబుద్ధి ఉంది. తమ దగ్గర ఎప్పుడు ఆ బుద్ధి ప్రదర్శించలేదు.

ఎవ్వరికీ భయపడడు గాని, తనన్నా, తన అల్లుడన్నా, భయం భక్తీ .తన అల్లుడు చెప్తే ఊర్లలో పెద్ద గొడవలు జరుగుతుంటే ఆపడానికి, సాయం చేయడానికి వెళ్తాడు. అతను వద్దంటే , బాగా డబ్బిచ్చినా వెళ్ళుడు. ఎందుకంటే "ఒకసారి బుగత గారింట్లో మనుమరాలి గొలుసు దొంగలించాడని పోలీసులు తీసుకు పోతుంటే, ఆ గొలుసువాళ్ళ చాకలి సన్నమ్మ

దొంగిలించిందని నిరూపించి, రాముడికి శిక్ష లేకుండా చేసాడు తనల్లుడు. అప్పటినుండి తన అల్లుడంటే గొప్ప విశ్వాసం. అతడేది చెప్తే అదే చేస్తాడు. ఆంజనేయునిలా అతని అడుగుజాడల్లో నడుస్తాడు.

ఆలోచిస్తున్న అన్నపూర్ణమ్మగారితో "అమ్మా! పెదబాబూ, అమ్మ, పిల్లలూ ఎవరూ ఇంట్లో లేరుగా!" మెల్లగా గొంతు తగ్గించి అన్నాడు రాముడు.

లేరురా, పెళ్ళికి ఊరెళ్ళారు. ఏమి పనుందా?" అన్నారు ఆమె.

అమ్మా! అని ఏడుస్తూ ఆమె పాదాలపై పడిపోయాడు రాముడు.

నేను చెప్పిన మాట విను. నన్ను నా కుటుంబాన్ని కాపాడుతానని మాటియ్యి. ఈ మాట నీ గుండెల్లోనే ఉండిపోతాదని మాటియ్యమ్మా! నేనీ బరువు మోయలేకున్నాను" భోరున ఏడ్చాడు రాముడు.

"ఇదుగోరా! ఈ తులసమ్మ మీద ఒట్టు. నీ భారం దింపుకో మనసు తేలికపడుతుంది. చెప్పు నాయనా, ఏం జరిగిందో. నాకు చేతనైన సహాయం చేస్తాను. చిన్నపిల్లాడివి మీ కుటుంబాన్ని మాకప్పగించి మీ అయ్య పోయాడు" అన్నారు అన్నపూర్ణమ్మ గారు ఓదారుస్తూ.

కళ్ళు తుడుచుకొని మొదలు పెట్టాడు రాముడు.

"ఆరోజు కామన్నదొరవలస బుగతగారు కబురెట్టారు. తోటలో కొబ్బరి గెలలు దింపాలని. ఎల్లి దించానమ్మా. ఆఖరి చెట్టు కాయలు దించడానికి చెట్టెక్కినప్పుడు ప్రక్క తోటలో కొబ్బరి చెట్టుకి పండిపోయిన కొబ్బరి బొండాలు చూసానమ్మా. ఇత్తనాల బొండాలు. అన్ని గెలలూ అలాగే ఎల్లాడుతున్నాయమ్మా. నాలోని దొంగబుద్ధి మళ్ళీ పడగెత్తిందమ్మా. మూడు రోజులు పోయాక, చీకటి పడ్డాక ఎల్లి మొత్తం గెలలు దింపేసి రాత్రికి రాత్రి ఇల్లు చేర్చేసాను. దొంకినవలస సంతకి అది జరిగిన నెల రోజులకు ఊరు తెల్లారక ముందు కొబ్బరిబొండాలు తీసుకెళ్ళి, తెలతెలవారేసరికి తొలిబేరంగా సాలూరు షావుకారికి అమ్మేసి, ఆ నగదు తీసుకాని, ఆ సాలూరు షావుకారి కొట్టుకి ప్రక్కనున్న కిళ్ళీబడ్డీ మీద కూర్చోని టిఫినీ చేస్తన్నానమ్మా.

అదుగో. అప్పుడే కామన్నదొరవలస బుగతగారు షావుకారి కొట్టుకి వచ్చారు.

ఈ కొబ్బరి నీకు బొండాలు ఎవరు అమ్మారోయ్? అని అడిగారు ఆ షావుకారిని.

తెలీదుబాబూ. ఏ ఊరోడో తెలీదు. పొద్దున్నే వచ్చి అమ్మేసి ఎల్లిపోయాడు. పండిన కురిడీలు విత్తనాలకు మంచివని ఎక్కువ ధరకు కొన్నాను. ఎందుకిలా అడిగారు బాబూ?" అన్నాడు షావుకారు.

"నేను ఏనక మారున కూచున్నానమ్మా! నన్నల్లు చూడలేదు.

ఆల్లమాటలు నాకు ఇనబడతన్నాయి. చెవులు రిక్కించుకొని విన్నాను. ఆ బుగత అన్నారు. "మా ప్రక్కతోటలో పండిపోయిన కొబ్బరిగెలలు, ఆమధ్యన ఎవడో రాత్రికి రాత్రి దింపుకు పోయాడు. అవి ఇవే. నాకు కచ్చితంగా తెలుసు. ఇప్పుడు వాడు దొంగతనం చేశాడని ఫిర్యాదు ఇవ్వడానికి కాదు. వాడెవడో! దొంగతనం చేస్తే చేసాడు వాడింకా బ్రతికి ఉన్నాడా?అని నా అనుమానం. ఎందుకంటే ఆ చెట్టు మీద పెద్ద త్రాచుపాము తిరుగుతోంది.

ఎన్నాళ్ళనుండో ఆ గెలలు దింపడం మానేశారు వాళ్ళు. ఆ పామును తప్పించుకొని వాడెలా కాయలుదింపాడో ఆశ్చర్యం?

పట్టపగలే ఎవరు ఆ చెట్టు ఎక్కడానికి సాహసించరు. మరి వాడు అర్ధరాత్రి ఎలా ఆ పాము నుండి తప్పించుకున్నాడు అనేది నా అనుమానం.

వాడు చనిపోతే వాడి తాలూకా వాళ్ళు ఎవరైనా వచ్చి ఈ కాయలు నీకు అమ్మి ఉండాలి. నిజంగా ఆ దొంగ బతికుంటే, వాడు యముడిని గెలిచినవాడే అన్నారమ్మ" ఆ మాటలు విన్న నా గుండె గూబేలుమందమ్మా. అది మొదలు ఇలాగయిపోయినానమ్మా, అంటూ ఏడ్చాడు రాముడు.

"పోన్లేరా! నీకు ఆపాము కుట్టలేదుగా! ఇప్పుడా ఏడుపెందుకు?" అన్నారు అన్నపూర్ణమ్మగారు.

"అది కాదమ్మా! ఆ రోజు బొండాలు దింపుతున్నంతసేపూ, నా వీపు మీద ఏదో గీకతనే ఉందమ్మా. ఏ కొబ్బరి మట్టో, కాకి గూడులోని ముల్లో అనుకున్నాను అమ్మ. కానీ ఆ బుగత గారి మాటలు విన్నాక, అదే పామని అర్థమైంది అమ్మా" అన్నాడు ఏడుస్తూ..

"అంతే, ఏంటి రా?" అర్థం గాక అయోమయంగా అన్నారు అన్నపూర్ణమ్మ.

"గొంగళి తీసి వీపుచూపెట్టాడు రాముడు నివ్వెరపోయింది అన్నపూర్ణమ్మ.

రాముడి వీపు నిండా పాము గాట్లు చూస్తూ, గొంతు తడారి పోతుంటే "ఏంటిరా ఇదంతా?" అన్నారు కంగారు అతనికి కనపడనీయకుండా, సాధ్యమైనంత ధైర్యం తెచ్చుకుని.

"ఆ రోజు తెల్లారి ఇంటికొచ్చాక, చూసి గోలపెట్టేసినాది ఇంటిది. బలవంతం చేసి పంతులు బాబు దగ్గరకు తీసుకెల్లినాదమ్మా.

ఆ బాబు ఏవో పూతలు పూసి, పసరు రాసి, గొప్ప మంత్రమేసినారు. వారం రోజుల్లో బాగా తగ్గి పోయిందమ్మా. ఆబాబు దుంప పసుపుతో కలిపి, రాయమని పసరు ఇచ్చి, పదిరోజులు రోజూ మంత్రం వేసేవారమ్మ. పూర్తిగా తగ్గిపోయింది. తగ్గిపోయాక సంతకెళ్ళానమ్మ" అన్నాడు రాముడు.

నీ భయం ఏంటో నాకు అర్థం కావడం లేదు రా బాబూ. మరి అప్పుడు మానేసి ఇప్పుడు ? భయమేంటిరా?

అసలు ఆరోజు అన్ని బొండాలు తీసుకుని ఇంటికి ఎలా వచ్చావు?" వీపు నిండా గాట్లు చూస్తూ, గొంతు తడారి పోతుంటే అన్నారు అన్నపూర్ణమ్మగారు. 'వీడుఎలాంటి మనిషో?' అనుకున్నారు మనసులో.

"అదే గదమ్మా! నా బాధ. అంత వరకూ నా ఈపుమీద కొబ్బరిమట్ట గాని, కాకి గూట్లో ముళ్ళు గాని గీసింది అనుకున్నానమ్మా. వీపు మీద రక్తం కారుతున్నా తుడిచేసుకున్నాను గాని, ఇంకో ఆలోచన రాలేదు. కోడి కూసేవేళకి ఇంటికి చేరుకున్నాను. దూరంగా బండి గడ్డితో పెట్టి గెలలు ఆ బండిలో పడేసి, ఆ కాయలు తెచ్చి మా మిద్దె మీద దాచేసాను. నెల రోజులు పోయాక బొండాలమ్మిన రోజున ఆరోజు బుగత మాటలిన్నాక, నా ఒంటిని గీసింది తాచుపామని తెలిసి భయం మొదలైందమ్మా. బయటకు సెప్పలేక, లోపల దాచుకోలేక, ఇంటిదానికి చెప్తే ఇజ్జత్ పోతాదని, పిల్లాడికి తెలిస్తే పలుచని అయిపోతానని, పదిమందికి తెలిస్తే పరువు పోతుందని, దొంగతనాలు మానేశానని అందరూ అనుకుంటున్న సమయంలో, ఈ విషయం తెలిస్తే విలువ ఉండదని, బయటకు చెప్పలేక, లోపల దాచుకోలేక, సచ్చిపోతానని తెలిసి, చావు భయంతో సచ్చి పోతున్నానమ్మా" అంటూ ఏడ్చాడు రాముడు.

అన్నపూర్ణమ్మకు అప్పుడు అర్థమయింది. రాముడికి ఇప్పుడు చెప్పాల్సింది ధైర్యమని, అతడికి కావలసింది మానసిక స్థైర్యం అని తెలిసింది. తనే ఆత్మస్థైర్యాన్ని కలిగించాలని నిశ్చయించుకుందామె..

"రాముడూ! నీకు నా మాటపై నమ్మకముందా?" అన్నారు.

"అందుకే కదమ్మా! మీ కాడి కొచ్చింది" దీనంగా అన్నాడు రాముడు.

నిజంగా నిన్ను తాచుపామే కుట్టినట్లయితే, ఆ విషం పైకెక్కి, చెట్టు మించి పడిపోయి చచ్చిపోయి ఉండే వాడివి. అది చర్మం మీదే గీకినట్లున్నట్లయితే

మా రమణ పూసిన పసర్లతో అప్పుడే తగ్గిపోయేటట్టు ఉన్నది.

"మా రమణ పేరుకి తగినట్లు రమణ మహర్షే. కాబట్టి, వాడు మంత్రాన్ని ఉపాసన చేసి కూర్చున్నాడంటే, పాము ఏదో రూపంలో వచ్చి తన విషాన్ని, తనే హరిస్తుంది. అదే అందరి నమ్మకము. ఆ రోజు వెంటనే నువ్వు మా రమణ దగ్గరకు వెళ్ళబట్టి, నీ గండం గట్టెక్కిపోయింది. వాడి మంత్రంతో, ఆ పసరుతో నీ ఒంట్లో విషం అప్పుడే విరిగి పోయింది. ప్రాణాలు పోయాయనుకునే వారిని, పాము కాటుకి గురై నురగలు కక్కుతూ వచ్చిన వారిని ఎందరినో మంత్రం వేసి మా రమణ బ్రతికించడం నువ్వు నీ కళ్ళతో చూసావు కదరా!

ఆ చెట్టు పై పాముందని వినడం వల్ల బెంగతో మాత్రమే ఇలా అయిపోయావు. వినకపోతే మామూలుగానే ఉండేవాడివి కదా? అసలు అక్కడ నిన్ను కుట్టింది పాము కాదు. నువ్వు అన్నట్లు ఏ ముళ్ళో గీసుంటాయి. ఒకవేళ పాము కాటేసినా రమణ మంత్రం వల్ల అప్పుడే పోయింది ఆ విషం. నా కంటికి ఇవి ఏమాత్రం పాము కాట్లలా కనిపించడం లేదు. ఒకవేళ ఆ బుగత చెప్పింది నిజమై, అవి పాము కాట్లయితే, ఆ రోజు ఇంటి వరకూ రావు. ఆ కొబ్బరి బోండాలు అమ్మినవాడు చుట్టుపక్కల ఎక్కడో ఉంటాడని, లేకపోతే ఈ షావుకారు వాడికి కబురు చెప్తాడు అని, దొంగని పట్టుకుందామని ఆ బుగత అలా అని ఉంటాడు. అర్ధమైందా?

ఇక నాకూ మంత్రాలు వచ్చు, వైద్యం వచ్చును కదా. అయితే మా రమణ గాని, నేను గాని, వేసే మంత్రాలు మంచి వాళ్ళ మీద ఇంకా బాగా పనిచేస్తాయి. వాళ్ళు తొందరగా కోలుకుంటారు. తప్పుడు పనులు చేసిన వారికి, అంత బాగా పనిచేయవు. నీకు ఆ చిన్న తప్పుడు బుద్ధి ఉండబట్టే ఇన్నాళ్ళు ఇంత దుఃఖాన్ని, భయాన్ని అనుభవించావు. నీది కాని సొమ్ము ఎంత కష్టాన్ని తెచ్చి పెడుతుందో నీకు అర్ధం అయిందా? ఇకపై దొంగతనాలు చేయనని ప్రమాణం చెయ్యి, నేను మంత్రించిన విభూతిని ఇస్తాను. ఇదుగో ,ఇంటికి తీసుకెళ్ళి, నీభార్యను అక్కడ పూయమను. నేనిచ్చిన విభూతి రాసుకుని, నలభై రోజులు ఉదయం విష్ణు మూర్తికి, సాయంత్రం శివుడికి ప్రదక్షిణాలు చెయ్యి. మచ్చలు కూడా మాయమౌతాయి. మృత్యువు నీ దరికి చేరదు. లేనిపోని అనుమానాలు పెట్టుకోకు.

“అనుమానం పెనుభూతం” అంటారు పెద్దలు. నీవు ఇంకా బెంగ పెట్టుకుంటే, నీ అనుమానమే ప్రమాదానికి దారితీస్తుంది. నా మాట నమ్ము" అని ధైర్యం చెప్పారు అన్నపూర్ణమ్మ.

“దొంగతనం చెయ్యనన్న మాట తప్పితే మరణమే సుమా” అన్నారు బెదిరిస్తూ. “నాకు ధైర్య మిచ్చిన దేవత మీరు. మీపాదాలపై ఆన, నేనింక మంచిగా బ్రతుకుతానమ్మా. అయినా ఈ బతుకు మీరు పెట్టిన భిక్ష కదమ్మా. నేను కడుపులోనే బాగా పెరిగిపోయి, మా అమ్మకు ప్రసవం కష్టం అయిపోయిందట. ఇక తల్లి, పిల్ల బతకరని అందరూ ఆశలు వదులుకున్నారట. మా అయ్య మీ దగ్గరికి వచ్చి చెప్పుకుని ఏడిస్తే, ఆ రోజు గాలి వానలో మీరు మా ఇంటికి వచ్చి, పురిటి మంచంమీద కూర్చుని, మీ బంగారం లాంటి చేతులతో అడ్డంగా తిరిగిన నన్ను, మామూలుగా తిప్పి సులభంగా ప్రసవం చేయించారట. తల్లి, పిల్లడు ఇద్దరి ప్రాణాలు కాపాడారుట. అప్పటి కట్టి నన్ను ఏదో ఒక విధంగా మీరు కాపాడుతూనే వస్తున్నారు.

అదేగాక నాకు విపరీతమైన ఆకలమ్మా. చిన్నప్పటినుండి మా అమ్మే నా ఆకలి భరించలేక మీ అరుగు మీద వదిలేస్తే, మీరు, చిన్నమ్మ గారే మీ ఇంట్లో పిల్లల కంటే నాకే ఎక్కువ తిండి పెట్టేవారు. నేను కాలం మీద ఉన్నప్పుడు కూడా ఎవరి కంటా పడకుండా, కుంభాల కుంభాలు తిండి పెట్టే పోషించిన తల్లి మీరు. మీ ఋణం ఈ జన్మకే కాదమ్మా, ఎన్ని జన్మలెత్తినా తీర్చలేను. మా ఆడది ఇప్పటికీ చెప్పి నవ్వుతుందమ్మ.

"పెళ్ళయిన కొత్తలో నీ తిండి, నీ తీరువా చూసి నాకు భయమేసేది. రాక్షసుడిలా కనబడే వాడివి. ఒకసారి ఆ మాటంటే పెద్దమ్మ గారు దెబ్బలాడేరు నన్ను. మనిషలా కనబడతాడు గాని, వాడి మనసు చాలా మంచిదే.

తిండి అంటావా, వాడు చేసిన పనికి సరిపడా తిండి తింటాడు. వాడు చేసిన పని ఎవరు చేయలేరు. అంత బలమైన పని చేయగలడు. తిండి పుష్టి, కండ పుష్టి కలవాడు. వాడికి నువ్వంటే ప్రాణం. చక్కగా వండిపెట్టి, వాడు సంపాదించిన దాన్ని జాగ్రత్తగా దాచిపెట్టుకుని, గుట్టుగా సంసారం చేసుకొని ఉండమని మీరు బుద్ధులు చెప్పారటకదమ్మా. అది మొదలు ఎంత చక్కగా ఉంటుందమ్మా. నేనొక్కడినే కాదు. నాలాంటి వాళ్ళు అందరూ మీ పేరు చెప్పుకుంటూ ఉంటారు. నా కొడుకు ఇప్పటికీ మీ ఇల్లు వదలడు. కారణం మీరందరూ చూపెడుతున్న మంచితనమే కదమ్మా? పొట్ట పోషించుకోవడానికి మేము పనులు చేస్తూ ఉంటాం గాని, మమ్మల్ని అభిమానించిన వాళ్ళకి, ప్రేమగా చూసుకునే వాళ్ళకి ఎక్కువ సేవ చేయాలనిపిస్తుందమ్మా. అందుకే మిమ్మల్ని, మీ ఇంటిని వదల్లేము. ఇప్పుడంటే పై పనులకి కుటుంబం కోసం వెళ్తున్నాను గాని, ముందంతా మీరే కదా పోషించారు. ఏదైనా చిన్నప్పటి పట్టి ఇప్పటివరకు, నా బతుకు నిలబెడుతున్న మీరు చెప్పినట్లే బతుకుతాను" అని రాముడు ఆమె పాదాలపై ప్రమాణం చేసి ఇంటికి వెళ్ళాడు ఉత్సాహంగా.

ధైర్యంగా వెళుతున్న రాముడిని చూసి, 'వాడిని చల్లగా కాపాడు తండ్రి' అని భగవంతుడికి మొక్కుకుని, ఎవ్వరికైనా మానసిక ధైర్యమే మనుగడ నిచ్చి, మందులా పనిచేస్తుంది అనుకున్నారు పెద్ద చదువులు చదవకపోయినా.

ఒద్దికగా జీవించిన, జీవితాలను చదివిన మానసిక వైద్యురాలు, మానవతా మూర్తి అన్నపూర్ణమ్మ. 'ఎప్పటికీ, ఎవరికి హాని చెయ్యకుండా, చేతనయినంత వరకు ప్రాణులను కాపాడ గలిగే శక్తినియ్యి స్వామి' అని మహదానందంతో ఆ మహా శివునికి మొక్కుకున్నారు సార్ధక నామధేయురాలు అన్నపూర్ణమ్మగారు.

స్త్రీ సాధికారత, స్వేచ్ఛ, సమానత్వాల కోసం పోరాడుతున్న ఈ ఆధునిక యుగంలో కూడా అన్నపూర్ణమ్మ లాంటి ఆత్మవిశ్వాసం గల అతివలు ఆదర్శప్రాయులు, స్ఫూర్తి ప్రదాతలుగా నిలుస్తారు.

దుష్ట కాకులు

"తాతా కథ చెప్పవా! అని గారాలు పోతున్న మనుమడితో, జరిగిన, నేను చూసిన కథ చెప్తాను" అక్కసుగా అని ప్రారంభించాడు రంగన్న తాత. రంగన్నతాత జమిందారు పాపారాయుడు దగ్గర పనిచేస్తూ ఉంటారు. అయినా వారిని మనుషుల్లా చూడరు జమిందారు పాపారాయుడు, అతని సంతానం కూడా.

తాత వాళ్ళ నాన్న, చేసిన అప్పు తీర్చడానికి రంగన్న తాత, పాపన్న వాళ్ళ యింట్లో పనిచేస్తూ ఉన్నా, వారంటే అసహ్యం. యజమాని పాపారాయుడు చివరి దశకి, చేరుకున్నాడు. వైద్యులింకేమీ చేయలేమని, చేతులెత్తేసారు. జాలిపడి రంగన్నే దగ్గరుండి పాపారాయుడికి సేవలు చేస్తున్నాడు. అయినా, చచ్చేకాలానికైనా బుద్ధి రాక పీడించే పాపారాయుడికి తప్పక, సేవ చేస్తున్నాడు. ఆ ఊర్లో బీదాబిక్కి పాపాల రాయుడని, ఎందరి ఆస్తులో పడేసుకునో, అంత ఆస్తి సంపాదించాడని, తిట్టుకుంటారు. అధికారం చూపి అనేక మంది అభివృద్ధి చెందకుండా అణగద్రొక్కాడని, చాటుమాటుగా సణుక్కుంటారు కొందరు. పాపారాయుడికి పక్షవాతం వచ్చి మాట పడిపోయినా, పట్నం నుండి కొడుకు తీసుకొచ్చిన డాక్టరు ద్వారా, ఖరీదైన వైద్యంతో కొంచెం తేరుకున్నాడు. నత్తినత్తిగా, నంగినంగిగా మాట్లాడుతున్నాడు. ఇప్పుడు అతని ప్రాణం పోదు, రాదు అన్న స్థితిలోనికి చేరుకున్నాడు. ఒక్కగానొక్క కొడుకు, కోటీశ్వరరావుని పిల్చి, ఏదో చెప్పాలని తాపత్రయపడుతూ, చెప్పలేక, అవస్థపడుతూ, అతి కష్టంపై చెప్పాడు.

"అబ్బీ! నిన్ను కోటీశ్వరుడుగా చూడాలని కలగన్నానురా. అందుకే, కోరడగట్లు (సరిహద్దులు) లో ఉన్న భూములు, తోటలు కలుపుకొని, చాలా సంపాదించాను. ఆ తూర్పు పొలం సరిహద్దున ఉన్న భూషయ్య భూమిలో సెంటు భూమయినా, కలుపుకోవాలని విశ్వ ప్రయత్నం చేసాను. అది వాస్తు ప్రకారం మంచిది. మనకు మంచి సెంటిమెంటు. కానీ, ఎంత ప్రయత్నించినా భూషయ్య సాగనివ్వలేదు. ఆడి అల్లుడు పోలీసధికారి, అంచేత భయం. ఆ కోరిక తీరకుండా చచ్చిపోతున్నాను" అని కళ్ళనీళ్ళు పెట్టుకున్నాడు పాపారాయుడు. పకపకా నవ్వాడు కోటి ఉరఫ్ కోటేశ్వరరావు. "పిచ్చి నాయినా! అదా నీ బాధ. అయితే విను.

ఆ భూషయ్య, పొలం మొత్తం నా పేర రాయించుకున్నను. ఆడి అల్లుడితో స్నేహం చేసి, మందు పోసి, లంచాలు యిచ్చి, ఇప్పించి, పై అధికారులచే పట్టించి, లంచం కేసులో ఇరికించి, అతడి భార్యకి ఆభరణాల పిచ్చి గదా కవరింగ్ నగలతో కవరింగిచ్చి పవరాఫ్ అటార్నీ వ్రాయించుకున్నా. అందరినీ ఇరికించి, దానికి నగలు ఇప్పించి, కష్టపడి తాత, కొడుకు, మనుమడితో, సంతకాలు పెట్టించాను" అన్నాడు వాడి కొడుకు పకపకా నవ్వుతూ. ముసలాడు మురిసిపోయాడు. మూలుగుతూ ప్రాణం వదిలేశాడు" అన్నాడు రంగన్న.

"అది తప్పు గదా తాతయ్యా!? ఎదుటి వారు బాధపడుతుంటే, సంతోషించొచ్చా!? అలాటి చెత్త మనుషుల గురించి చెప్తావెంటి తాతయ్యా. కాకుల కథను చెప్తాన్నావు అదే చెప్పు. ఆ కాకులను చూసానన్నావు కదా. నిజంగా నువ్వు చూసావా?" అమాయకంగా అడుగుతున్న మనుమడితో, రామయ్య "ఈరోజు పొద్దున్నె చూసానురా. తల్లికాకి చచ్చింది. పిల్ల కాకి, తిరుగుతోంది". అంటే "అలాగా తాతా! నాకా పిల్ల కాకిని చూపవా?" అంటే "ఒద్దు. నాన్నా! అలాటి చెడ్డ కాకుల్ని చూడకూడదు. పిల్లకాకికి దురాశ పెరిగిపోతే తొందర్లో పాడై పోతుంది నాన్నా"అన్నాడు. పొద్దున్న ఆ సంఘటన చూసి చికాకుగానున్న రంగన్న. నిద్రపోదామనుకుంటే, రామయ్య మనుమడు రాజు ""తాతా! కథ చెప్పవా? అని మరీ బ్రతిమాల్తుంటే, రామయ్యకి పొద్దున్న సంఘటన గుర్తొచ్చి, ఓరే! తాతా ఒక ఇంటి ముందు చెట్టు మీద రెండు కాకులు తల్లికాకి, పిల్లకాకి ఉండేవట. ఒకసారి తల్లి కాకికి జబ్బు చేసి, చావడానికి సిద్ధంగా ఉండి కళ్ళ నీళ్ళు పెట్టుకుందిట. పిల్ల కాకి తల్లి కాకిని అడిగిందట, "అమ్మా! నీ ఆఖరి కోరిక చెప్పు. అదెలాగైనా తీరుస్తాను" అనిందట. తల్లి కాకి పిల్లకాకితో అందిట "అమ్మాయా! నేను బ్రతికి బాగున్న కాలంలో, ఈ ఇంటి వాళ్ళు బట్టలు ఉతికి, ఝూడించి, పిండి, గట్టు మీద పెట్టి, ఆరేసుకుందా మనుకునే లోగా, రెట్టలు వేసే దాన్ని, నేనూ అలా చేసి, ఎంతో ఆనందం పొందే దాన్ని. నీవు నా వారసత్వంగా, అలా చేస్తానంటే, ఈ పాటుగా హాయిగా నా ప్రాణం పోతుంది, ఆత్మశాంతి కల్గించమని బ్రతిమాలిందట. పిల్ల కాకి, ఘొల్లున నవ్వి, "అమ్మా! ఎంత పిచ్చి దానివే? నేను నీకంటే ఏడాకులు ఎక్కువ చదివాను. బాధ పడకమ్మా! నువ్వు ఉతికి, ఝూడించి, పిండిన బట్టలపై రెట్ట లేస్తే, వాళ్ళు వెంటనే ఝూడించుకుంటారు. నేనయితే బట్టలు బాగా ఆరబెట్టి, బట్టలు ఎండాక, రెట్టలు వేస్తంటాను. అప్పుడు ఆ ఆరేసుకున్న వాళ్ళ ముఖం చూస్తే, వాళ్ళు ఏడుస్తూ బట్టలన్నీ మళ్ళీమళ్ళీ ఉతుక్కుంటుంటే అంతులేని ఆనందం పొందుతాను" అందిట తల్లితో పిల్లకాకి. తల్లికాకి తృప్తిగా ప్రాణం వదిలిందిట" అన్నాడు రామయ్య అక్కసుగా. "పక్షులు చేస్తే. వాటికి బుద్ధి తక్కువ ఉంటుందంటారు. మరి బుద్ధి జీవి మనిషి అలాచేయకూడదు కదా తాతా!" అన్నాడు ఆలోచిస్తూ మనుమడు. "పసిపిల్లాడివి నీకున్నంత జ్ఞానమైనా,

పెద్దోళ్ళకుండడంలేదు. సరే మీరైనా మంచిగా బ్రతకండిరా బాబూ" అంటూ "చాలా పొద్దుపోయింది. ఇక నిద్రపో" అన్నాడు రంగన్న మనుమడి మాటకు మురిసిపోతూ.

అజ్ఞాని

"అత్తయ్యా,అత్తయ్యా! అంతర్జాతీయ మహిళా దినోత్సవం సందర్భంగా మీ కొడుకు, మీకు ఈ చీర, నాకు ఈ చీర, దుద్దులు తెచ్చారు" సంబరపడుతూ అత్తగారికి చూపెట్టింది అనూరాధ. "నీకు నిన్న ఎరియర్స్ వచ్చాయి కదా? మొత్తం వాడికి ఇచ్చావా? ఏ మాత్రమూ నీ కోసం దాచ లేదా?"ఆరా తీస్తూ అంది సుందరమ్మ.

"మీకు చెప్పొద్దు అన్నారు. మొత్తం ఇచ్చేసానత్తయ్యా, కొత్తగా పెడుతున్న వ్యాపారానికి పెట్టుబడి కావాలంటే" అంది తలవంచుకుని నెమ్మదిగా అనూరాధ.

"ఇంకేం ! నాలుగు లక్ష లిచ్చి, నలభై వేలు తీసుకున్నావన్న మాట. శభాష్! అసలు ఈ దినం దేనికి జరుపుకుంటారో తెలుసా? వ్యంగ్యంగా అని, మహిళా దినోత్సవం అంటే ఏమిటి?" అంది సుందరమ్మ ఏమీ తెలియనట్లు.

"అయ్యో, అత్తయ్య!. మీకు అది కూడా తెలియదా? పాపం" అంది జాలిగా అనూరాధ తనకేదో చాలా తెలిసినట్లు, అత్తగారు అమాయకురాలని భావిస్తూ.

"సంఘటితమైన మహిళలు తమ హక్కుల కొరకు పోరాడి తమ హక్కులు సాధించుకున్న రోజు. తమ విజయానికి చిహ్నంగా ఉత్సవం జరుపుకున్నారు. అదే ప్రపంచ మహిళా దినోత్సవం. మరి మీరు జరుపుకో నీకంటే ! అన్ని తెలుసు . నా బతుక్కి అదొకటే తక్కువ. నేను మహిళ అన్న మాటే మరిచిపోయారు వీళ్ళంతా.

"ఇంట్లో ఒక గొడ్డు ఉంది. ఆ గొడ్డు చాకిరీ చేస్తుంది అని తప్ప.ఇలాంటివి తెలుసుకునే అవకాశం మెక్కడ ?"దీర్ఘాలు తీసింది సుందరమ్మ.

"అదేంటి, అత్తయ్య! మీరు మీ హక్కులు అనుభవించ లేదూ?" అత్తగారి మీద బోలెడంత జాలి పడుతూ అంది. అనూరాధ. "ఏమీ హక్కులు లేమ్మా ! జాలి దయ లేని మనిషి మీ మామగారు.

"ఏడ్చి గొడవ పెట్టుకుని ఎలాగో ఏడు ఎకరాల పొలం నాపేర రాయించుకున్నాను" అంది సుందరమ్మ.

'ఇంకేం ? అంత హక్కు సాధించారు కదత్తయ్య?' విచిత్రంగా చూసింది అనూరాధ .

" ఏమోనమ్మా, అజ్ఞానిని! ఆ పొలం తో పాటుగా 'పాతిక తులాల బంగారం, పాటిమట్టి మీద పది గదుల పెంకుటిల్లు , మెరకమీద మిద్దిల్లు, మాత్రమే నాపేర రాయించుకున్నాను" అంది అమాయకురాలు లా ముఖం పెట్టి సుందరమ్మ.

వామ్మో ! అంది గుండెలు బాదుకుంటూ అనూరాధ .

సుందరమ్మ అంది"మా అత్తగారి సంగతి విను. ఆమెకు బొత్తిగా లోకజ్ఞానం లేదు . నేనైతే ఏదోతరగతి పాస్ అయ్యాను. "మా అత్తగారికి పొట్ట పొడిస్తే అక్షరం ముక్క రాదు". అయినా! నాకన్నా అజ్ఞాని ఆవిద. మా మామగారు, మరెవరినో ఉంచుకున్నారట. అది తెలిసిన ఆమె అలిగి ఏడ్చి గోలపెట్టేసి, నూతి గట్టు ఎక్కి కూర్చొని చస్తానని బెదిరించి, ఇరవైఎకరాల మాగాణి, పట్టుదలగా పరగణాలో, పెద్ద మామిడితోట ఏడువారాల నగలు, ఏడు మణుగుల బంగారం, ఎకరం స్థలంలో కట్టిన బంగ్లా, తన పేర రాయించుకున్నదట. ఆయన జమీందారు మరి" ఆగింది సుందరమ్మ.

" అమ్మో, అమ్మో! మీరే నయం. చదువు లేదు. అక్షర జ్ఞానం లేకున్నా అంతేసి ఆస్తులు కూడబెట్టి, సంతానాన్ని చక్కగా చెప్పుచేతల్లో పెట్టుకుని నడిపిస్తున్నారు.ఇప్పటికీ మీ డబ్బు,దర్పం చూసి అందరూ మీ చెప్పుచేతల్లో మెలుగుతున్నారు. మిమ్మల్ని నిరక్షరాస్యులను అన్నది ఎవరో ? నాకు అర్థం కావడం లేదు."

"మేం సాధిస్తున్న హక్కులేమిటో, కూడా నాకు అర్థం కావడం లేదు" అంది తల కొట్టుకుంటూ అనూరాధ.

“అదే నా బాధ.అందుకే అడిగాను. అయినా నువ్వు పెద్ద చదువులు చదివిన జ్ఞానివి. ఇంత చదువుకున్నావు. అదేదో డాక్టరేటు కూడా చదివావు . మా వాడి కన్నా పెద్ద చదువే !. నాలుగు లక్షల కట్నం తెచ్చావు. లెక్చరర్ వి. అన్ని హక్కుల గురించి తెలిసి నీవు మాత్రం ఏమి చేస్తున్నావు?

నెలనెలా నీ జీతం అంతా వాడి చేతిలో పోస్తున్నావు. నిజం చెప్పాలంటే నీ కష్టంతోనే ఈ ఇల్లు గడుస్తోంది. కన్న కొడుకును విమర్శించే చెడ్డ తల్లని నన్నందరూ అంటున్నారు. నాకు తెలుసు! సాటి ఆడదానివి. నీ కష్టం కూడా నాకు తెలుసు. నేను చదివిన గ్రంథాలు నాకు సంస్కారం నేర్పాయి.మా అమ్మ అనేది " శత్రువైనా సరే ! సాటి మనిషి సమస్యలో ఉంటే ఆదుకోవాలని, కోడలైనా ఒకింటి ఆడపిల్లని. నువ్వు ఈ ఇంటిమహాలక్ష్మివి.ఇంటి పరువు కాపాడుతున్న దేవతవి. మా వాడు స్థిరుడు కాదు.

ఒక ఉద్యోగంలో కానీ, వ్యాపారంలో గాని స్థిరంగా ఉండడు. "మా తాతలు నేతులు తాగారు, నా మూతి వాసన చూడు" అనే తీరున ప్రవర్తిస్తాడు. "ఆస్తి పరులం అని మీ అమ్మ

నాన్న వీడిని అల్లుడుగా చేసుకున్నారు. ఈరోజు వాడు నాలుగు లక్షలు ఖర్చుపెట్టి, నలభై యాభై వేలు చేతికిచ్చి, ఇల్లు నువ్వే నడపాలంటే మురిసిపోతావు".నీవు తెచ్చేది అంతా ఖర్చుపెట్టి, వాడేదన్నా గంగిరెద్దులా తలూపుతూ ఉమెన్స్ డే నాడు దుద్దులు చేయిస్తే మురిసి పోతున్నావు".

"వెర్రిపిల్లా! నీ పిల్లల భవిష్యత్తుకు, నీ భవిష్యత్తుకు భరోసా ఏది" ? ఉమెన్స్ డే అని ఉత్సాహంగా తిరిగేసి, ఆడేసి పాడేసి ఒక్కరోజు గడిపేసి సంవత్సరమంతా ఊబిలో బతికేస్తావా? "బట్టల దుకాణాలలో పనిచేసే మహిళలు పురుషులతో సమానంగా, తమ కష్టానికి తగిన వేతనం తీసుకుని మురిసిపోతూ పండగ చేసుకున్నారు.

మహిళా దినోత్సవం అని నాకు తెలుసు. నువ్వే చెప్పావు.సరే! నీలా ఇంటా బయటా గొడ్డు చాకిరీ చేస్తూ, ఎన్నో సమస్యలెదుర్కుంటూ, సాంఘిక, ఆర్థిక, భద్రత లేక అల్లాడుతున్న, మహిళలు ఎందరో! ఎవరి సహాయం అందుకోలేని ఎందరో అభాగినులు ఈ రోజుల్లో కూడా ఉన్నారు. వారి కోసం ఈ రోజు ఏమి తీర్మానాలు చేస్తారు ? ఏ విధమైన పోరాటాలు చేస్తారు? ఎవరు తెలుసుకోవాలి?"పసిపిల్ల, పండు వృద్దురాలను తేడా లేక, ఆడది అని తెలిస్తే చాలు. అతి పాశవికంగా చెరచిన మృగాల్యకు ఏ మరణదండన విధిస్తారు? ఏమి పోరాడుతారు? ఆడది వంటింటి కుందేలనుకునే ఆ రోజుల్లోనే మహిళలు స్వతంత్రం కోసం పోరాటంలో పాల్గొని ప్రత్యేక పోరాటాలు చేశారు. పరాయి వాళ్యను బయటకు పంపించడంలో ప్రధాన పాత్ర పోషించారు. ఈరోజు ప్రతి క్షణం మనుగడ కోసం పోరాడుతున్నారు. మానసికంగా, శారీరకంగా అలసిపోతున్నారు."

స్త్రీ సాధికారతను చిన్న చూపు చూసి, పోరాటం చేసేవారిని పెడదోవ పట్టించిన వంచకుల వలలో పడి వ్యక్తిత్వం కోల్పోయినవారు చాలా మంది ఉన్నారు. సాటి స్త్రీలను, పిల్లలను, యువతులను మోసగించి తమ సరదాలకు వ్యసనాలకు పావుల్లా వాడే వారితో కూడి,దుష్టులకు కొమ్ముకాసి, అమ్మేస్తున్నారు.

జై కొట్టడానికి సభలు సమావేశాలు దేనికి ? నూటికి కోటికి ఎవరో మంచివారైన మహిళలు ఉన్నా, వారి మాట చెల్లదు. ఎందుకొచ్చిన మీటింగులు, దినోత్సవాలు ప్రదర్శన కాకపోతే?

నువ్వు ఇంటనే గెలవలేవు. రచ్చలో ఏమి గెలుస్తావు? సరదాకి రావడంతప్ప. మేమూ పండుగలు, పబ్బాలు, పెళ్ళిళ్ళు, పేరంటాలు, అని వెళ్ళేవాళ్ళం. డాబూ దర్పం ప్రదర్శించేవాళ్ళం. కష్టాలు పడ్డాం. ఆరోజుల్లో సంఘసంస్కర్తలు మాకు అండగా నిలిచి మా హక్కుల కోసం వారు పోరాడేవారు. ఇప్పుడెవరినీ నమ్మడానికి లేదు. ఇప్పుడు నిస్వార్థపరులైన సంఘసంస్కర్తలు ఏరి? మీ అధికారుల సహాయ సహకారాలు ఏవి ?"

అత్తగారి మాటలు వింటూ, నోరు తెరిచి నిశ్చేష్టరాలై, అలా ఉండిపోయింది, డా. అనురాధ.

"అమ్మాయా! నాకు బొత్తిగా జ్ఞానం లేక అన్నానే, నువ్వేమో పెద్ద చదువులు చదివావు. నేను అజ్ఞానిని !ఏమీ అనుకోకు అంది" సుందరమ్మ.

"అప్పుడే కాలేజీ నుండి వచ్చిన అనుష్క, తల్లికి మంచినీళ్ళు ఇచ్చి, తాగి కుదుటపడు. చూడమ్మా! నాన్నమ్మ ధైర్యం. ఆవిడ స్పీచంతా విన్నాను. నువ్వు పుస్తకాలు చదివావు. నాన్నమ్మ జీవితాలు చదివింది. అదే తేడా ?

"నాన్నమ్మ చెప్పిన మాటలు విను బాగుపడతావేమో?

ఆకాశంలో సగం, భూమి మొత్తం వ్యాపించావు అంటున్న నేటి మహిళవు. అత్యంత పాశవికంగా పసిపిల్లలను చెరచి, చంపుతూ సామూహిక మానభంగాలు చేస్తుంటే ఏడవడము తప్ప ఏమి చేస్తున్నాం?

ఆడవారి పేరన ఉన్న పదవులు, అధికారాలను తీసుకుని పెత్తనాలు చేస్తుంటే ఏం చేయగలుగుతున్నాం? మనలో ఇంకా చైతన్యం రావాల్సి ఉందమ్మా.

నాన్నమ్మ నిజాలు చెప్పింది.మహిళా ఉద్యోగులనింకా, మానసిక ఒత్తిడికి గురి చేస్తున్న దుర్మార్గులు సంఘంలో హాయిగా తిరగేస్తుంటే , వాళ్ళను చీఫ్ గెస్టులుగా పిలుచుకుని, మహిళా దినోత్సవాలు చేసుకొని ప్రయోజనమేంటమ్మా? వద్దని అనడంలేదు. ఆలోచించాలి అందరం. నీకు నాన్నమ్మ లా ఆర్థిక భద్రతకూడా లేదుకదా? నాన్నమ్మ వంటి మంచి మనిషి సాయం ఉంది. చాలామంది ఆడవాళ్ళకు అదీలేదు. అత్త, ఆడబిడ్డలు కూడా శత్రువులే" అంది అనురాధ కూతురు అనుష్క.

అటు అత్తగారి తరం, ఇటు కూతురి తరం, తనకంటే చాలా మెరుగైన స్థితిలో ఉంది. తనే "త్రిశంకు స్వర్గం"లో ఉన్నాననుకుంది అనూరాధ. ఉస్సురని ఊపిరి తీసుకొని లేచి నిలబడి,

"చివరగా, చిన్న సందేహం అత్తయ్య! మరి మామయ్య మంచివారా? కారా? సరదాగా ఉండేవారా? అత్తయ్య"? అంది అను.

కోపిష్టి. వ్యసనపరుడు "తమలపాకు తో నేను ఇట్టా అంటే, తాటి చెక్కతో అట్లా" అనే వాడు. బాధలూ పడ్డాను. దెబ్బలు తిన్నాను గానీ, నాపిల్లాడి భవిష్యత్తు కోసం అన్నీ భరించాను.

వీడికి చాలా వరకూ తండ్రి పోలికే. ఆయన చాలా విషయాలలో నామాట వినేవారు. పరువు కోసం పాకులాడేవారు. వీడికి అది లేదు. మూర్ఖుడు. అందుకే మీ మామగారిని

ఒప్పించి, అన్ని ఆస్తులు నాపేర పెట్టించుకున్నాను.

"నా జీవితానికి భద్రత కావాలి గదా ?" నవ్వుతూ అంది సుందరమ్మ "వీడి సంగతిచూసి, మనుమలకు రాసిస్తాను"అంది.

"ఓరి దేవుడో ? మరి మామగారు రాజకీయాల్లో ఊళ్ళుపట్టుకు తిరిగేవారుగా ? మరి ఆస్తులు పాడు చేస్తే మీరేం చేశారు?" అంది ఆసక్తిగా అనూరాధ.

"ఏం చేస్తాను? పట్టు చీర కొంటే అన్నీ చేతికి అందించేదాన్ని. బంగారం కొంటే పాదాలు ఒత్తే దాన్ని. ఆస్తి హరిస్తే, అన్నం కూడా పెట్టేదాన్ని కాదు.అయినా ఆయన ఆస్తులు కరిగించారు అనుకో. మూడు సంవత్సరాలు తినాల్సిన ఆస్తి, మూడు రోజుల్లో పట్నంలో పందెం ఒడ్డి వస్తే, కాసులపేరు అమ్మేసి కవరింగ్ నగలు కాని ఇస్తే మాత్రం పుట్టింటికి పోతానని పెట్టి సర్దేదాన్ని. అది ఆయనకు ఎంతమాత్రం ఇష్టంలేదు. పరువు పోతుందని భయపడేవారు నీలా ఒక్కోసారి. "అయ్యో! ఇంటి భారం అంతా నువ్వే మోస్తున్నావే, సుందూ, అని పొగిడితే పొంగిపోయి, మురిసిపోయి అన్నీ ఇచ్చే దాన్ని. ఇలా చేయొద్దని మందలించి వదిలేదాన్ని.

మా అత్తగారు మాత్రం పిచ్చి పిల్లా !మాటలతో నిన్ను మభ్యపెట్టి పబ్బం గడుపుకుంటున్నాడు నా కొడుకు. నేనయితే,మీ మామగారిని ఎక్కడ ఉంచాలో ? అక్కడ ఉంచేదాన్ని అనేవారు" అంది ఆగి సుందరమ్మ."ఏం చేసేవారట ?" ఆసక్తిగా అడిగింది అనూరాధ.

"ఆయన జమిందారు కదా! అసలే అజ్ఞానిని ఏమి చెయ్యగలను?" అంది సుందరమ్మ.వజ్రాలహారం కాని పెడితే, ఓహో! అంతా మీరే అనేదాన్ని, పరాయిదాని కోసం పనిమీద అని చెప్పి పట్టణం వెళితే "పప్పులో కొన్ని గింజలు, పాలలో కొన్ని గింజలు వేసుకుని వండుకుని తిని, పట్టు చీరకట్టుకుని దీవానం లో కూర్చొని పెత్తనం చేసే దాన్ని.

ఆయన పొరపాటున వంట వారిని అనుమతించేరు కాదు.నేనే వండే దానిని. ఆయనకు నా చేతివంట ప్రాణం.వంటవాడు మగాడు అయితే ఆయనకు అనుమానం. ఆడదంటే నాకులనుమానం అనేవారు నవ్వుతూ. మరి! ఆయనఇంట్లో ఉన్నప్పుడు? అడిగాను.

కచేరీ అయ్యాక కావలసింది తీసుకురాక లోపలికి కొస్తే, అడ్డదిడ్డంగా మాటాడితే అర్ధశేరు బియ్యం అత్తెసరు పడేసుకుని, ఆవకాయ గడ్డపెరుగుతో తినేదాన్ని. అన్నీ బోర్లించి, అపరాహ్ణం దాటాక వంట మొదలుపెట్టి, "నాంచారమ్మ వంట నక్షత్ర దర్శనం అన్నట్లు చేసేదాన్ని".అరిచి అరిచి అలసిపోయి, అలా వెళ్ళాడుతుంటే, ఆవకాయతో అన్నం తినమని అలిగి పడుకునే దానిని. మెతుకైనా ముట్టలేదు అని ముసుగు తన్ని పడుకునే దాన్ని"

అనేవారు. "చదువు కాదు ఎవరికైనా గడుసుదనం ఉండాలే అమ్మలూ, అనేవారు."అవిద్యావంతులు అయిన మేము నయం." నువ్వు మా వాడి కన్నా ఎక్కువ సంపాదన గల దానివి. అంతా వాడి చేతిలో పెట్టి "అడ్డెడు బియ్యం ఇచ్చుకుని, అమ్మా ! నీ చేతి ఎంగిలి ప్రసాదం" అని అన్నట్లు వాడి మీద ఆధారపడి జీవిస్తున్నావు. మేమే నయానో భయానో హక్కులు పొందాం.

"ఏదో ! అంతర్జాతీయ దినం అంటూ మురిసిపోతున్నారు అని చెప్పాను" అంది సుందరమ్మ

ఆవిడ మాటకు భర్త, కొడుకు, పిల్లలు అందరూ భయపడి. ఏది తెమ్మంటే అదితెచ్చి ఎలా ఉండమంటే అలాఉండే వారట.మా కంటే జ్ఞానం లేదు.ఆధునిక మహిళ అయినా నీవు మావాడి అడుగులకు మడుగులొత్తుతున్నావు. నీ మంచితనాన్ని వాడు అలుసుగా తీసుకొని ఆటలాడుతున్నాడు.నాకు తెలుసు. నువ్వు బంగారుతల్లివి. కుటుంబం పరువు వీధిన పడకూడదని, పిల్లలకోసమే భరిస్తున్నావు. అందుకే ఆస్తి నీకిచ్చినా లాభంలేదని,మీ పిల్లలకిచ్చాను.నాకు మాత్రం "ఆ ఒక్క తులసి మొక్క, వాడు,నీవు పిల్లలు తప్ప ఎవరున్నారే?' ఇది వాడూ పట్టించుకోడని బాధతో అన్నాను" అంది సుందరమ్మ.అత్తగారి ఒక్కొక్క మాటా అక్షరసత్యమై, అక్షయ తూణీరమై గుండెలను తాకి, తన భ్రమలను తొలగదోస్తుంటే నిశ్శేష్టురాలై అలా ఉండిపోయి ,అసలే అజ్ఞానిని అజ్ఞానిని అంటారు మీరు. అసలు సిసలు అజ్ఞానిని నేను అని అత్తగారికి చేతులు జోడించి నమస్కరించింది అనూరాధ.

"ఏంటి, అనూ! అత్తగారికి దండాలు పెడుతున్నావు? ఉత్తి వేస్తు.ఈ పిసినారి ముసల్ది. కొడుకు, కోడలు, అయిన మనలను కాదని,ఆస్తి మొత్తం, తన తదనంతరం మన అబ్బాయి కి అమ్మాయికి రాసిచ్చేసింది.అందుకే భరిస్తున్నాను. ఈవిడ పెత్తనం. మనం కేవలం గార్డియన్సుమట.బంగారం లాకర్లో పెట్టి, మనమరాలి పెళ్ళికని దాచేసింది. నాకు రూపాయి అందనివ్వదు.

పొలం శిస్తు కూడా మనమలకే ఇస్తుంది. పేరుకే కొడుకుని. పెత్తనమంతా మనమలకే. కొడుకుని నాకే ఇవ్వలేదు. నీకేమిస్తుంది? ఉమెన్సు డే ఫంక్షన్ కి వెళ్ళాలన్నావు. అనూ! మన వీధి మహిళలు, ఆ కార్పోరేటర్ కామేశ్వరి ఇంట్లో విమెన్సుడే మీటింగ్ పెడుతున్నారట. అక్కడికి వెళుతున్నావా? నువ్వు ఆమీటింగుకు మాత్రం వెళ్ళకు. అక్కడకందరూ హక్కుల కోసం పోరాడాలని వచ్చే వారేనట. విప్లవ వనితలట. నువ్వు వెళ్ళకు.మీ కాలేజీ వారు జరిపే మీటింగ్ లో పాల్గొని, కాఫీ తాగి, బిస్కట్లు తినేసి, సమోసాలు తిని, చాయ్ తాగి, గతంలో ఘనంగా బతికిన మహిళల గురించి మాట్లాడి వచ్చేయ్ . బుద్ధి పాడుచేసుకోకు. నువ్వు మంచిదానివి. చెప్పుడు మాటలు వింటే చెడిపోతావు. ఇదిగో! ఇంట్లో ఈ ముసలి దానితో

సహితం, మంచిగా ఉన్న నిన్ను మార్చాలనుకునేవారే.

ఈ మధ్య నువ్వు హక్కుల కోసం అడుగుతున్నావు. అందుకే చెప్తున్నాను. అనూ! నాకు కోపం తెప్పించకు. అలాగయితే ఇంటికే రాను. పిల్లల పెళ్ళిళ్ళకు కూడా రాను.నువ్వు చూసుకో. అసలు నీకోసమే నేను ఇంటికి వస్తున్నాను తెలుసా ? మన ప్రేమ వాళ్ళకు తెలియదు .సరియైన చదువు లేదు. విజ్ఞతలేదు. మా అమ్మకు అంత ప్రాధాన్యత ఇవ్వకు.ఆమె ఏమి చదువుకుంది? నోరు పెట్టుకుని బ్రతికింది.ఆవిడతో మాట లేమిటి? ముద్దముద్దగా మాట్లాడుతున్న కొడుకుని చూసి పరిస్థితి అర్థమైంది సుందరమ్మకు.

అందుకే ఆస్తి నీకు ఇవ్వలేదు! " రాజ్యం పోయిన రాజసం పోలేదు",”ఆస్తులు పోయినా అహంభావం పోలేదు". నువ్వు దాని హక్కులను హరించే వాడివి .దానికి నువ్వేమి హక్కులు ఇస్తావు? అని గొణుగుతూ సుందరమ్మ అక్కడనుంచి కదిలింది.

ఉమెన్స్ డే నాడు కూడా, నేను ఏం చెయ్యాలో, ఏ మీటింగ్ లో పాల్గోవాలి అని నిర్ధారించే, మీ వంటి వారితో ఉండే నాకు, ఉమెన్స్ డే ఎందుకు ? ఉద్యమాలు ఎందుకు ? అంటూ నిస్సత్తువుగా లేచి అతన్ని అనుసరించింది. భర్త అవగుణాలు బయట పెట్టడం కుటుంబ బంధాలు విచ్ఛిన్నం చేసుకోవడం ఇష్టం లేని అనూరాధ.

"అమ్మా! నీకు నిత్య ఉత్సవమే !" ఆవేశంగా అని, "ఎవరేమనుకుంటారోనని భయపడుతూ ఎన్నాళ్ళు బ్రతుకుతావు? నీకు నచ్చినట్టు నువ్వు బ్రతకడం నేర్చుకో అమ్మా!అన్నట్లు అసలు సంగతి ఈ గోలలో పడి చెప్పడం మరచి పోయాను.

నాకు యు.ఎస్.ఎ లో, పేరుపొందిన హార్వర్డ్ యూనివర్సిటీ లో సీటు వచ్చింది. నేను వెళ్ళి పోతాను. తమ్ముడూ తర్వాత వచ్చేస్తాడు. మా పెళ్ళిళ్ళ కోసం నువ్వు భయపడనక్కరలేదు.

ఒకసారి తిరగబడు అయనకే తెలుస్తుంది.నాన్నమ్మ నీకు తోడుగా ఉంటుంది.ఇకనైనా ఆలోచించి మంచి నిర్ణయం తీసుకో నేను నాన్నమ్మకు ఈవిషయం చెప్పాలని " లేచింది అనుష్క.

తనకు ప్రిన్సిపల్ ప్రమోషన్ ఇచ్చి గుంటూరు బ్రాంచ్ కి వెళ్ళమని డైరెక్టర్ గారు అన్న మాటకు తర్వాత చెప్తానని వచ్చేసిన అనూరాధ ,ఓమ్మొ ఎలాగు అనుకున్న అనూరాధ, కూతురు మాటలు విని ఒక దృఢ నిశ్చయానికి వచ్చి తను ప్రమోషన్ పై గుంటూరు వెళ్తాను అని డైరెక్టర్ గారికి చెప్పడానికి బయల్దేరింది. మార్పుకు స్వీకారం చుడుతూ అనూరాధ, అనూరాధ కూతురు అనుష్క.

SUPPORTS

- PUBLISH YOUR BOOK AS YOUR OWN PUBLISHER.

- PAPERBACK & E-BOOK SELF-PUBLISHING

- SUPPORT PRINT ON-DEMAND.

- YOUR PRINTED BOOKS AVAILABLE AROUND THE WORLD.

- EASY TO MANAGE YOUR BOOK'S LOGISTICS AND TRACK YOUR REPORTING.